D1764510

நிபுணத்துவம்

ராபர்ட் க்ரீன் கிளாசிக்கல் ஸ்டடிஸில் பட்டம் பெற்றவர், அதிகாரத்திற்கான *48 சட்டங்கள் மற்றும் 50ஆவது சட்டம் உட்பட விற்பனையில் சிறந்த* நான்கு நூல்களின் ஆசிரியர். லாஸ் ஏஞ்சல்ஸில் வாழ்கிறார்.

ராபர்ட் க்ரீனின் பிற நூல்கள்

The 50th Law (with 50 Cent)
(தி 50*th* லா (வித் 50 செண்ட்))

The 33 Strategies of War
(A Joost Elfers Production)
(தி 33 ஸ்ராடஜீஸ் ஆஃப் வார்)

The Art of Seduction
(A Joost Elfers Production)
(தி ஆர்ட் ஆஃப் செடக்ஷன்)

The 48 Laws of Power
(A Joost Elfers Production)
(தி 48 லாஸ் ஆஃப் பவர்)

நிபுணத்துவம்

ராபர்ட் க்ரீன்

தமிழாக்கம்
Dr. C.V. கீதா, மிஸ்டிக்ஸ்ரைட்

விவா புக்ஸ்

புதுடில்லி / மும்பை / சென்னை / கொல்கத்தா / பெங்களூரு / ஹைதராபாத் / கொச்சி / குவஹாட்டி

Copyright © Robert Greene

First Tamil Edition 2016

VIVA BOOKS PRIVATE LIMITED

- 4737/23 Ansari Road, Daryaganj, New Delhi 110 002
  E-mail: vivadelhi@vivagroupindia.net, Tel. 42242200
- 76, Service Industries, Shirvane, Sector 1, Nerul, Navi Mumbai 400 706
  E-mail: vivamumbai@vivagroupindia.net, Tel. 27721273, 27721274
- Megh Tower, Old No. 307, New No. 165, Poonamallee High Road, Maduravoyal
  Chennai - 600 095, E-mail: vivachennai@vivagroupindia.net, Tel. 23780991, 23780992
- B-103, Jindal Towers, 21/1A/3 Darga Road, Kolkata 700 017
  E-mail: vivakolkata@vivagroupindia.net, Tel. 22836381, 22816713
- 7, Sovereign Park Apartments, 56-58, K. R. Road, Basavanagudi, Bengaluru 560 004
  E-mail: vivabangalore@vivagroupindia.net, Tel. 26607409, 26607410
- 101-102 Mughal Marc Apartments, 3-4-637 to 641, Narayanguda, Hyderabad 500 029
  E-mail: vivahyderabad@vivagroupindia.net, Tel. 27564481, 27564482
- First Floor, Beevi Towers, First Floor, SRM Road, Kaloor, Kochi 682 018, Kerala
  E-mail: vivakochi@vivagroupindia.net, Tel. 0484-2403055, 2403056
- 232, GNB Road, Beside UCO Bank, Silpukhuri, Guwahati 781 003
  E-mail: vivaguwahati@vivagroupindia.net, Tel. 0361-2666386

Published by arrangement with
InkWell Management LLC
521 Fifth Avenue, Suite 2600
New York, NY 10175

The normal rights of the author has been asserted.

All rights reserved. Without limiting the rights under copyright reserved above, no part of this book may be reproduced, stored in a retrieval system, or transmitted, in any form or by any means, electronic, mechanical, photocopying, recording, or otherwise, without the prior written permission of both the copyright owner and the the publisher of this book.

*This edition is licensed for sale in India, Pakistan, Sri Lanka, Nepal and Bangladesh only.
Not for export elsewhere.*

ISBN : 978-81-309-3226-2

Published by Vinod Vasishtha for Viva Books Private Limited, 4737/23 Ansari Road, Daryaganj, New Delhi 110 002.

Printed and bound by Raj Press, Inderpuri, New Delhi - 110 012.

அன்னாவிற்கு

பொருளடக்கம்

அறிமுகம் — 1
முடிவான சக்தி — 1
நிபுணத்துவத்திற்கான வழிகள் — 6

I

உங்கள் உள் குரலைக் கண்டு கொள்ளுங்கள்:
வாழ்க்கையின் கடமை — 13
மறைந்திருக்கும் சக்தி — 15
நிபுணத்துவத்திற்கான வழிகள் — 19
உங்கள் வாழ்வின் கடமையை அறிவதற்கான வழிமுறைகள் — 23

1. உங்கள் மூலமுதலுக்குத் திரும்புங்கள்-மூலாதாரத்தைச் சார்ந்த வழிமுறை — 24
2. தனிச்சிறப்பான இடத்தைக் கைப்பற்றுங்கள் - டார்வினின் வழிமுறை — 25
3. போலியான பாதையைத் தவிர்த்து விடுங்கள்-எதிர்ப்பிற்கான வழிமுறை — 26
4. கடந்த காலத்தை விட்டு விடுங்கள்-மாற்றத்தை ஏற்றுக்கொள்ளும் வழிமுறை — 27
5. திரும்பி வர வழி காணுங்கள்-வாழ்க்கை அல்லது மரணத்திற்கான வழிமுறை — 28

II

உண்மைத் தன்மைக்குக் கீழ்ப்படியுங்கள்: இலட்சியப் பயிற்சி — 29

முதல் உருவ மாற்றம் — 31

நிபுணத்துவத்திற்கான வழிகள் — 38

பயிற்சிக் கட்டம்-
மூன்று நிலைகள் அல்லது முறைகள் — 41

முதல் நிலை: ஆழமாகக் கூர்ந்து கவனித்தல்-
செயலற்ற நிலை — 41

இரண்டாம் நிலை: திறன்களைப் பெறுதல்-
பழகு நிலை — 43

மூன்றாவது நிலை: பரிசோதனை செய்தல்-
செயல்படு நிலை — 46

இலட்சியப் பயிற்சியை நிறைவு செய்வதற்கான வழிமுறை — 48

1. பணத்திற்கு மேலான மதிப்புகளைக் கற்றல் — 48
2. உங்கள் தொடுவானத்தை விரிவு படுத்தியவாறு இருங்கள் — 49
3. தாழ்வு நிலைக்குத் திரும்புங்கள் — 50
4. செயல் முறையை நம்புங்கள் — 51
5. எதிர்ப்பு மற்றும் வலியை நோக்கிச் செல்லல் — 52
6. தோல்விக்கும் பயிற்சி பெறுங்கள் — 53
7. "எப்படி" மற்றும் "என்ன" என்பதை இணையுங்கள் — 54
8. சோதித்தும், தவறு செய்தும் முன்னேறுங்கள் — 56

III

நிபுணரின் சக்தியைக் கிரகித்துக்கொள்ளுங்கள்: வழிகாட்டியின் இயக்க ஆற்றல் — 59

அறிவின் ரசவாதம் — 61

நிபுணத்துவத்திற்கான வழிகள் — 68

வழிகாட்டியின் இயக்காற்றலை ஆழப்படுத்துவதற்கான வழிமுறைகள். — 71

1. உங்கள் தேவை மற்றும் மனநிலைக்கேற்ப வழிகாட்டியைத் தேர்வு செய்யுங்கள். **71**
2. வழிகாட்டியின் கண்ணாடியை உற்று நோக்கு **73**
3. அவர்களது எண்ணங்களை உருமாற்றுங்கள் **73**
4. பின்னும் முன்னுமாக இயக்காற்றலை உருவாக்குங்கள் **74**

IV

மனிதர்களை உள்ளது போலவே காணுங்கள்: சமூகப் புத்திக் கூர்மை **77**

உள்ளுக்குள் எண்ணுதல் **79**

நிபுணத்துவத்திற்கான வழிகள் **84**

குறிப்பான அறிவு-மனிதர்களைப் படித்தல் **86**
பொது அறிவு-ஏழு தீங்கான உண்மைகள் **88**

சமுதாயப் புத்திக்கூர்மை பெறுவதற்கான வழிமுறைகள் **92**

1. உங்கள் வேலை பேசட்டும் **92**
2. பொருத்தமான தனிநபர் இயல்பை உருவாக்குதல் **93**
3. பிறர் கோணத்திலிருந்து நீங்கள் உங்களைக் காணவும் **93**
4. முட்டாள்களை மகிழ்வோடு பொறுக்கவும் **94**

V

பரிமாண மனதை விழிப்படையச் செய்: படைப்பாக்கத்தைச் செயல்படுத்து **97**

இரண்டாவது உருமாற்றம் **99**

நிபுணத்துவத்திற்கான வழிகள் **105**

முதல் நிலை: படைப்பாக்க வேலை **109**
இரண்டாவது நிலை: படைப்பாக்க வழிமுறைகள் **111**
   அ. எதிர்மறைத் திறமையை வளர்த்துக் கொள்வது **112**
   ஆ. தற்செயலாக நிகழும் இனிய நிகழ்வுகளை அனுமதியுங்கள் **113**
   இ. 'கரண்ட்' மூலம் மாற்று வழியில் மனதை மாற்றிச் செலுத்துதல் **115**

ஈ. உங்களது காணும் கோணத்தை மாற்றுங்கள்	117
உ. அடிப்படை மதிநுட்ப வடிவத்திற்குத் திரும்புதல்	120
மூன்றாம் நிலை: படைப்பாக்க வெற்றிக்கான நிலை-பதட்டம் மற்றும் நுண்ணறிவு	122
மனக்கிளர்ச்சி எனும் படுகுழிகள்	124

படைப்பாக்கம் செயல்படும் கட்டத்திற்கான வழிமுறைகள் — 126

1. உண்மையின் குரல் — 127
2. சிறந்த உற்பத்தியின் உண்மை — 128
3. இயல்பான சக்திகள் — 130
4. திறந்தவெளி — 131
5. உயர்ந்த முடிவு — 132
6. பரிணாமத்தின் கடத்தல் — 133
7. படைப்பாக்க ரசவாதம் மற்றும் உணர்வின்மை. — 135

VI

பகுத்தறிவோடு உள்ளுணர்வை ஒன்றுபடுத்துதல்: நிபுணத்துவம் — 137

மூன்றாவது மாற்றம் — 139

நிபுணத்துவத்திற்கான வழிகள் — 146

உண்மைக்குத் திரும்புதல் — 154

நிபுணத்துவமடைவதற்கான வழிமுறைகள் — 156

1. உங்கள் சுற்றுப்புறத்துடன் தொடர்பு கொள்ளுங்கள்-முற்காலத்து சக்திகள் — 157
2. உங்களது பலத்தைப் பயன்படுத்துக-உயர்ந்த கவனக் குவிப்பு — 158
3. பயிற்சியால் உங்களை மாற்றுங்கள்-விரல் நுனி உணர்வு — 159
4. மற்றவரிடம் ஒப்படைத்துவிடு-உள்-வெளித் தோற்றம். — 161
5. அனைத்து அறிவு வடிவங்களையும் சேருங்கள்-பிரபஞ்ச ஆண்/ பெண் — 162

அறிமுகம்

முடிவான சக்தி

சிற்பி, செதுக்கப்போகும் உருவத்திற்கான பொருளைக் கையிலேயே வைத்திருப்பதைப் போல நாம் ஒவ்வொருவரும் நம்முடைய அதிர்ஷ்டத்தை நம் கைகளிலேயே வைத்திருக்கி றோம். இதே போன்றுதான் கலை நுணுக்கமான செயல் பாடுகளும், நாம் அதைச் செய்யக் கூடிய திறமையோடு பிறந்துள்ளோம். நாம் விரும்புவதைப் படைக்கும் திறனைக் கற்று, கவனத்துடன் பழக்கப்படுத்திக் கொள்ள வேண்டும்.

-ஜோகான் உல்ஃப் காங் வான் கோத்தே

மறைந்திருக்கும் திறனை பிரதிபலிக்கும் ஓர் உயர்ந்த சக்தி வடிவமும், அறிவாற்றலும் மனிதனிடம் எப்போதும் நிலைபெற்றிருக்கிறது. இதுதான் வரலாற்றின் மிகச் சிறந்த சாதனைகள் மற்றும் கண்டுபிடிப்புகளின் அடிப்படை. இந்த அறிவு பள்ளிகளில் கற்பிக்கப்படுவதில்லை. பேராசிரியர்களால் விவாதிக்கப்படுவதில்லை. எனினும் நாம் அனைவரும் ஏதோ ஒரு தருணத்தில் அதை ஓரளவேனும் நம் சொந்த அனுபவத்தில் உணர்ந்துள்ளோம். அதனை, பதட்டத்தில், கடைசி கட்டத்தில், சிக்கலைத் தீர்க்கவேண்டிய அவசரத்தில், இக்கட்டான நிலையில், நாம் உணர்கிறோம். அல்லது ஒரு திட்டத்தில் தொடர்ந்து வேலை செய்து கொண்டிருக்கும் போது அதை அறிகிறோம். சூழலின் அழுத்தத்தில் செயல்படும் எந்த நிகழ்விலும் நாம் வழக்கத்திற்கு மாறான சக்தியையும், கவனத்தையும் பெறுகிறோம். நம் மனம் நாம் செய்ய வேண்டிய வேலையில் லயித்து விடுகிறது. இந்தத் தீவிரமான மன ஈர்ப்பு பலவிதமான எண்ணங்களைத் தோற்றுவிக்கிறது. நாம் உறங்கும் போதும், எங்கிருந்தோ, ஆழ்மனத்திலிருந்து தோன்றுவது போல இவை உதிக்கின்றன. இச்சமயங்களில், நாம் பிறரிடம் அதிக கவனம் செலுத்துவதால் அவர்கள் நம்முடைய வாதத்தை அதிகம் எதிர்ப்பதில்லை அல்லது அவர்களது மரியாதையைப் பெறக்கூடிய ஏதோ தனி சக்தி நம்மிடம் இருக்கலாம். சாதாரணமாக நாம் வாழ்க்கையை மெத்தனமாகவே அனுபவிக்கிறோம். ஏதோ ஒரு சம்பவத்திற்கு எதிர் வினையாற்றுகிறோம். ஆனால் இந்த நாட்களையோ அல்லது வாரங்களையோ விடுத்து மற்ற சமயங்களில், என்ன நிகழும், நிகழச் செய்யலாம் என்பதை நாம் தீர்மானிக்க முடியும் என்று உணர்கிறோம்.

இச் சக்தியை நாம் பின்வருமாறு வெளிப்படுத்தலாம். பெரும்பாலான நேரம், நாம் உள் ஆழத்தில் கனவுலகின், ஆசைகள் மற்றும் இறுகப்பிடித்துள்ள கருத்துக்களோடு வாழ்கிறோம். எனினும் இந்த அபூர்வமான கற்பனைக் காலத்தில், பயன் தரும் செயல் எதையாவது செய்ய வேண்டிய கட்டாயத் தேவையில் தூண்டப் படுகிறோம். கற்பனை உலகிலிருந்து நிஜ உலகின் தொடர்பிற்கு நம்மைக் கட்டாயப் படுத்திக் கொள்கிறோம். இத்தருணங்களில் திடீரெனெ வெளிப்படும் விவரங்களாலும், எண்ணங்களாலும், நாம் அதிக ஊக்கமும், படைப்பாக்கமும் பெறுகிறோம்.

சோதனைச் சூழல் தீர்ந்ததும், இந்த அதிகரித்த, உச்சத்தையடைந்த கற்பனைத்திறனும், சக்தியும் மறைந்து விடுகிறது. நாம் மீண்டும் அலைபாயும் மனநிலைக்குத் திரும்புகிறோம்; கட்டுப்படுத்தும் உணர்வு போய்விடுகிறது.

இது போன்ற சக்தியின் வடிவம் அல்லது, அறிவில் நாம் சந்திக்கும் சிக்கல் என்னவென்றால், இது ஒதுக்கப்படுகிறது; அல்லது பலவிதமான மாயை, போன்ற தவறான கருத்துக்கள் சூழ்வதால் மேலும் மர்மமாகி இது படிக்க வேண்டிய விஷயமாகக் கருதப்படுவதில்லை. கற்பனை மற்றும் அறிவாற்றல் என்பது திடீரென்று தானாகவே வருவதாகவும், இயல்பான திறமையின் பலன், அல்லது நல்ல மனநிலை அல்லது நட்சத்திரங்களின் சேர்க்கையால் ஏற்படும் என்றும் முடிவு செய்து கொள்கிறோம். இந்த மர்மத்தைத் தெளிவுபடுத்தி இச்சக்தியின் உணர்வை என்னவென்று குறிப்பிட்டு, அதன் வேர்களை ஆராய்வது பெரிதும் உதவும். எம்மாதிரியான அறிவு இதன்பால் செலுத்துகிறது என்று கண்டு, எவ்வாறு அதனை உற்பத்தி செய்து சீராக வைத்திருப்பது என்று புரிந்து கொள்ள வேண்டும்.

இந்த உணர்வை நாம் ***நிபுணத்துவம்*** என்று அழைக்கலாம் - யதார்த்தம், பிற மனிதர்கள் மற்றும் நம்மீது அதிகமான அதிகாரம் உள்ளதாக உணர்வது இது. குறுகிய பொழுதே இதை நாம் - அனுபவித்தாலும், பிறர்க்கு அவரவர் துறையில் நிபுணர்களாக உள்ளவர்களுக்கு - அதுவே வாழ்க்கையாக, உலகைக் காணும் வழியாகிறது. இச் சக்தியின் வேரில் நிபுணத்துவத்திற்கு வழிகாட்டும் எளிய செய்முறை உள்ளது. இது நாம் அனைவரும் பெறக் கூடியதே.

இம்முறையைப் பின்வருமாறு காட்டலாம். நாம் பியானோ கற்றுக் கொள்கிறோம், அல்லது புதிய வேலைக்குச் செல்கிறோம் என்று வைத்துக் கொள்ளுங்கள். அப்போது அதற்கான குறிப்பிட்ட சில திறன்களை நாம் பெற வேண்டும். தொடக்கத்தில் நாம் இதற்கு அந்நியர்கள். பியானோ அல்லது வேலைச் சூழல் பற்றி நமது முதல் எண்ணங்கள் முன் கூட்டியே தீர்மானிக்கப்பட்டதன் அடிப்படையில் அமைந்து, எப்போதும் அச்சம்

கலந்திருக்கும். நாம் முதலில் பியானோவைக் கற்கத் தொடங்கும்போது, அதன் இசைப்பலகை (keyboard) நம்மை அச்சுறுத்துகிறது. இசைப்பலகை, கம்பிகள் மற்றும் இசையை உருவாக்கும் தந்திகள் இவற்றுக்குள்ள தொடர்பு புரிவதில்லை. அதுபோல் புதிய வேலைச் சூழலில், மனிதர்களுக்கிடையே உள்ள அதிகார உறவுகள் புரிவதில்லை. முதலாளியின் மனநிலை, வெற்றிக்கு முக்கியமானதாகக் கருதப்படும் விதிகள், நடைமுறைகள் குறித்து ஒன்றும் தெரியாதவர்களாக இருக்கிறோம்; குழம்பிப் போகிறோம். ஆனால் இரண்டு விஷயத்திற்கும் தேவைப்படும் அறிவு நம் தலைக்குள்ளேயே உள்ளது.

இம்மாதிரியான கட்டங்களில் நாம் என்ன கற்கலாம், அல்லது நம்முடைய புதிய திறன்களால் என்ன செய்யலாம் என்ற துடிப்போடு இருந்தாலும், விரைவிலேயே எவ்வளவு கடினமாக நாம் வேலை செய்யவேண்டுமென்பதை உணர்கிறோம். இதிலுள்ள ஆபத்து என்ன வென்றால், நாம் சலிப்படைகிறோம், பொறுமையில்லாது, அச்சம் மற்றும் குழப்பமான உணர்வுகளால் ஆட்கொள்ளப்படுகிறோம். நாம் கூர்ந்து கவனிப்பதையும் கற்பதையும் விட்டுவிடுகிறோம். இதனால் செயல் படுவது நின்று போகிறது.

இதற்கு மாறாக, கட்டுப்படுத்தி, காலத்தை அதன் போக்கில் செயல்படவிட்டால், குறிப்பிடத்தக்கதொன்று உருவாகத் தொடங்குகிறது. நாம் தொடர்ந்து பிறரைக் கூர்ந்து கவனித்து, அவர்களைப் பின் தொடரும் போது தெளிவு பெறுகிறோம். விதிகளைக் கற்கும் போது, எவ்வாறு ஒவ்வொன்றும் செயல்பட்டு ஒன்றோடு ஒன்று பொருந்துகின்றன என்பது புரிகிறது. தொடர்ந்து பயிற்சி செய்தால் தயக்கமின்றி சரளமாகச் செயல்பட முடியும்; அடிப்படைத் திறன்களில் தேர்ச்சி பெற முடியும். இதனால் புதிய, மேலும் விறுவிறுப்பான சவால்களை எதிர்கொள்ள முடியும்.

ஒரு குறிப்பிட்ட கட்டத்தில் மாணவ நிலையிலிருந்து செயல்படுபவராக மாறுகிறோம். நம்முடைய சொந்த எண்ணங்களைச் செயல்படுத்த முயல்கிறோம். கற்றறிந்த அறிவின் வளர்ச்சியால், புதிய படைப்பாக்கத்தை உருவாக்குகிறோம். மற்றவர்கள் எவ்வாறு செயல்படுகிறார்கள் என்பதை விடுத்து, நம்முடைய சொந்தப்பாணியில், தனித்துவத்தை வெளிப் படுத்துகிறோம்.

இவ்வாறு, நாம் நம் செயலோடு ஒன்றியிருக்க, காலம் செல்லச் செல்ல, நிபுணத்துவத்தை அடைவதில் இன்னொரு நிலைக்குப் பாய்ந்து செல்கிறோம். இசைப்பலகை இப்போது நமக்கு அந்நியமானதல்ல. அது நமக்குள் ஒன்றாக, நரம்பு மண்டலத்தின் பகுதியாகிவிட்டது. நமது விரல் நுனியில் உள்ளது. நம் வாழ்க்கையில், குழு இயக்காற்றலையும், வணிகத்தின் தற்போதைய நிலையையும் இப்போது நாம் உணர முடியும். இவ்வுணர்வைச் சமுதாயச் சூழல்களுக்கு நாம் பயன்படுத்திக்

கொள்ளலாம். மற்றவர்கள் மனதை ஆழமாகக் கண்டு, அவர்கள் செயல்களை எவ்வாறு எதிர்கொள்வார்கள் என்று ஊகிக்கலாம். அப்போது மிகவும் படைப்பாக்கமுள்ள, வேகமான முடிவுகளை நம்மால் எடுக்க முடியும். கருத்துக்கள் நமக்குள் தோன்றும். விதிகளை நாம் மிகச் சிறப்பாகக் கற்று விட்டதால், இப்போது அவற்றை மீறவோ அல்லது புதிதாக உண்டாக்கவோ முடியும்.

இந்த முடிவான சக்தியைத் தரக்கூடிய செயலில் நாம் மூன்று தெளிவான நிலைகள் அல்லது கட்டங்களை அடையாளம் காண முடியும். முதலாவது *பயிற்சிப்பருவம்*, இரண்டாவது *படைப்பாக்கம் - செயல்படும்*, மூன்றாவது *நிபுணத்துவம்*. முதல் நிலையில் நாம், நம் துறைக்கு வெளியே உள்ளோம். அடிப்படை அறிவு, விதிகளை எந்த அளவிற்குக் கற்க இயலுமோ கற்கிறோம். இரண்டாவது நிலையில் அதிகமான பயிற்சி மற்றும் அதிலேயே ஆழ்ந்திருப்பதால் அதன் உள் வேலைப் பாடுகள், எவ்வாறு ஒன்றுடன் ஒன்று தொடர்பு கொண்டுள்ளன என்று அத்துறையை முழுமையாகப் புரிந்து கொள்ள முடிகிறது. இதன் மூலம் பெறும் புதிய சக்தியால் பரிசோதித்துப் பார்க்கும் திறமை மற்றும் சம்பந்தப்பட்ட கூறுகளுடன் படைப்பு நோக்கில் செயல்படுவது சாத்தியமாகிறது. மூன்றாவது நிலையில், நம்முடைய அறிவின் அளவு, அனுபவம், மற்றும் கவனக் கூர்மை மிக ஆழமாக உள்ளதால், இப்போது முழு சித்திரத்தையும் முற்றிலும் தெளிவாகக் காணமுடிகிறது.

இச்சக்தியை நாம் உள்ளுணர்வு என்றழைக்கலாம். உள்ளுணர்வு என்பது திடீரென்றும், உடனடியாகவும் உண்மையானவற்றைப் பிடித்துக் கொள்வதாகும். இதற்கு வார்த்தைகளோ அல்லது சூத்திரமோ தேவையில்லை.

நிபுணத்துவ மட்டத்தில் உள்ளுணர்வு சக்திகள், உள்ளுணர்வும், பகுத்தறிவும் கலந்ததாக, சுய உணர்வுள்ளதாகவும், சுய உணர்வு அற்றதாகவும், மனித மற்றும் மிருகத்தன்மை கலந்ததாக உள்ளது. சுற்றுப்புறத்துடன் திடீரென்று தொடர்பு கொள்ளும் நம் வழியாக, உணர்வது அல்லது உள்விஷயங்களை சிந்திப்பதாகவுள்ளது. குழந்தைகளாக இருந்தபோது, இந்த உள்ளுணர்வு சக்தி, மற்றும் சுயமாக செயல்படும் தன்மை நம்மிடமிருந்தது. எனினும், காலப் போக்கில் நம் அனைவரிடமிருந்தும் பொதுவாக, நாம் பெறும் பல செய்திகளின் அழுத்தத்தில் மறைந்து போகிறது. நிபுணர்கள், இந்தக் குழந்தைப் பருவ நிலைக்குத் திரும்புகின்றனர். அவர்களது படைப்புகள் சுயமாக வந்த நிலையை ஓரளவிற்கு வெளிப்படுத்துவதுடன் சுய உணர்வற்ற நிலையை அடைந்ததைக் காட்டுகிறது. எனினும் இது குழந்தையைவிட மிக உயர்ந்த மட்டத்தில் அமைகிறது.

இப்போக்கின் முடிவுநிலைக்கு நாம் வந்தால் எல்லா மனிதர்களின் மூளையில் மறைந்துள்ள உள்ளுணர்வுச் சக்தியை நாம் செயல் படவைக்கிறோம். இதனை ஒரு திட்டத்தை அல்லது ஒரு சிக்கலைக் குறித்து ஆழமாக வேலை செய்யும் போது, சிறிது காலம் அனுபவித்திருக்கலாம். நாம் நிபுணத்துவத்தைப் பெறும் போது இந்த உள்ளுணர்வு நம் கட்டுப்பாட்டிற்குட்பட்ட சக்தியாகிறது, நீண்ட செயல் திட்டத்தில் வேலை செய்ததன் பலனாகிறது.

நிபுணத்துவத்தை இப்படி நினைத்துப்பாருங்கள். வரலாறு முழுவதிலுமே ஆண்களும், பெண்களும் தங்களது சுய உணர்வின் எல்லைக்குக் கட்டுப்பட்டிருந்ததாக உணர்ந்தனர். உண்மை நிலையோடு தொடர்பின்றி, தங்களைச் சுற்றியுள்ள உலகைப் பாதிக்கும் சக்தியில்லாதும் இருந்ததே இதற்குக் காரணம். பல்வேறு குறுக்கு வழிகளில் இந்த விரிவடைந்த சுய உணர்வு மற்றும் கட்டுப்படுத்தும் உணர்வை, மந்திரம், கண் கட்டுவித்தை, மாயம், சாமியாட்டம், ஆவி மற்றும் மருந்துகள் மூலம் பெற முயன்றுள்ளனர்.

மனப்பான்மை மாற்றமே சரியான சக்தியை ஈர்க்கும் எனும் பழங்கால இரகசியங்கள் இறுதியில் வெளிப் பட்டன. இந்தத் தேடல்கள் அனைத்தும் இல்லாத ஒன்றை நோக்கி அமைகிறது - செயல்படும் சக்திக்கு எளிதான வழி, விரைவான தீர்வு, மனதில் காணும் பொன் நாடு.

அதே நேரத்தில் பலர் இந்த முடிவில்லா மாயையில் தங்களையே இழந்துள்ளனர், அவர்களிடமுள்ள உண்மையானதொரு ஆற்றலைக் கவனிக்காது விட்டுவிட்டனர். மாயாஜாலம் அல்லது எளிதான சூத்திரங்களைப் போல் அல்லாது வரலாற்றில் இதனுடைய பொருள் வலிமையான சக்தியாகக் காணலாம், மிகப்பெரிய கண்டுபிடிப்புகள், புதிய உருவாக்கங்கள், மிக பிரம்மாண்டமான கட்டிடங்கள் மற்றும் கலைப் படைப்புகள் நம்மிடமுள்ள தொழில்நுட்ப ஆற்றல், அனைத்தும் நிபுணத்துவமடைந்த மனதின் உருவாக்கங்கள். இந்த சக்தி பெற்றவர்கள், யதார்த்தத்தினோடு தொடர்பும் மற்றும் உலகை மாற்றும் திறமையையும் பெற்றுள்ளனர். இதை, பழைய மந்திரவாதிகளாலும், மாயக்காரர்களாலும், கடந்த காலங்களில் கனவு மட்டுமே காண முடிந்தது.

கடந்த சில நூற்றாண்டுகளில், இது போன்ற நிபுணத்துவத்தைச் சுற்றி மனிதர்கள் சுவரெழுப்பிவிட்டனர். அவர்களை இவர்கள், அறிவு ஜீவிகள் என்றழைத்து, அது நெருங்க முடியாதது என்று எண்ணினர். இதனைச் சலுகையாக, பிறவித் திறமையாக, அல்லது நட்சத்திரங்களின் சரியான சேர்க்கையாக இவர்கள் கண்டனர். மாயாஜாலத்தைப் போல இதுவும் வசப்படாதது போலாக்கிவிட்டனர். ஆனால் அந்தச் சுவர் கற்பனையானது. இதுதான் உண்மையான இரகசியம். நமது மூளை, ஆறு மில்லியன் ஆண்டுகளின் வளர்ச்சியின் சிறப்புடையது, மற்ற எதையும்

விட மூளையின் பரிணாம வளர்ச்சி நாம் நிபுணத்துவம் பெறுவதற்காகவே உருவாக்கப்பட்டது. நம் அனைவருக்குள்ளும் மறைந்திருக்கும் சக்தி அது.

நிபுணத்துவத்திற்கான வழிகள்

நாமனைவரும் ஒரே மாதிரியான மூளையுடன், ஏறத்தாழ ஒரே மாதிரியான அமைப்பு மற்றும் நிபுணத்துவம் பெறுவதற்கான ஆற்றலுடன் பிறந்திருக்கிறோம் என்றால், பின் ஏன் வரலாற்றில் குறைவான எண்ணிக்கையிலான மனிதர்களே உண்மையில் தங்களுடைய ஆற்றலின் சிறப்பை முழுவதுமாகப் பயன்படுத்தியுள்ளனர்? நிச்சயமாக, செயல்முறையில் நாமனைவரும் பதில் சொல்ல வேண்டிய முக்கியமான கேள்வி இதுதான்.

ஒரு லியோடர்னோ டாவின்சி அல்லது ஒரு மோசர்ட்டைப் பற்றிய பொதுவான விளக்கம், இயற்கையிலேயே அவர்கள் பெற்றிருந்த திறமையும், கூர்மையான அறிவும் என்கிறோம். ஆனால் ஆயிரமாயிரம் குழந்தைகள் அபூர்வமான திறன் மற்றும் திறமையை ஏதோ ஒரு துறையில் பெற்றிருப்பதை வெளிப்படுத்துகின்றனர். எனினும் மிகக் குறைவானவர்களே பெயர் சொல்லும்படி உள்ளனர். அதே நேரத்தில் குழந்தைப் பருவத்தில் சற்றுக் குறைவான அறிவுடையவர்கள் பல நேரத்தில் மிகச் சிறந்த சாதனையாளர்களாகின்றனர். எனவே இயல்பான திறமையா அல்லது சிறந்த அறிவாற்றலா, எதிர்கால சாதனைக்குக் காரணமாக உள்ளது எது என்று விளக்க முடியாது.

இக்கதைகளிலெல்லாம் நாம் என்ன காண்கிறோம் என்றால், ஒரே தன்மையான மாதிரிகளை-இளமையில் ஒரு பேரார்வம் அல்லது மனச் சாய்வு, தற்செயலாகக் கண்ட ஒன்றை எவ்வாறு பயன்படுத்துவது என்று கண்டுபிடிப்பது, பயிற்சி பெற்று அதை உயிரோட்டத்துடன் எவ்வாறு பயன்படுத்தலாம் என்பதில் சக்தியையும் கவனத்தையும் செலுத்துவது. அவர்களது பயிற்சியின் திறமை, விரைவாகச் செயல்படுதல், இவை கற்கும் துறையில் அவர்களுக்குள்ள ஆழமான தொடர்பு மற்றும் விருப்பத்தின் காரணமாக வருபவை. இந்தத் தீவிரமான முயற்சியின் அடிப்படை, அவர்களது பாரம்பரிய குணம் மற்றும் உடன்பிறந்த தன்மை. அது திறமையோ, அறிவுக் கூர்மையோ இல்லை. இதை அவர்கள் வளர்த்துக் கொள்ள வேண்டும், அது குறிப்பிட்ட விஷயத்தின் மீதுள்ள ஆழமான சக்தி படைத்த விருப்பம்.

இந்த விருப்பம் ஒரு மனிதனின் தனித்துவத்தின் வெளிப்பாடு. இந்த தனித்துவம் வெறும் கவிதைத் தன்மையோ அல்லது தத்துவமோ அல்ல. நாம் ஒவ்வொருவரும் மரபணுக்கள் வழி தனித்துவம் கொண்டவர்கள் என்பது அறிவியல் உண்மை. நம்முடைய மரபணுக்களின் சேர்க்கை இதற்கு முன்பும் அமையவில்லை; இனியும் ஒரு போதும் அமையாது.

இத் தனித்துவத்தை, நாம் குறிப்பிட்ட செயல்களில் அல்லது கற்க விரும்பும் விஷயத்தில் இயல்பாக உணர்கிறோம். இவ்விருப்பங்கள், இசையில் அல்லது கணக்கில், குறிப்பிட்ட விளையாட்டுகளில், புதிர் போன்ற சிக்கல்களைத் தீர்ப்பதில், பழுதுபார்த்தல், கட்டுதல் மற்றும் சொற்களுடன் விளையாடுவதாக இருக்கலாம்.

தங்களது நிபுணத்துவத்தால் தனித்து நிற்பவர்கள், பிறரைவிட இந்த விருப்பத்தை ஆழமாகவும், தெளிவாகவும் அனுபவிக்கின்றனர். அவர்களது உள் அழைப்பாக அதை உணர்கிறார்கள். அது அவர்களது எண்ணங்களையும் கனவுகளையும் ஆதிக்கம் செய்கிறது. வாழ்க்கைப் பாதையில் இந்த விருப்பத்தை வளர்த்துக் கொள்ள தற்செயலாகவோ, முயற்சிசெய்தோ அவர்கள் வழியைக் கண்டு பிடிக்கிறார்கள். சந்தேகம், கடினமான பயிற்சி மற்றும் ஆய்வு, தவிர்க்க முடியாத பின்னடைவுகள், பொறாமைப் படுபவர்களின் விரும்பத்தகாத வார்த்தைகள், இவை அனைத்தாலும் ஏற்படும் வலியை, இந்த ஆழமான தொடர்பு மற்றும் ஆசையால் தாங்கிக் கொள்கிறார்கள். மற்றவர்களிடம் இல்லாத விரிவாற்றலையும், நம்பிக்கையையும் அவர்கள் வளர்த்துக் கொள்கிறார்கள்.

நம்முடைய பண்பாட்டில், எண்ணத்தையும் அறிவாற்றலையும் வெற்றி, சாதனையுடன் சமப்படுத்தும் போக்கு உள்ளது. இது பல வழிகளில் ஓர் உணர்ச்சியின் பண்பு. ஒரு துறையில் நிபுணத்துவம் பெற்றவர்களை, வெறுமனே வேலை பார்க்கும் பலரிடமிருந்து வேறுபடுத்துகிறது. நமது விருப்பம், பொறுமை, விடாமுயற்சி மற்றும் நம்பிக்கை நமது வெற்றியில் காரண காரிய சக்தியைவிட பெரும் பங்கு வகிக்கிறது. உந்துதலும், சக்தியுமிருந்தால், நம்மால் எதிலும் வெற்றியடைய முடியும்.

முன்பெல்லாம் உயர்ந்தவர்கள் அல்லது அதீதமான சக்தி மற்றும் உந்துதல் படைத்தவர்களால்தான், அவர்கள் விரும்பிய தொழிலைச் செய்து அதில் நிபுணத்துவமடைய முடியும். ஒரு மனிதன் ராணுவத்திற்காகப் பிறந்து, அல்லது அரசாங்கத்திற்காக வளர்க்கப்பட்டு சமுதாயத்தின் சரியான வகுப்பிலிருந்து தேர்வு செய்யப்பட்டான். அவன் அவ்வேலை களுக்கான திறமை மற்றும் விருப்பத்தைக் கொண்டிருந்தால் அது பெரிதும் எதிர்பாராத ஒத்துப்போதல்தான். சரியான சமுதாய வகுப்பு பாலினம், மற்றும் இனக் குழுவைச் சேராத பல்லாயிரம் மக்கள் அவர்கள் விரும்பியதைச் செய்வதிலிருந்து வலுக்கட்டாயமாக விலக்கப்பட்டனர். மக்கள், அவர்கள் விரும்பியதைச் செய்ய வேண்டுமென்று ஆசைப் பட்டாலும், அதற்கான தகவல்கள் மற்றும் குறிப்பிட்ட துறையின் அறிவு உயர்ந்தோரின் கட்டுப்பாட்டிலேயே இருந்தது. இதனால்தான் கடந்த காலத்தில் நிபுணத்துவம் பெற்றவர்கள் குறைவாகவும், தனித்தும் நிற்கின்றனர்.

இந்த சமுதாய மற்றும் அரசியல் தடைகள், இப்போது பெரிதும் மறைந்து விட்டன. இன்று தகவல் மற்றும் அறிவைப் பெற நமக்கிருக்கும் சுதந்திரத்தை, பழைய மேதைகளால் கனவில் மட்டுமே கண்டிருக்க முடியும். முன் எப்போதையும் விட நாமனைவரும் விரும்புவதை அடையும் ஆற்றலும் சுதந்திரமும் பெற்றுள்ளோம்.

நிபுணத்துவத்திற்கான சாத்தியக் கூறுகள் நிறைந்த வரலாற்றுத் தருணத்தில் நாமிருக்கும் போதிலும், அதிகமானோர் தங்களது விருப்பத்தை நாடிச் சென்றாலும், நாம் முடிவாக அதிகாரத்தைப் பெற ஒரு தடை உள்ளது. அது நாகரீகத்தோடு தொடர்புடையது; நிபுணத்துவம் என்ற எண்ணமே மறுக்கப்பட்டு பழங்காலத்ததாக, மகிழ்ச்சியற்றதாகக் கருதப்படுகிறது. பொதுவாக ஆசைப்படும் ஒன்றாகக் காணப்படவில்லை.

ஒழுங்கற்ற அல்லது முயற்சியற்ற எதுவும் பழமையாக மற்றும் விருப்பமில்லாது உள்ளது. ‘‘குறைவான முயற்சியில் அதிக சக்தியைப் பெறும் போது ஏன் பல ஆண்டுகள் வேலை செய்து நிபுணத்துவம் பெற வேண்டும்? தொழில் நுட்பம் அனைத்துக்கும் தீர்வு காணும்’’ இந்தச் செயலற்ற மனப்பான்மை நல்ல நெறி முறையாகக் கருதப்படுகிறது. நிபுணத்துவம் மற்றும் அதிகாரம் தீயது; நம்மைத் துன்புறுத்தும் மேட்டுக்குடியினருக்கு சொந்தமானது, என்ற எண்ணம் வலியுறுத்தப் படுகிறது.

நீங்கள் கவனமாக இல்லையென்றால், இந்த மனப்பான்மை மெல்ல உங்களைத் தொற்றிக் கொள்ளும். உங்களையறியாமலேயே வாழ்வில் என்ன சாதிக்கலாம் என்று நினைத்துக் கீழ் நோக்கிக் காண்பீர்கள். இது உங்களது முயற்சி மற்றும் ஒழுக்கத்தின் மட்டத்தை, பயன்நிலைக்குக் கீழே கொண்டு செல்லும். சமுதாயச் சட்டங்களுக்கு ஏற்ப, நீங்கள் உங்களது உட்குரலைவிட பிறர் சொல்வதை அதிகம் கேட்பீர்கள். உங்களுடன் பயில்பவர்கள், பெற்றோர்கள் சொல்வதைக் கேட்டு, தொழிலைத் தேர்வு செய்யலாம் அல்லது லாபமானதைத் தேர்வு செய்யலாம். உங்களது உள் மனதின் குரலோடு தொடர்பற்றுப் போனால், வாழ்க்கையில் சிறிதளவு வெற்றி பெறலாம், ஆனால் உண்மையான விருப்பமில்லாது செயல்படுவது உங்களைப் பாதிக்கும். நீங்கள் இயந்திரம் போல வேலை செய்வீர்கள். உடனடி இன்பம் மற்றும் ஓய்விற்காக வாழத் தொடங்குவீர்கள். இவ்வழியில் நீங்கள் கொஞ்சம், கொஞ்சமாகச் செயலற்றுப் போவதுடன் தொடங்கிய நிலையிலேயே வளர்ச்சியின்றி இருப்பீர்கள். இதனால் நீங்கள் வெறுப்புற்று மன அழுத்தத்திற்கு ஆளாகலாம். உங்களது படைப்பாக்க ஆற்றலிருந்து விலகிப்போனதே இதற்குக் காரணம் என்பதை ஒரு போதும் உணர மாட்டீர்கள்.

காலம் கடந்து போவதற்கு முன்பு உங்களுடைய விருப்பத்தை

அடைவதற்கான வழியைக் கண்டறிய வேண்டும். நீங்கள் பிறந்துள்ள காலம் அளிக்கும் நம்ப முடியாத வாய்ப்புக்களைப் பயன்படுத்திக் கொள்ளவேண்டும். பின்வருவனவற்றைக் குறித்து உங்களை நீங்கள் நம்பிக்கையடையச் செய்யவேண்டும். மனிதர்கள் வாழ்க்கையில் செய்யும் செயல்களுக்குத் தகுதியான மனம் மற்றும் மூளை தரத்தைப் பெறுகிறார்கள். அண்மைக் கால நரம்பியல் கண்டுபிடிப்புகள், மரபணுக்களால் கட்டமைந்தது மூளை என்று காலங்காலமாய்க் கொண்ட நம்பிக்கைகளை தலைகீழாக மாற்றிக் கொண்டிருக்கின்றன. மூளை எந்த அளவிற்கு உருமாறும் தன்மை படைத்தது என்பதை விஞ்ஞானிகள் வெளிப்படுத்திக் கொண்டிருக்கின்றனர். நம் எண்ணங்கள் எவ்வாறு நம் மனப்பரப்பைத் தீர்மானிக்கின்றன என்று காட்டியுள்ளனர். மனவலிமைக்கும் உடல்வாகிற்குமுள்ள உறவை, எந்த அளவிற்கு மனம் நம் உடல்நிலை மற்றும் செயல்பாட்டைப் பாதிக்குமென்று அவர்கள் கண்டு பிடிக்க முயன்று கொண்டிருக்கின்றனர். குறிப்பிட்ட சில மனச் செயல்பாட்டின் வழி நம் வாழ்வில் புதிய வடிவங்களை எவ்வளவு ஆழமாக நாம் படைக்கிறோம் என்பது குறித்து மேலும் மேலும் கண்டு பிடிப்பது சாத்தியமே. எவ்வாறு நாம் உண்மையிலேயே நமக்கு நிகழும் பெரும்பாலானவற்றிற்குக் காரணமாகிறோம் என்று தெரிகிறது.

செயலற்ற மனிதர்கள் உருவாக்கும் மனப்பரப்பு, வறட்சியாகவே உள்ளது. ஏனெனில் அவர்களது குறைவான அனுபவங்கள் மற்றும் செயல்கள், மூளையின் பலவிதமான தொடர்புகளைப் பயன்படுத்தப்படாததால் இறந்து போகின்றன. செயலற்ற இக்கால கட்டங்களைத் தாண்டி எவ்வளவு தூரம் உங்களால் சூழலைக் கட்டுப்படுத்தி, நீங்கள் விரும்பும் மனதை உருவாக்க முடியுமென்று நீங்கள் செயலாற்றிப் பார்க்க வேண்டும். இதை மருந்துகளால் அல்ல செயலால் காணவேண்டும். நிபுணத்துவமுள்ள உங்களது உள் மனதைக் கட்டவிழ்த்தால், நீங்களே மனித மனவலிமையின் நீட்டித்த, வரம்புகளைப் பரிசோதிப்பவர்களில் முன்னணியில் இருப்பீர்கள்.

ஒரு மட்டத்திலிருந்து அடுத்ததற்குச் செல்லும் அறிவுத் திறனை, மாற்றத்திற்கான ஒருவகைச் சடங்காகக் கருதலாம். நீங்கள் முன்னேறும் போது பழைய எண்ணங்கள், காணும் கோணம் மறைந்து போகிறது, புதிய சக்திகள் வெளிப்படுகின்றன, இதனால் நீங்கள் உயர்வான மட்டத்திலிருந்து உலகைக் காண்கிறீர்கள். உங்களை மாற்றியமைக்கும் செயல்பாட்டினை வழிப்படுத்தும் மதிப்பிடமுடியாத ஒரு கருவியாக **நிபுணத்துவத்தைக்** கருதுங்கள், இந்நூல் கீழ்மட்டத்திலிருந்து, உயர்மட்டத்திற்கு உங்களைக் கொண்டு செல்லும் வகையில் வடிவமைக்கப்பட்டிருக்கிறது.

இந்நூலிலுள்ள கருத்துக்கள், நரம்பியல், புலனுணர்வு அறிவியல், படைப்பாற்றல் குறித்த கல்வி, வரலாற்றின் மிகச் சிறந்த நிபுணர்களின்

அறிமுகம் | 9

வாழ்க்கை வரலாறுகள் குறித்த பரந்த ஆய்வின் அடிப்படையிலும், நிகழ்கால நிபுணர்களின் நேர்காணல்களின் அடிப்படையிலும் அமைந்தவை.

நிபுணத்துவத்தின் அமைப்பு எளிதானது. இந்நூலில் ஆறு அத்தியாயங்கள் உள்ளன. ஒன்றிலிருந்து ஒன்றாகச் செயல்பாட்டுவழி செல்கிறது. அத்தியாயம் 1 தொடக்கமாக, உங்களது உட்குரலைக் கண்டு பிடிப்பது, உங்களது வாழ்க்கையின் கடமை குறித்துச் சொல்கிறது. அத்தியாயம் 2, 3 மற்றும் 4 பயிற்சியின் பல கட்டங்களை விவாதிக்கிறது. (கற்கும் திறன்கள், வழிப்படுத்துபவர்களுடன் வேலை செய்வது, சமுதாய அறிவைப் பெறுதல்). அத்தியாயம் 5 படைப்பாக்கச் செயல்கட்டத்திற்கானது. அத்தியாயம் 6 முடிவான இலக்கு-நிபுணத்துவம். ஒவ்வொரு அத்தியாயமும் தனித்துவம் கொண்ட, வரலாற்றில் முத்திரை படைத்த ஒரு சிறப்பானவரின் கதையுடன் தொடங்கி அத்தியாயத்தின் ஒட்டு மொத்தக் கருத்தாக்கத்தை உதாரணங்களோடு விளக்குகிறது. அடுத்த பகுதி நிபுணத்துவத்திற்கான வழிகள், கூறப்பட்ட கட்டத்திற்கான உறுதியான எண்ணங்களையும், இதனை உங்களது சூழலுக்கு எவ்வாறு பயன்படுத்திக் கொள்ளலாமென்றும், இவ்வெண்ணங்களை முழுமையாகப் பயன்படுத்தத் தேவையான மன அமைப்பையும் கூறுகிறது. வழிகளைத் தொடர்ந்து ஒரு பகுதி பல்வகை வழிமுறைகளை விவரித்து, நீங்கள் செயல்முறையில் முன்னேற பல வழிகளைக் காட்டுகிறது. இவ் வழிமுறைகள், உங்களுக்கு இந்நூலிலுள்ள கருத்துக்களைச் சிறப்பாகச் செயல்முறைப்படுத்தும் வகையில் வடிவமைக்கப்பட்டுள்ளது.

◆

முடிவாக, நீங்கள் அறிவாற்றல் மட்டத்தில் நகரும் இப்போக்கை வெறும் நேரான கோடு, ஏதோ ஒரு வகை முடிவான இடத்திற்குக் கொண்டு சேர்ப்பதே நிபுணத்துவமென்று காணக் கூடாது. உங்கள் வாழ்க்கை முழுவதுமே பயிற்சிதான், அதற்கு உங்களது கற்கும் திறன்களைப் பயன்படுத்திக் கொள்கிறீர்கள். உங்களுக்கு நிகழ்பவை அனைத்துமே எதையோ கற்பிக்கிறதென்பது நீங்கள் கவனித்தால் புரியும். ஒரு திறனை ஆழமாகக் கற்கும்போது படைப்பாக்கத்தைப் பெறுகிறீர்கள், அதை எப்போதும் புத்துணர்வூட்டித் திறந்த மனதோடு இருக்கப் பழக வேண்டும். உங்கள் தொழில் பற்றிய அறிவு கூட, வாழ்நாள் முழுவதும் மீண்டும் அறிய வேண்டியதே. ஏனெனில் சூழலில் ஏற்படும் மாற்றங்கள் அந்த நோக்கில் செல்லும்படி வற்புறுத்தும்.

நிபுணத்துவத்தை நோக்கிச் செல்லும் போது நீங்கள் உங்கள் மனதை யதார்த்தம் மற்றும் நிஜவாழ்க்கையுடன் நெருக்கமாகக் கொண்டு செல்கிறீர்கள். உயிருடன் உள்ள எதுவும் தொடர்ந்து மாற்றமடைந்து நகர்ந்த வண்ணம் உள்ளது. விரும்பிய மட்டத்தை அடைந்து விட்டேன்

என்று நீங்கள் ஓய்வு கொள்ளும் தருணத்தில், உங்கள் மனதின் ஒரு பகுதி அழிவின் ஒரு கட்டத்தை அடைகிறது. நீங்கள் கடினமாக உழைத்துப் பெற்ற படைப்பாக்கத்தை இழந்துவிடுகிறீர்கள், பிறர் அதனை உணரத் தொடங்குகின்றனர். இது ஒரு சக்தி மற்றும் அறிவு, இதனைப் புதுப்பித்துக் கொண்டே இருக்கவேண்டும்; இல்லை என்றால் அது அழிந்து போகும்.

I

உங்கள் உள் குரலைக் கண்டு கொள்ளுங்கள்: வாழ்க்கையின் கடமை

உங்களிடம் ஒரு வகையான உள்ளாற்றல் உள்ளது. அது நீங்கள் வாழும் காலத்தில் என்ன சாதிக்க வேண்டுமென்று, உங்கள் வாழ்வின் வேலையை-கடமையை நோக்கி வழிப்படுத்துகிறது. குழந்தைப் பருவத்தில் இந்தக் குரலைத் தெளிவாய்க் கேட்க முடிந்தது. இயல்பான உங்கள் விருப்பம் பொருந்திய விஷயங்களிலும் செயல்களிலும் அது உங்களைச் செலுத்தியது. இடைப்பட்ட ஆண்டுகளில், உங்கள் பெற்றோர் மற்றும் உடன் பயில்வோர்

கூறுவதை அதிகம் கேட்கத் தொடங்குகிறீர்கள். நிபுணத்துவத்திற்கான முதல் நிலை, எப்போதும் மாறும் அந்த இயல்பான சக்தியுடன் மீண்டும் தொடர்பு கொள்வது. அதைத் தெளிவாக அறிந்தால், சரியான தொழிலுக்கான வழியைக் காண்பீர்கள், அப்போது மற்ற அனைத்தும் அதனதன் இடத்தில் பொருந்தும்.

மறைந்திருக்கும் சக்தி

1519-ஆம் ஆண்டு ஏப்ரல் இறுதியில், சில மாதங்கள் நோய்வாய்ப் பட்டிருந்த ஓவியர் லியோனார்டோ டாவின்சி, தான் இனி சில நாட்களே உயிர் வாழ்வோமென்று உறுதியாக உணர்ந்தார். கடந்த இரு ஆண்டுகளாக லியோனார்டோ பிரெஞ்சு அரசன் முதலாம் ஃபிரான்காய்ஸின் (Francois I), தனிப்பட்ட விருந்தாளியாகச் சாட்டூ ஆஃப் க்ளாக்சில், பிரான்சில் வாழ்ந்து வந்தார். அரசன் அவருக்குப் பணத்தையும் மரியாதையையும், வாரி வழங்கியிருந்தான். அவரை இத்தாலியின் மறுமலர்ச்சியின் மொத்த வடிவாகக் கருதினான். அதனைப் பிரெஞ்சு நாட்டிற்கு இறக்குமதி செய்ய விரும்பினான். லியோனார்டோ அரசனுக்கு மிகவும் உதவுபவராக, பல முக்கிய விஷயங்களில் அறிவுரை அளித்து வந்தார். எனினும் அறுபத்தி ஏழாவது வயதில், அவர் வாழ்க்கை முடியக்கூடிய நிலையில், அவரது சிந்தனை பிறபொருட்களை நோக்கித் திரும்பியது. அவர் தனது உயிலை எழுதினார். தேவாலயத்திலிருந்து புனித பிரசாதத்தைப் பெற்றார். பின்பு அவருடைய படுக்கைக்குத் திரும்பி சாவை எதிர்நோக்கி இருந்தார்.

அங்கே அவர் படுத்திருந்தபோது, அவருடைய நண்பர்கள், மற்றும் அரசனும் அவரைக் காண வந்தனர். லியோனார்டோ குறிப்பிடத்தக்க சிந்தனை வயப்பட்ட மனநிலையில் இருந்ததை அவர்கள் கவனித்தனர். சாதாரணமாக அவர் தன்னைப் பற்றிப் பேச விரும்பாதவர், ஆனால் அப்போது அவர் தன் குழந்தைப் பருவம் மற்றும் விசித்திரமான, நடக்கவியலாத இளமைக்கால நினைவுகளைப் பகிர்ந்து கொண்டார்.

லியோனார்டோ மிக ஆழமாகத் தலைவிதியைப் பற்றி உணர்ந்திருந்தார். பல ஆண்டுகளாக ஒரு கேள்வி அவரைப் பிடித்தாட்டியது: அனைத்து உயிரினங்களுக்குள்ளும் ஒரு வகையான சக்தி இருந்து அவற்றை அது வளர்த்து மாற்றியதா? இயற்கையில் அப்படியொரு சக்தியிருந்தால், அதைக் கண்டு பிடிக்க வேண்டுமென்று அவர் விரும்பினார். அவர் பரிசோதித்த அனைத்திலும் அதற்கான அறிகுறி உள்ளதா என்று தேடினார். அவருக்கு அது ஒரு வெறியாக இருந்தது. அவரது அந்திம நேரத்தில், நண்பர்கள் அவரைத் தனியே விட்டுச் சென்ற பிறகு, லியோனார்டோ நிச்சயமாக, அவருடைய வாழ்க்கையின் மர்மத்தை அறிய, அவருடைய வளர்ச்சியையும், அவருடைய இப்போதைய நிலைக்கு வழிப்படுத்திய சக்தி அல்லது தலைவிதியின் அறிகுறிகளை அறிய இக்கேள்வியை ஒரு வடிவில் அல்லது இன்னொரு வடிவில் பயன்படுத்தியிருப்பார்.

லியோனார்டோ இத்தகைய தேடலை ஃப்ளாரன்ஸிலிருந்து இருபது மைல் தொலைவிலிருந்த வின்சி எனும் அவரது கிராமத்தில், அவருடைய குழந்தைப் பருவத்தில் தொடங்கியிருப்பார். அவரது தந்தை செர் பியரோ டாவின்சி பத்திர அதிகாரியும், அதிகார வர்க்கத்தின்

உங்கள் உள் குரலைக் கண்டு கொள்ளுங்கள்: வாழ்க்கையின் கடமை | 15

உறுதியான உறுப்பினராகவுமிருந்தார். அவருக்கு முறையான திருமண உறவில் லியோனார்டோ பிறக்காததால் பல்கலைகழகத்தில் படிப்பதற்கோ அல்லது மதிப்பான தொழிலைச் செய்வதற்கோ தடை செய்யப்பட்டார். இதனால் அவருடைய பள்ளிப்படிப்பு அடிப்படை நிலையில் இருந்தது. எனவே குழந்தை லியோனார்டோ பெரும்பாலும் தனிமையில் இருந்தார். வின்சி கிராமத்திலிருந்த ஆலிவ் தோப்புக்களில் சுற்றுவது அவருக்கு மிகப் பிடித்தமாக இருந்தது; அல்லது மிக மாறுபட்ட நிலப்பரப்பிற்கு அழைத்துச் சென்ற குறிப்பிட்ட பாதையில், செல்வது விருப்பமாக இருந்தது; ஆண் பன்றிகள் நிறைந்திருந்த அடர்ந்த காடுகள், விரைந்தோடும் ஆறுகளில் வீழ்கின்ற நீர்வீழ்ச்சிகள், அன்னப்பறவைகள் நிறைந்த தடாகங்கள் பாறைகளின் பக்கங்களில் வளர்ந்திருந்த வினோதமான காட்டுப்பூக்கள் நிறைந்திருந்த இக்காடுகளில் காணப்பட்ட மிக அதிகமான வாழ்க்கை வகைகள் அவரை வசீகரித்தன.

ஒருநாள், அவருடைய தந்தையின் அலுவலகத்திற்குள் ரகசியமாக நுழைந்து, அக்காலத்தில் அபூர்வப் பொருளான, சில தாள்களை கையகப் படுத்திக்கொண்டார். பத்திர அதிகாரியானதால் அவரது தந்தையிடம் இவை ஏராளமாக இருந்தன. காட்டிற்கு நடக்கச் சென்றபோது இத்தாள்களை எடுத்துக்கொண்டு போனார். ஒரு பாறையிலமர்ந்து தன்னைச் சுற்றியிருந்த பல காட்சிகளை வரையத் தொடங்கினார். நாள்தோறும் சென்று இது போலவே செய்தார். காலநிலை மோசமாக இருந்தால், எங்கேனும் ஓரிடத்தில் ஒதுங்கியமர்ந்து வரைந்தார். அவருக்கு ஆசிரியர்கள் யாருமில்லை, பார்ப்பதற்கு ஓவியங்கள் எதுவுமில்லை. அவர் கண்களால் பார்த்து அனைத்தையும் செய்தார். இயற்கை தான் அவருக்கு ஓவிய மாதிரியாக இருந்தது. பொருட்களை வரையும் போது அவற்றை மிக நெருக்கமாகக் கவனித்து, விவரங்களைப் பார்த்து, உயிர் பெறச் செய்ய வேண்டுமென்பதைப் புரிந்து கொண்டார்.

ஒரு சமயம் வெள்ளை ஐரிஸ் செடியை அவர் வரைந்தார். அதை மிக அண்மையில் கவனித்தபோது, அதனுடைய விசித்திரமான வடிவம் அவரைப் பாதித்தது. ஐரிஸ் ஒரு விதையாகத் தொடங்கி, பின் பல நிலைகளைக் கடந்ததை, சில ஆண்டுகளில் அவர் வரைந்திருந்தார். எது இச்செடியை இப்பருவங்களில் வளரச் செய்கிறது, பிரமிப்பூட்டும் பூக்களாக மலரச் செய்கிறது, மற்றவற்றிலிருந்து மாறுபடச் செய்கிறது? ஒருவேளை அதனிடம் ஏதாவது சக்தி உள்ளதா, அது இப்படி அதைப் பல்வேறு மாற்றத்திற்கு உட்படுத்துகிறதா? பூக்களின் இந்த உருவ மாற்றத்தைக் குறித்து அவர் வியப்படைந்து கொண்டேயிருந்தார்.

மரணப் படுக்கையில் தனித்திருந்த லியோனார்டோ, ஃபிளாரன்டையின் கலைக் கூடத்தில் ஆண்ட்ரியா டெல் வேரோச்சியோவிடம் பயிற்சியாளராகத் தொடங்கிய காலத்தை நினைத்துப் பார்த்திருப்பார்.

அவரது படங்களின் தரத்தால் பதினான்காம் வயதில் அங்கு சேர்த்துக் கொள்ளப்பட்டார். வேரோச்சியோ, தன் பயிற்சியாளர்களுக்கு அவரது கலைக் கூட வேலைக்குத் தேவைப்பட்ட அறிவியல் அறிவையும் கற்பித்தார். பொறியியல், இயந்திரவியல், இரசாயனம் மற்றும் உலோகங்கள் குறித்துக் கற்பித்தார். லியோனார்டோ இத்திறன்கள் அனைத்தையும் கற்பதில் ஆர்வமாகஇருந்தார். எனினும் விரைவிலேயே தன்னிடமுள்ள வேறொன்றை உணர்ந்தார் - அவரால் கொடுத்த வேலையைச் செய்ய முடியாது, வழிகாட்டியைப் போலச் செய்வதல்ல, சொந்தப்படைப்பைச் செய்யவே; புதியதைக் கண்டு பிடிக்கவே விரும்பினார்.

ஒருமுறை, கலைக் கூட வேலையின் ஒரு பகுதியாக வேரோச்சியோ, அவரைப் பைபிளிலிருந்து ஒரு காட்சியை ஒரு தேவதையை ஓவியமாகத் தீட்டச் சொன்னார். தனக்குக் கொடுக்கப்பட்ட பகுதியை உயிர்ப்போடு தன் வழியில் காட்ட லியோனார்டோ தீர்மானித்தார். தேவதைக்கு முன்பு ஒரு மலர்ப் படுக்கையைத் தீட்டினார். ஆனால் பொதுவாக எப்போதும் காட்டப்படும் செடிகளைக் காட்டாமல், சிறுவயதில் தான் விரிவாகப் படித்திருந்த பூக்களை மிகத் துல்லியமாகத் தீட்டினார். அவர் வெளிப்படுத்திய இந்த அறிவு சார்ந்த உழைப்பை இதற்கு முன்பு யாரும் செய்ததில்லை. தேவதையின் முகத்திற்கு, வண்ணங்களைப் பரிசோதித்து, புதிய கலவையை, உள்ளார்ந்த மனநிலையை வெளிப்படுத்துவது போலச் செய்தார். (இம் மனநிலையை உள்வாங்க, லியோனார்டோ, சர்ச்சில் மனமுருகிப் பிரார்த்தனை செய்தவர்களின் முகபாவத்தைக் கவனித்தார். ஓர் இளைஞனின் முகபாவம், முன் மாதிரியாகப் பயன்படுத்தப்பட்டது.) கடைசியில் தேவதைக்கு இயற்கையான சிறகுகளைத் தந்த முதல் கலைஞனாகத் தான் இருக்க வேண்டும் என்று தீர்மானித்தார்.

இதற்காக, மார்க்கெட்டிற்குச் சென்று பல பறவைகளை வாங்கினார். பல மணி நேரம் அவற்றின் சிறகுகளைப் படமாக வரைந்தார். எப்படி அவற்றின் உடலோடு அவை மிகச் சரியாகப் பொருந்தியுள்ளன என்று கவனித்தார். சிறகுகள் தேவதையின் தோள்களிலிருந்து இரசாயன முறையில் வளர்ந்து இயல்பாகப் பறக்கும் உணர்வைத் தோற்றுவிக்க விரும்பினார். வழக்கம் போல லியோனார்டோவினால் இத்துடன் நிறுத்த முடியவில்லை. இவ்வேலை முடிந்த பிறகு, பறவைகள் பற்றிய எண்ணம் அவரைப் பிடித்துக் கொண்டது. மனிதனாலும் பறக்க முடியுமென்ற எண்ணம் அவர் மனதில் மெல்ல மெல்ல வளரத் தொடங்கியது. பறவைகள் பறப்பதற்கான அறிவியலை அறிய விரும்பினார். உடனே, ஒவ்வொரு வாரமும் பல மணி நேரம், பறவைகளைக் குறித்த அனைத்தையும் படிக்கவும், அறியவும் செய்தார். இவ்வாறு அவரது மனம் இயல்பாக ஒரு எண்ணத்தைத் தொடர்ந்து இன்னொன்றைக் குறித்து வேலை செய்தது.

உங்கள் உள் குரலைக் கண்டு கொள்ளுங்கள்: வாழ்க்கையின் கடமை | 17

லியோனார்டோ, தன் வாழ்க்கையின் மிகத்தாழ்ந்த கட்டத்தை நிச்சயமாக நினைத்துப் பார்த்திருப்பார். 1481-ல் போப்பாண்டவர், லோரன்சோ டி மெடிசியிடம் ஃப்ளாரன்சிலேயே சிறந்த ஓவியனை அவர் கட்டி முடித்திருந்த சிஸ்டைன் தேவாலயத்தை அலங்கரிக்கச் சிபாரிசு செய்யும்படி கேட்டார். லோரன்சோ அவ்வாறே, லியோனார்டோவைத் தவிர்த்து, மற்ற ஃப்ளாரன்டைனின் ஓவியர்கள் அனைவரையும் ரோம் நகரத்திற்கு அனுப்பினான். லியோனார்டோவும் லோரன்சும் எப்போதும் ஒத்துப் போனதில்லை. லோரன்சோ, இலக்கியத்தை விரும்பும் வகையைச் சார்ந்தவன். பழைய இலக்கியங்களில் மூழ்கியவன். லியோனார்டோவிற்கு இலத்தீன் படிக்கத் தெரியாது, எனவே முன்னோர்கள் குறித்து அதிக அறிவில்லை. அறிவியல் சார்ந்த இயல்பை அதிகமாகப் பெற்றிருந்தார். எனினும் லியோனார்டோவின் இந்த அவமானத்திற்கு வேறு ஒன்று வேராக அமைந்தது; அரச உதவிகளைப் பெற ஓவியர்கள் பிறரை நம்பி இருக்க வேண்டிய நிலையை அவர் வெறுத்தார். ஒரு குழுவிற்குப் பின் வேறொரு குழுவை நம்பி வாழ்வதை ஏற்கவில்லை. ஃப்ளாரன்சஸ் மற்றும் அங்கு நிலவிய சபை அரசியல் அவருக்கு சலிப்பளித்தது.

அவர் எடுத்த ஒரு தீர்மானம் அவர் வாழ்க்கையையே மாற்றியது. மிலான் நகரில் தன்னை ஸ்திரப் படுத்திக் கொள்ள நினைத்தார். வாழ்வதற்குப் புதிய வழியை வகுத்தார். அவர் ஓவியனுக்கு மேலாக இருக்க நினைத்தார். அவருக்கு ஆர்வமிருந்த அனைத்து கைத்தொழில், அறிவியல், கட்டிடக்கலை, இராணுவப் பொறியியல், நீரியல் விஞ்ஞானம், உடலமைப்பு இயல், சிற்பம், இவற்றைப் படிக்க நினைத்தார். இளவரசனோ அல்லது வள்ளலோ, அவரை வேண்டுமென்று விரும்பினால் நல்ல தொகைக்கு, ஆலோசகனாகவும், ஓவியனாகவுமிருக்க இசைந்தார். பல மாறுபட்ட திட்டங்கள் கையிலிருந்த போதே மனம் சிறப்பாகச் செயல்படுவதாக அவர் தீர்மானித்தார். அவரால் அவற்றிற்கிடையே பலவிதமான தொடர்பையும் ஏற்படுத்த முடிந்தது.

தன் வாழ்க்கையை இவ்வாறு நினைத்துப் பார்த்தவர், ஏதோ ஒரு வகை, மறைவான சக்தி தனக்குள்ளிருந்து வேலை செய்துள்ளதைத் தெளிவாகக் கண்டுணர்ந்தார். சிறுவயதில் இந்தச் சக்தி அவரைப் பண்படாத இயற்கைப் பகுதிக்கு அழைத்துச் சென்றது. அங்கு அவர் மிகத் தீவிரமான, தத்ரூபமான பலவகை வாழ்க்கையியல்புகளைக் கூர்ந்து கவனித்தார். இதே சக்திதான் அவரை, அவர் தந்தையிடமிருந்து காகிதத்தைத் திருடி, அவரது நேரத்தைப் படம் வரைவதில் செலுத்தியது; வேரோச்சோவிடம் வேலை செய்த போது பரிசோதனைகள் செய்யத் தூண்டியது; ஃப்ளாரன்சின் சபையிலிருந்து வெளியே வரும்படி அவரை வழிப்படுத்தியது; கலைஞர்களிடம், பாதுகாப்பற்ற தன்னலம் வளரக் காரணமாயிருந்தது; அது அவரைத் தைரியமாகச் செயல்பட்டு, பிரம்மாண்டமான சிலைகளை உருவாக்கவும் உயரப் பறப்பதற்கான முயற்சியைச் செய்யவும், நூற்றுக்

கணக்கான சடலங்களை அறுத்து உறுப்புகளைப் படிக்கவும், வாழ்க்கையின் சாரத்தை உணர்ந்து கொள்ளவும் உதவியது.

இக்கோணத்திலிருந்து பார்த்தால் அவர் வாழ்க்கையில் அனைத்திற்கும் பொருள் இருந்தது. உண்மையில் முறைதவறிப் பிறந்தது கூட ஒரு வரமானது; அவர் வழியில் அவர் வளர முடிந்தது. வீட்டிலிருந்த காகிதங்கள் கூட ஒருவகையில் விதி எனத் தோன்றியது. இந்தச் சக்திக்கு எதிராக அவர் கலகம் செய்திருந்தால் என்ன ஆகியிருக்கும்? சிஸ்டைன் தேவாலயப் புறக்கணிப்பிற்குப் பின்னர், மற்றவர்களுடன் ரோமாபுரிக்குச் செல்லவேண்டுமென்று வற்புறுத்தித் தன் வழியில் செல்லாது, போப்பைச் சந்தித்து அவரது நன்மதிப்பைப் பெற முயன்றிருந்தால், அவரால் அதை செய்திருக்க முடியும்; நல்வாழ்விற்காக ஓவியம் தீட்டுவதிலேயே பெரும்பாலும் தன்னை ஈடுபடுத்திக் கொண்டிருந்தால், வேலையை எவ்வளவு விரைவாக முடிக்க முடியுமோ முடித்து, பிறரைப் போலவே அவர் இருந்திருந்தால், அவர் நன்றாக இருந்திருப்பார்; ஆனால் லியோனார்டோ டாவின்சியாக இருந்திருக்க மாட்டார். அவர் வாழ்க்கை நோக்கமின்றி இருந்திருக்கும், அதனால் எல்லாம் தவறாக முடிந்திருக்கும்.

அவருக்குள்ளே மறைந்திருந்த சக்தி, பல வருடங்களுக்கு முன்பு அவர் வரைந்த ஐரிஸ் செடிக்குள்ளிருந்ததைப் போல, அவருடைய திறமைகளை முழுமை பெறச் செய்தது. அவர் நம்பிக்கையோடு கடைசி வரை அதன் நடைமுறையைப் பின் தொடர்ந்தார். அந்தப் பயணம் முடிவடைந்தது. இப்போது இறப்பதற்கான நேரம். பல வருடங்களுக்கு முன்பு அவர் தன் குறிப்பில் எழுதியது அவரது நினைவிற்கு அந்த நேரத்தில் வந்திருக்கலாம்: “எவ்வாறு நன்றாகச் செயல்பட்ட நாள் நல்ல உறக்கத்தை அளிக்கிறதோ, அதே போல, நன்றாக வாழ்ந்த வாழ்க்கையும் இறப்பால் வாழ்த்தப்படுகிறது.”

நிபுணத்துவத்திற்கான வழிகள்

வரலாறு காட்டும் சிறந்த நிபுணர்கள், அவர்களை வழிப்படுத்தி முன்னே செல்வதற்கு ஒரு விதமான சக்தியை அல்லது குரலை அல்லது விதியின் உணர்வை அனுபவித்ததாக ஒப்புக் கொண்டுள்ளனர். இது போன்ற உணர்வுகள் புரியாத புதிராக, விளக்கத்திற்கு அப்பாற்பட்டதாக அல்லது பிரமை மற்றும் மாயத் தோற்றம் உள்ளதாகவும் இதை இன்னொரு விதத்தில் காணலாம். மேன்மையான உண்மை, செயல்படுத்தக் கூடிய மற்றும் தெளிவான விளக்கமுடையது. பின்வருமாறு இதனை விளக்கலாம்:

நாமனைவரும் தனித்தன்மையுடன் பிறக்கிறோம். இத்தனித்தன்மை பாரம்பரியமான நம் மரபணுக்களில் குறிக்கப்பட்டுள்ளது. இப்பூமியில் நமக்கு ஒரு முறை மட்டுமே நிகழும் அற்புதம். நமது சரியான மரபணுக்களின் அமைப்பு இதற்கு முன்பும் அமையவில்லை, இனியும்

அமையாது. நம் அனைவரிடையேயும் இத்தனித்தன்மை குழந்தைப் பருவத்தில் குறிப்பிட்ட சில விருப்பங்களில் முதலில் வெளிபடுத்துகிறது. லியோனார்டோவிற்கு அவரது கிராமத்தைச் சுற்றியிருந்த இயற்கை உலகைச் சோதிப்பதில், மற்றும் காகிதத்தில் அவற்றை அவர் வழியில் உயிர்பெறச் செய்வதில் பெருவிருப்பம் இருந்தது. சிலர் கண்ணால் காணும் காட்சியமைப்பினால் இளமையில் கவரப்படலாம். இது வருங்காலத்தில் கணிதத்தில் ஆர்வமிருக்குமென்பதைக் குறிக்கும். அல்லது குறிப்பிட்ட உடலசைவுகள் அல்லது இட அமைப்புகளால் கவரப்படலாம். இவ்விருப்பங்களை நாம் எவ்வாறு விளக்குவது? அவை நம் ஆழ்மனதிற்குள்ளிருந்து வரும் ***சக்தி***, வார்த்தைகளால் வெளிப்படுத்த முடியாது.

இந்தத் தொடக்க காலத் தனித்தன்மை இயல்பாகத் தன்னை வெளிப் படுத்தி ஆளுமை பெற விரும்புகிறது. நிபுணர்களிடம் இது மிக பலமாகவுள்ளதால் உண்மையில் வெளிப்படையாக, சொந்தமாக உள்ள ஒன்றைப் போன்ற உணர்வைத் தருகிறது. ஒரு சக்தி, ஒரு குரல், விதி. நமது ஆழமான விருப்பத்திற்கு ஈடான ஒரு செயலில் நாம் ஈடுபடும் தருணங்களில் இதனை நாம் அனுபவிக்கலாம். நாம் எழுதும் சொற்கள் அல்லது நமது உடலசைவுகள் வெகு வேகமாகவும் எளிதாகவும் வரும் போது, வெளியிலிருந்து அவை வருவது போல உணர்கிறோம். இதனால் நாம் ''ஊக்கம்'' பெறுகிறோம். வெளியிலிருந்து ஏதோ ஒன்று நாம் உள்ளுக்குள் சுவாசிப்பது என்ற பொருளை, லத்தீனியச் சொல்லான Inspired தருகிறது.

பின்வருமாறு இதைக் கூறலாம். நீங்கள் பிறக்கும்போது ஒரு விதை விதைக்கப்படுகிறது. அந்த விதைதான் உங்களது தனித்துவம். அது வளர்ந்து, தன்னை மாற்றிக்கொண்டு அதன் முழுமையான ஆற்றலை மலரச் செய்கிறது. இயல்பான, உறுதியான, சக்தி படைத்தது. உங்களது வாழ்க்கையின் வேலை அந்த விதையை மலரும்படிச் செய்வது. உங்களது தனித்துவத்தை உங்கள் வேலை வழியாக வெளிப்படுத்துவது. நீங்கள் நிறைவேற்ற வேண்டிய விதி ஒன்று உள்ளது. அதனை வலிமையாக உணர்ந்து அதை ஒரு சக்தியாக, ஒரு குரலாக அல்லது எந்த வடிவிலாவது தக்க வைத்துக் கொண்டால், வாழ்க்கையின் கடமையை நிறைவேற்றவும் நிபுணத்துவம் பெறுவதற்குமான சாத்தியக்கூறுகள் அதிகம்.

நீங்கள் சமுதாய அழுத்தங்களுக்கு ஒத்துப்போகும்போது, இச்சக்தி பலவீனப்படுகிறது. அதை நீங்கள் உணர முடியாது செய்வது அல்லது உள்ளதையே ஐயப்படவைப்பது, வாழ்க்கையில் வேறொரு சக்திக்குப் பலியாகி விடும்போது நிகழ்கிறது; இந்த ***சக்தியின்*** பதிலடி மிக சக்தி வாய்ந்ததாக இருக்கலாம். நீங்கள் ஒரு குழுவில் பொருந்திப் போக

வேண்டும். உங்களை எது மாறுபட்டவராக்குகிறதோ அதுவே உங்களை வெட்கப்பட அல்லது வேதனைப்படச் செய்யலாமென்பதை நீங்கள் சுய உணர்வற்ற நிலையில் உணரலாம். உங்களது பெற்றோர்களும் பல நேரங்களில் எதிர்ச் சக்தியாகச் செயல்படுகிறார்கள். அவர்கள், அதிகப்பணம் மற்றும் சுகமான வேலைக்கான பாதைக்கு உங்களை வழிப்படுத்தலாம். இந்த எதிராற்றல்கள் பலப்பட்டால், உங்கள் தனித்துவத்துடனான தொடர்பை முழுமையாக விட்டு விடுவீர்கள். நீங்கள் உண்மையில் யார் என்பது மறைந்து போகும். உங்களது விருப்பம் மற்றும் ஆசைகள் பிறருடைய விருப்பத்திற்கேற்ப மாறிவிடும்.

இது உங்களை மிக ஆபத்தான பாதையில் செலுத்தலாம். உங்களுக்குப் பொருந்தாத தொழில்துறையை நீங்கள் தேர்வு செய்வீர்கள். உங்களது ஆர்வம் மற்றும் ஆசை மெல்லக் குறைகிறது, இதனால் உங்கள் வேலை பாதிக்கப்படுகிறது. சுகம் மற்றும் நிறைவை உங்கள் வேலைக்கு வெளியேயிருந்து வருவதாகக் கருதுகிறீர்கள். வேலையில் உங்கள் நாட்டம் குறைவாக உள்ளதால், உங்களைச் சுற்றி தொழில் துறையில் நிகழும் மாற்றங்களைக் கவனிக்கத் தவறுகிறீர்கள். இதனால் காலத்திற்கேற்பச் செயல்படாது பின்தங்குவதால், அதற்கான விலையைத் தருகிறீர்கள். முக்கியமான முடிவுகள் எடுக்க வேண்டிய தருணங்களில் நீங்கள் தவறுகிறீர்கள் அல்லது உள்ளுணர்வு வழிகாட்டல் இல்லாததால் பிறர் செய்வதைப் பின்பற்றுகிறீர்கள். பிறப்பிலே உண்டான விதியுடனான தொடர்பை நீங்கள் அறுத்துக்கொண்டு விட்டீர்கள்.

எப்பாடுபட்டாவது இம்மாதிரியான விதியை நீங்கள் தவிர்க்க வேண்டும். உங்களது வாழ்வின் கடமையைப் பின்பற்றி நிபுணத்துவம் பெறுவதை வாழ்வின் எந்தக் கட்டத்திலும் தொடங்கலாம். உங்களுக்குள் மறைந்திருக்கும் சக்தி எப்போதும் உள்ளது; பயன்படுத்திக் கொள்வதற்கு தயாராக உள்ளது.

உங்களது வாழ்க்கையின் கடமையைச் செய்து முடிப்பது மூன்று நிலைகளில் அமைகிறது. முதலில் உங்களது விருப்பங்களுடன், தனித்துவ உணர்வுடன் தொடர்பு கொள்வது. எனவே முதல் அடி எடுத்து வைப்பது எப்போதும் உங்களுக்குள்ளே தான். உங்களது கடந்த காலத்தில் அந்த உட்குரல் அல்லது சக்தியின் அறிகுறிகள் எதேனுமிருந்தனவா என்று தேடுவது. உங்களைக் குழப்பும், உங்கள் பெற்றோர்கள் மற்றும் சக தோழர்களின் குரல்களை நீக்கி விடுங்கள். உங்களுக்குள் ஒரு வடிவம் தெரிகிறதா என்று பாருங்கள், அது உங்கள் பண்பிற்கான அடிப்படை. அதை நீங்கள் எவ்வளவு ஆழமாகப் புரிந்து கொள்ள முடியுமோ, அவ்வளவு ஆழமாகப் புரிந்து கொள்ளுங்கள்.

இரண்டாவது, இத்தொடர்பை ஏற்படுத்திக் கொண்ட பிறகு, நீங்கள் ஏற்கெனவே தொடங்கிவிட்ட அல்லது தொடங்கவிருக்கும் உங்களது

தொழிலுக்கான பாதையைக் காண வேண்டும். இவ்வழிக்கான தேர்வு அல்லது மீண்டும் வழிப்படுத்துதல் மிக முக்கியமானது. இக்கட்டத்தில் வேலையைக் குறித்த உங்களது கருத்தை விரிவுபடுத்திக் கொள்வது உதவும்.

உங்களது வேலையை அதிக ஊக்கமளிப்பதாக, உங்களது *அழைப்பின்* பாகமாகக் காண விரும்புகிறீர்களா? Vocation என்ற அழைப்பு எனும் பொருள் படும் சொல் லத்தீன் சொல். அழைப்பு, அழைக்கப்படுவது என்றும் கூறலாம். கிறித்துவ மதத்தின் தொடக்க காலத்திலேயே இச்சொல் வேலையைக் குறிக்கப் பயன்பட்டது. குறிப்பிட்ட சிலர், தேவாலய வாழ்க்கைக்கு அழைக்கப்பட்டனர். அதுவே அவர்களது வேலை (Vocation). இதை அப்படியே புரிந்து கொண்டதால் அவர்கள் இவ்வேலைக்காகத் தேர்வு செய்யப்பட்டதாக இறைவனின் குரலைக் கேட்டார்கள்.

உங்களை அழைக்கும் குரல், இந்த விஷயத்தில், இறைவனிடமிருந்து வரவேண்டுமென்ற கட்டாயமில்லை. அது உங்களது தனித்துவதிலிருந்து வெளிப்படுவது. உங்களது பண்பிற்கு எம்மாதிரியான செயல்கள் பொருத்த மென்று சொல்கிறது. மேலும் குறிப்பிட்ட ஒரு கட்டத்தில், குறிப்பிட்ட வேலையமைப்பு அல்லது தொழிலுக்கு உங்களை அழைக்கிறது. பின்பு உங்களது வேலை, நீங்கள் யார் என்பதற்கேற்ப ஆழமான தொடர்பை ஏற்படுத்துகிறது.

முடிவாக, உங்களது தொழில் அல்லது வேலையழைப்பிற்கான பாதையை, வளைவும், நெளிவும் நிறைந்த பயணமாகக் காணவேண்டுமே தவிர நேர்கோடாக அல்ல. ஒரு துறையைத் தேர்வு செய்து அல்லது உங்கள் விருப்பத்திற்கு ஒப்பான பதவியை வைத்துத் தொடங்குகிறீர்கள். இந்த தொடக்க காலப்பதவி சாமர்த்தியமாகச் செயல்படுவதற்கும் மற்றும் முக்கிய திறன்களைக் கற்கவும் உதவுகிறது. மிக உயர்ந்த, மிகவும் உயர்வடைவதற்கான ஒன்றுடன் தொடங்க நீங்கள் விரும்பவில்லை. வாழ்வதற்கான வழியையும், நம்பிக்கையையும் ஏற்படுத்துவதே உங்கள் நோக்கம். இவ்வழியில், உங்களைக் கவரும் வேறு சில பக்க வழிகளையும் காண்பீர்கள், தவிர, இத்துறையின் பிறகோணங்கள் உங்களது ஆர்வத்தைக் குறைத்து விடும். நீங்கள் அதற்கேற்ப உங்களைப் பொருத்திக் கொண்டு, தொடர்புள்ள வேறு துறைக்குச் செல்வீர்கள். இப்போக்கில் உங்களைக் குறித்து, தொடர்ந்து கற்றுக் கொள்வீர்கள், உங்களது திறனின் அடிப்படையைப் பெருக்கிக் கொள்வீர்கள். லியோனார்டோவைப் போன்று பிறருக்காகச் செய்வதை, உங்களுடையதாக மாற்றிக் கொள்வீர்கள்.

காலப்போக்கில் நீங்கள் உங்களுக்கு மிகப்பொருத்தமான குறிப்பிட்ட துறையை, இடத்தை அல்லது வாய்ப்பைத் தேர்வு செய்வீர்கள். அதைக்

காணும் போது நீங்கள் அடையாளம் தெரிந்து கொள்வீர்கள். ஏனெனில் அது குழந்தைத்தனமான அதிசய உணர்வையும் கிளர்ச்சியையும் ஏற்படுத்தும். அது சரியான உணர்வாக இருக்கும். அதைக் கண்டவுடன் அனைத்தும் அதனதன் இடத்தில் சரியாகப் பொருந்தும். நீங்கள் விரைவாகவும், ஆழமாகவும் கற்பீர்கள். உங்களது திறன் நிலை வளர்ந்து ஒரு கட்டத்தில், வேலை செய்யும் குழுவிலிருந்து சுதந்திரம் பெற்று, அவர்களிடமிருந்து வெளியேறி நீங்கள் சொந்தமாகச் செயல்படுவீர்கள். உங்களது சூழ்நிலையை நீங்கள் தீர்மானிப்பீர்கள். நீங்களே உங்களுக்கு முதலாளியாகும் போது, எந்த கொடூரமான முதலாளிகளின் ஆசைகளுக்கோ அல்லது சூழ்ச்சி செய்யும் சக தோழர்களுக்கோ அடிபணியத் தேவையில்லை.

உங்களது தனித்துவத்தை முக்கியப்படுத்தும் இது, வாழ்க்கையின் கடமையை ஒரு கவித்துவ அகங்காரமாக, யதார்த்த செயல் முறையில் எந்த பாதிப்பும் இல்லாதது போன்ற தோற்றத்தை ஏற்படுத்தும். ஆனால் நாம் வாழும் காலத்திற்கு இது மிகப் பொருத்தமானது. நாம் நுழையும் உலகில் அரசின் மீதான நம்பிக்கை குறைந்து வருகிறது. மாநகராட்சி அல்லது குடும்பம் அல்லது நண்பர்களில் நமக்கு உதவவோ, நம்மைப் பாதுகாக்கவோ யாருமில்லை. இது உலகமயமான குரூரமான போட்டி நிறைந்தசூழல். நம்மை வளர்த்துக்கொள்ளக் கற்றுக்கொள்ள வேண்டும். அதே சமயத்தில் உலகில் முக்கியமான சிக்கல்களும் மற்றும் வாய்ப்புகளும் நிறைந்துள்ளன. இதனை தொழில் முனைவோர் கைப்பற்றி சரியான தீர்வைக் காண்கின்றனர். தனிநபர்களும், சிறு குழுக்களாகச் சுதந்திரமாக சிந்திக்கிறவர்களும், விரைவாகத் தம்மை மாற்றிக் கொள்பவர்களும் தனித்துவ நோக்கு கொண்டவர்களாக உள்ளனர். அத்தகைய தனித்துவப்பட்ட படைப்பாக்க திறன்கள் கூடுதல் மதிப்புப் பெறும்.

நீங்கள் குறிப்பிட்ட அமைப்பு மற்றும் சுபாவத்தோடு பிறந்திருக்கிறீர்கள். அது உங்களை விதியின் ஒரு பொருளாகக் குறிக்கிறது. உள்ளுக்குள் நீங்கள் யார் என்பதே அது. சில மனிதர்கள், அவர்கள் யாராக வேண்டுமோ அவ்வாறு ஒரு போதும் ஆவதில்லை. அவர்கள் தங்களை நம்புவதை விட்டுவிடுகிறார்கள். பிறருடைய சுவையை ஏற்கின்றனர். கடைசியில் அவர்களது உண்மையான இயல்பு மறைக்கப்பட்டு, முகமூடி அணிந்து கொள்கின்றனர். நீங்கள் உண்மையில் யார் என்று நீங்கள் அறிந்து கொண்டால், உங்களுக்குள்ளிருக்கும் குரல் மற்றும் சக்தியைக் கவனித்து நீங்கள் என்னவாக வேண்டுமென்று விதியிருக்கிறதோ அதுவாக ஆவீர்கள் - ஒரு தனி நபராக, ஒரு நிபுணராக.

உங்களது வாழ்வின் கடமையை அறிவதற்கான வழிமுறைகள்

உங்கள் இயல்பான விருப்பத்திற்கும், வாழ்க்கைப் பணிக்கும் உள்ள தொடர்பின் முக்கியத்துவத்தை அறிந்தால், அதை இணைப்பது மிகவும்

சுலபமாகத் தோன்றலாம். ஆனால் அது அவ்வாறு அல்ல. அதைச் செய்வதில் நிறைய தடைகள் வந்து சேரும். அதை ஒழுங்காகச் செய்ய நல்ல திட்டங்களும், வழிமுறைகளும் தேவை. பின்வரும் ஐந்து வழிமுறைகள் காலப்போக்கில் உங்கள் வழியில் எதிர்கொள்ளக் கூடிய தடைகளைப் போக்க வடிவமைக்கப்பட்டுள்ளன. இவையனைத்திலும் கவனம் செலுத்துங்கள். ஏனெனில் ஒவ்வொன்றையும் ஏதாவது ஒரு விதத்தில் நீங்கள் எதிர் கொள்வீர்கள்.

1. உங்கள் மூலமுதலுக்குத் திரும்புங்கள் – மூலாதாரத்தைச் சார்ந்த வழிமுறை

ஒரு துறையில் நிபுணத்துவம் பெற, நீங்கள் அத்துறையை நேசிக்க வேண்டும், அதனோடு ஆழமான தொடர்பு கொள்ள வேண்டும். உங்களது ஆர்வம் அத்துறையையும் தாண்டி மதமாகக் காணும் எல்லையில் அமைய வேண்டும். பௌதீகம் மீது அல்ல-ஆனால் பிரபஞ்சத்தைக் கட்டுபடுத்தும் சக்திகளின் மீதான கவர்ச்சி வேண்டும்; திரைப்படமல்ல-ஆனால் வாழ்க்கையைப் படைத்து, உயிர்ப்பிக்கின்ற உணர்வு வேண்டும்; இசை அல்ல-ஆனால் சக்தி வாய்ந்த உணர்ச்சிகளுக்குக் குரல் கொடுப்பதாக வேண்டும். குழந்தைப் பருவ ஈர்ப்புகளைச் சொற்களில் வெளிப்படுத்துவது கடினம். இவை உணர்வுகள் போன்றவை. ஆழமான அதிசயம், உணர்வுகளுக்கு இன்பமளிப்பது, சக்தி மற்றும் பலமான விழிப்புணர்வு. இந்தத் தொடக்க கால விருப்பங்களை அறிந்து கொள்வதன் முக்கியத்துவம் என்னவெனில், அவை பிறரால் ஏற்படாத கவர்ச்சி என்பதன் தெளிவான அறிகுறி. அவை உங்களது பெற்றோர்கள் உங்களிடம் பதிய வைத்தவை அல்ல. மேலோட்டமான தொடர்பால் வரவில்லை, வாய்மொழி மற்றும் உணர்வால் வந்த ஒன்று. உங்களது உள்ளாழத்திலிருந்து வருவது, எனவே அது உங்களுடையது மட்டுமே, உங்களது தனித்தன்மையின் இரசாயன பிரதிபலிப்பு.

உங்களது உலக அனுபவம் அதிகரிக்கும் போது, முதலாவதாக இந்த அறிகுறிகளுடனான தொடர்பை இழந்து விடுகிறீர்கள். நீங்கள் கற்ற அனைத்து விஷயங்களுக்கும் அடியில் இவை புதைந்து போகலாம். உங்களது ஆற்றல் மற்றும் எதிர்காலம், நீங்கள் உங்களுக்குள் மீண்டும் தொடர்பு கொண்டு, உங்களது ஆரம்ப காலத்திலிருந்த விருப்பங்களின் அறிகுறிகளைத் தோண்டி எடுக்க வேண்டும். அதற்கான ஏதேனும் எளிய குறிப்பு உங்களது உடல், செயல்பாட்டில் உள்ளதா என்று பாருங்கள். சோர்வின்றி ஏதேனும் செயலைத் திரும்பச் செய்யும் விருப்பமுள்ளதா? ஏதேனும் ஒரு விஷயம் வழக்கத்திற்கு மாறான அறியும் ஆவலை உங்களிடம் தூண்டுகிறதா? குறுப்பிட்ட செயல்களுடன்

சக்தி சேர்ந்திருப்பதாக உணர்கிறீர்களா? அது ஏற்கனவே உங்களிட முள்ளது, நீங்கள் புதிதாகப் படைக்க வேண்டியது எதுவுமில்லை. நீங்கள் வெறுமனே, ஏற்கனவே உங்களுக்குள்ளே புதைந்து போயிருப்பதைத் தோண்டி மீண்டும் கண்டெடுக்க வேண்டும். இவ்வாறு உள்ளுக்குள் மறைந்திருப்பதோடு நீங்கள் எந்த வயதிலும் மீண்டும் தொடர்பு கொண்டால், தொடக்கத்திலிருந்த அந்தக் கவர்ச்சியின் ஏதேனும் சிறு துளி மீண்டும் பற்றிக்கொண்டு உயிர் பெறலாம், உங்களது வாழ்க்கையின் வேலைக்கான ஒரு பாதையைக் காட்டலாம்.

2. தனிச்சிறப்பான இடத்தைக் கைப்பற்றுங்கள் – டார்வினின் வழிமுறை

உலக வாழ்க்கை, சுற்றுச்சூழல் அமைப்பைப் போன்றது. மனிதர்கள் குறிப்பிட்ட பகுதியில் இருந்தபடி அவர்கள் உயிர் வாழ்வதற்கான பொருட்களைத் தேடிப் போராடுகின்றனர். மக்கள் கூட்டம் மிகுதியாகும்போது அங்கு வாழ்வது கடினமாகிறது. உங்கள் தேவைகளைப் பூர்த்தி செய்து கொள்ளவும், பிறர் கவனத்தை ஈர்க்கவும், மிகவும் போராடுகிறீர்கள்; சூழ்ச்சிகள் செய்கிறீர்கள்; பின் சோர்ந்து விடுகிறீர்கள்; இவ்விளையாட்டுகளில் நீங்கள் நீண்ட நேரம் செலவழிக்கிறீர்கள். அதனால் உண்மையான நிபுணத்துவத்திற்குச் சிறிதளவு நேரமே கிடைக்கிறது. இத்துறைகளில் உங்களுக்கு ஆர்வம் ஏற்படக் காரணம், தெரிந்த பாதையிலேயே சென்று பலர் வாழ்வதற்கான ஆதாயத்தைப் பெறுவதை நீங்கள் காண்கிறீர்கள். அத்தகைய வாழ்க்கை எவ்வளவு கடினமானது என்பதை நீங்கள் அறிந்திருக்கவில்லை.

நீங்கள் விளையாட விரும்பும் விளையாட்டு வித்தியாசமானது: உயிரினச் சூழலில் நீங்கள் மேலோங்கிய இடத்தைப் பெறுவது. அது அவ்வளவு எளிதல்ல. அதற்குப் பொறுமையும், குறிப்பிட்ட செயல் முறையும் தேவை. தொடக்கத்தில் உங்களது ஆர்வத்துடன் ஓரளவு பொருந்திய (மருத்துவம், எலக்ட்ரிக்கல் பொறியியல், எழுத்து) துறையைத் தேர்வு செய்தீர்கள். அங்கிருந்து இரண்டு வழிகளில் ஒன்றில் செல்லலாம். முதலாவது குறுகிய வழி. நீங்கள் தேர்வு செய்த துறையிலிருந்து அதனைச் சார்ந்த பக்கப்பாதைகளைக் காண்பது, அதில் உங்களைக் கவரும் பாதை (நியுரோ சயின்ஸ், ரோபாட்டிக்ஸ், திரைக்கதை எழுதுவது) வரும் போது நீங்கள் இந்தக் குறுகலான துறைக்கு மாறலாம். இப்போக்கை, முற்றிலும் வேறு யாரும் பெறாத இடத்தைப் பெறும்வரை தொடரலாம். எவ்வளவு குறுகலாக உள்ளதோ அவ்வளவு நல்லது. சில வழிகளில் இவ்விடம் உங்களது தனித்துவத்தை ஒத்திருக்கிறது.

இரண்டாவது வழி - உங்களது முதல் துறையில் நிபுணத்துவம் பெற்ற பின் நீங்கள் வேறு விஷயங்களுக்கோ அல்லது திறன்களுக்கோ திரும்பி வெற்றி பெறலாம். இப்போது நீங்கள் இவ்விரண்டையும் இணைத்து ஒரு புதிய வழியை உருவாக்கலாம் அல்லது இவ்விரண்டிற்கும் ஒரு புதிய தொடர்பை ஏற்படுத்தலாம். இப்போக்கை நீங்கள் விரும்புகின்றவரை தொடரலாம். கடைசியில் உங்களது தனித்துவத்துடன் அமைந்த துறையை உருவாக்குகிறீர்கள். இவ்விரண்டாவது வகை, தகவல்கள் அதிகம் கிடைக்கும் பண்பாட்டோடு பொருந்துகிறது. இங்கு எண்ணங்களுக்கிடையேயான தொடர்பு ஒரு வகை சக்தியாகிறது.

இரண்டு வகையிலும், பலர் போட்டியிடாத இடத்தை நீங்கள் கண்டுபிடித்துள்ளீர்கள். உங்களுக்கு எங்கும் செல்ல சுதந்திரத்தோடு, குறிப்பிட்ட ஆர்வமுள்ள கேள்விகளுக்கான விடையைக் காணவும் முடியும். உங்களுக்கான வேலை நிரலை நீங்களே அமைத்துக் கொண்டு அங்குள்ள ஆதாரங்களைப் பயன்படுத்தும் உரிமையையும் பெறுகிறீர்கள்.

போட்டியால் ஏற்படக்கூடிய சுமையின்றி சிக்கல் அற்ற உங்கள் வாழ்வின் கடமையை மலரச் செய்ய இடமும் காலமும் உங்களுக்குள்ளது.

3. போலியான பாதையைத் தவிர்த்து விடுங்கள் – எதிர்ப்பிற்கான வழிமுறை

வாழ்க்கையில் போலியான பாதைக்கு நாம் அனைவருமே தவறான காரணங்களால் ஈர்க்கப்படுகிறோம். பணம், புகழ், கவனம் என்று பல. நமக்குக் கவனம் வேண்டுமானால், பல பொழுதும் உள்ளுக்குள் ஒரு வகையான வெறுமையை அனுபவித்து, அதைப் பொது மக்களின் போலியான அன்புப் பாராட்டுதல்களால் நிரப்பலாமென்று நம்புகிறோம். நாம் தேர்ந்தெடுக்கும் துறை நம்முடைய விருப்பத்துடன் ஒத்துப் போகாததால் அபூர்வமாகவே நாம் ஏங்குகின்ற நிறைவைப் பெறுகிறோம். நம் வேலை இதனால் பாதிக்கப்படுகிறது. தொடக்கத்தில் நமக்குக் கிடைத்திருக்கக் கூடிய கவனம், வேதனை தரும் முறையில் குறையத் தொடங்குகிறது. பணம் மற்றும் சுகம் நம் முடிவிற்குக் காரணமென்றால், நாம் பல சமயங்களில் கவலையினால், பெற்றோர்களைத் திருப்திபடுத்தவே செய்கிறோம். நம்மீதுள்ள அக்கறை மற்றும் கவலையால், நல்ல வருமானமுள்ள ஒன்றின் பக்கம் அவர்கள் நம்மைக் கொண்டு செல்லலாம். ஆனால் அதற்குப் பின்னால், அவர்களை விட இளமைக் காலத்தில் உங்களுக்கு அதிக சுதந்திரம் கிடைத்துள்ளதே என்ற பொறாமை இருக்கலாம்.

உங்கள் வழிமுறை இரண்டு வகையில் அமைய வேண்டும். முதலில், நீங்கள் தவறான காரணங்களுக்காக உங்களது தொழிலைத் தேர்வு செய்துள்ளீர்கள் என்பதை உங்களது சுயநம்பிக்கை அடி வாங்கு

வதற்கு முன்பாக எவ்வளவு விரைவில் தெரிந்து கொள்ள முடியுமோ அவ்வளவு விரைவாகத் தெரிந்து கொள்ள வேண்டும். இரண்டாவது, உண்மையான பாதையிலிருந்து உங்களை விலகச் செய்த சக்திகளுக்கு எதிரான சக்தியோடு போராடுங்கள். கவனம் மற்றும் பாராட்டுதலைப் பற்றிக் கவலைப்படாதீர்கள், அவை உங்களை வழிமாறிச் செல்ல வைக்கும். தெரியாத புதிய துறைக்கு வலுகட்டாயமாக உங்களைச் செலுத்தத் துடிக்கும் பெற்றோர்கள் மீது கோபம். கொள்ளுங்கள். பெற்றோர்களின் தலையீடு இல்லாது, சுதந்திரமாக நீங்களே ஒரு பாதையைப் பின்பற்றுவது உங்களது வளர்ச்சிக்கு ஆரோக்யமானது மட்டுமல்ல உங்களுக்கென்று ஓர் அடையாளத்தையும் உருவாக்கும். உங்களது எதிர்ப்புணர்வு, சக்தியையும், நோக்கத்தையும் அளிக்கட்டும்.

4. கடந்த காலத்தை விட்டு விடுங்கள் – மாற்றத்தை ஏற்றுக்கொள்ளும் வழிமுறை

உங்களது தொழிலில் ஏற்படும் தவிர்க்க இயலாத மாற்றங்களுடன் செயல்படும்போது, நீங்கள் பின்வருமாறு எண்ண வேண்டும். குறிப்பிட்ட பதவியில் நீங்கள் கட்டிப் போடப்படவில்லை. உங்களது விசுவாசம் தொழிலுக்கோ அல்லது கம்பெனிக்கோ இருக்க வேண்டியதில்லை. நீங்கள் உங்களது வாழ்க்கையின் பணிக்கு உறுதியுடன் இருங்கள். அதை முழு அளவில் வெளிபடுத்த வேண்டும். நீங்கள்தான் அதைக் கண்டு பிடித்துச் சரியாக வழிப்படுத்த வேண்டும். மற்றவர்கள் உங்களைப் பாதுகாக்கவோ, உதவ வேண்டியதோ இல்லை. நீங்கள் சுதந்திரமாக உள்ளீர்கள். மாற்றம் தவிர்க்க முடியாதது. அதிலும் குறிப்பாக புரட்சி கரமான தருணத்தில் நீங்கள் தனியாக இருப்பதால், உங்களது தொழிலில் தற்போது நிகழும் மாற்றங்களை எதிர்பார்த்திருக்க வேண்டும். உங்களது வாழ்க்கையின் வேலையை இச்சூழலுக்கு ஏற்ப மாற்றிக் கொள்ள வேண்டும். பழைய முறையில் செயல்படுவதைப் பிடித்துக் கொண்டிருக்கக் கூடாது. அது உங்களைத் தோல்வியடையச் செய்யும், துன்பப்படச் செய்யும். நீங்கள் நெகிழ்வுத் தன்மையுடன் எப்போதும் மாறுவதற்குத் தயாராக இருக்க வேண்டும்.

மாற்றம் உங்கள் மீது திணிக்கப்பட்டால், அளவுக்கு மீறி செயல் படுவதை நீங்கள் எதிர்க்க வேண்டும். அல்லது உங்களுக்காக வருந்த வேண்டும். நீங்களும், உங்களது திறன்கள் மற்றும் அனுபவத்தைத் துறக்க வேண்டாம். புதிய துறையைக் கண்டுபிடித்துப் பயன்படுத்திக் கொள்ளுங்கள். உங்கள் பார்வை எதிர்காலத்தை நோக்கியிருக்க வேண்டும், கடந்த காலத்தின் மீதல்ல. பல சமயங்களில், இம்மாதிரியான படைப்பாக்கப் புது மாற்றங்கள் நம்மை உயர்வுக்கான பாதையில் அழைத்துச் செல்லும். நாம் போதுமென்ற உணர்விலிருந்து விடுபட்டு, நாம் எங்கு

போகிறோம் என்பதை மறு பரிசீலனை செய்வது கட்டாயமாகிறது. உங்கள் வேலை உயிர்மூச்சுள்ள ஒன்று என்பதைக் கொள்ளவும். இளமையில் அமைத்துக் கொண்ட திட்டத்தைக் கண்டிப்புடன் பின்பற்றினால், ஒரு நிலையில் நீங்கள் உங்களைப் பூட்டி வைத்துக் கொள்கிறீர்கள். காலம் கருணையில்லாது உங்களைக் கடந்து போகும்.

5. திரும்பி வர வழி காணுங்கள் – வாழ்க்கை அல்லது மரணத்திற்கான வழிமுறை

நீங்கள் செல்ல வேண்டுமென்று விதிக்கப்பட்ட பாதையிலிருந்து விலகிச் செல்வதால் எந்த நன்மையும் வரப்போவதில்லை. நீங்கள் பல வகையான மறைமுக வழிகளால் துன்பப்படுவீர்கள். பல சமயம் பணத்தாசையாலும் உடனடியான வளமான எதிர்காலத்திற்காகவும் நீங்கள் பாதை மாறுவீர்கள். ஆனால் இது உங்களுக்குள் ஆழமாக உள்ள ஒன்றுடன் ஒத்துப் போகாததால், உங்கள் ஆர்வம் குன்றுகிறது. பணமும் எளிதாக வருவதில்லை. நீங்கள் பணம் கிடைப்பதற்கான வேறு எளிதான வழிகளைத் தேடுவீர்கள். இதனால் உங்களது பாதையிலிருந்து வெகுதூரம் விலகிப்போய் விடுவீர்கள். உங்களுக்கு முன்பாக உள்ளதைத் தெளிவாகக் காணாது நீங்கள் அடைபட்ட பாதையில் மாட்டிக் கொள்வீர்கள். உங்களுடைய அன்றாடத் தேவைகள் நிறைவேறினாலும் உங்களுக்குள் ஒரு வெற்றிடத்தை உணர்வீர்கள். அதை ஏதேனும் நம்பிக்கை அமைப்பு வகையினால் நிரப்ப வேண்டி வரும், போதைப் பொருட்கள் அல்லது திசை திருப்பக் கூடிய ஏதேனும் இருக்கலாம். இங்கு நீங்கள் விட்டுக்கொடுக்க முடியாது. உங்களுடைய ஆழமான வழியும், வெறுப்பும், எவ்வளவு தூரம் நீங்கள் விலகிச் சென்று விட்டீர்கள் என்பதை உணர்த்தும். அந்த வெறுப்பு, வலி, உணர்த்தும் செய்தியை நீங்கள் கேட்க வேண்டும். அது உங்களை வழிப்படுத்தும். இது வாழ்வா, சாவா என்ற விஷயம்.

திரும்பி வருதலென்பது ஒரு தியாகம். எல்லாவற்றையும் நீங்கள் நிகழ்காலத்திலேயே பெற்றுவிட முடியாது. நிபுணத்துவம் பெறுவதற்கான வழியில் செல்லப் பொறுமை தேவை. உங்கள் கவனத்தை ஐந்து அல்லது பத்து வருடங்களுக்கு அப்பாலான பாதையில் வைக்க வேண்டும். அப்போதுதான் உங்களது முயற்சியின் பலனை நீங்கள் பெற முடியும். அங்கு செய்வதற்கான செயல் முறை, சவால்களும், சுகமும் நிறைந்தது. பாதைக்குத் திரும்புவதை உங்களுக்கான ஒரு சபதமாக வைத்துக் கொண்டு, பிறகு மற்றவர்களிடம் அது குறித்துச் சொல்லுங்கள். இப்பாதையிலிருந்து விலகுவது வெட்கக்கேடாகவும், அவமானமாகவும் உள்ளது. முடிவில் நிலையான பணமும், வெற்றியும், கூர்த்த கவனத்தோடு இவற்றை இலக்காகக்கொண்டு செயல்படுபவர்களுக்குக் கிடைப்பதில்லை. ஆனால் நிபுணத்துவத்தில் கவனம் வைத்துத் தங்களுடைய வாழ்வின் கடமையை நிறைவேற்றுபவர்களுக்கே அது கிடைக்கிறது.

II

உண்மைத் தன்மைக்குக் கீழ்ப்படியுங்கள்: இலட்சியப் பயிற்சி

உங்கள் முறையான கல்வி முடிந்தவுடன், நீங்கள் உங்கள் வாழ்க்கையின் மிக முக்கியமான இரண்டாவது கட்டமான கல்வி, பயிற்சிக் காலம் என்றழைக்கப்படும் கட்டத்தில் நுழைகிறீர்கள். ஆபத்துகள் அதிகமுள்ளன. நீங்கள் கவனமாக இல்லாவிட்டால் பாதுகாப்பற்ற நிலைக்குப் பலியாவீர்கள். உணர்ச்சிச் சிக்கல்களில் சிக்கிக் கொள்வீர்கள். மேலும் உங்கள் சிந்தனை மோதல்கள் ஆளுமை பெறும். அச்சத்தையும், கற்பதில் குறைபாடு களையும் வளர்த்துக் கொண்டு, அதனை வாழ்நாள் முழுவதும் உங்களுடன் கொண்டு

செல்வீர்கள். காலம் கடப்பதற்கு முன்பு நீங்கள் பாடங்களைக் கற்று, கடந்த மற்றும் நிகழ்காலத்தின் மிகச்சிறந்த மேதைகள் போட்ட பாதையைப் பின் பற்றுங்கள். இதுவே ஒரு வகையான சீரிய பயிற்சி. இது அனைத்துத் துறையையும் கடந்து செல்லும்.

முதல் உருவ மாற்றம்

தமது வாழ்வின் தொடக்கத்திலேயே சார்லஸ் டார்வின் (1809-82) அவரது தந்தையின் ஆளுமை தம்மை பாதிப்பதை உணர்ந்தார். அவருடைய தந்தை வெற்றிகரமான மற்றும் செல்வந்தரான மருத்துவர். தன்னுடைய இரண்டு மகன்கள் மீதும் அதிக நம்பிக்கை கொண்டிருந்தார். ஆனால் அவரது இளைய மகன் சார்லஸ் அவருடைய எதிர்பார்ப்புகளை நிறைவேற்றுபவராகத் தெரியவில்லை. அவர் கிரேக்க, லத்தீன் மொழிகளிலோ அல்லது அல்ஜிபிராவிலோ அல்லது எதிலுமோ பள்ளியில் உண்மையில் சிறப்புப் பெறவில்லை. அவருக்கு முன்னேறுவதில் ஆசை இல்லை என்பதல்ல. உலகைப் பற்றிப் புத்தகங்கள் வழியாகக் கற்பதில் அவருக்கு ஆர்வமிருக்கவில்லை. அவருக்கு வெளியே சுற்றித் திரிந்து கற்பது பிடித்திருந்தது - அபூர்வ வகையான பூச்சிகளைக் காண்பது, பூக்களைச் சேகரிப்பது மற்றும் தாதுப்பொருட்களின் மாதிரிகளைத் திரட்டுவது. பறவைகளின் நடத்தையைக் கவனித்து, அவற்றினிடையே காணப்பட்டும் வேறுபாடுகளைக் குறித்து விரிவாகக் குறிப்பெடுப்பதில் பல மணிநேரம் செலவழிப்பார். இவற்றைக் கவனிப்பதில் திறமை பெற்றிருந்தார். ஆனால் இந்தப் பொழுதுபோக்குகள் அனைத்தும் சேர்ந்து ஒரு வேலையாகாதே. அவருக்கு வயதாக வயதாக அவர் தந்தை பொறுமையிழப்பதை அவரால் உணர முடிந்தது. ஒரு நாள் அவருடைய தந்தை கண்டித்ததை சார்லசால் மறக்கவே முடியாது. "நாய்களை வேட்டையாடுவதும், எலிகளைப் பிடிப்பதும் தவிர உனக்கு வேறெதிலும் அக்கறையில்லை. நீ உனக்கும், இந்தக் குடும்பத்திற்கும் ஒரு அவமானச் சின்னமாகத்தான் இருக்கப் போகிறாய்."

சார்லஸ்க்குப் பதினைந்து வயதானபோது அவருடைய தந்தை, அவருடைய வாழ்க்கையில் அதிகமாகப் பங்கேற்க முடிவெடுத்தார். அவரை எடின்பர்கிலுள்ள மருத்துவப் பள்ளிக்கு அனுப்பி வைத்தார். ஆனால் சார்லஸ்சுக்கு இரத்தத்தைப் பார்ப்பது கஷ்டமாக இருந்தது, அவர் அங்கிருந்து வெளியேறினார். அவருக்காக ஒரு வேலையைக் கண்டு பிடிப்பதில் உறுதியாக இருந்த அவரது தந்தை, எதிர்காலத்தில் நல்ல பதவியைப் பெற வாய்ப்புள்ள சர்ச் வேலையில் அமர்த்தினார். நல்ல ஊதியம் கிடைத்தது. அவருடைய விருப்பப்படி மாதிரிகளை சேகரிக்க நிறைய நேரமும் கிடைத்தது. இப்பதவிக்குத் தேவைப்பட்ட ஒரே ஒரு தகுதி, சிறந்த பல்கலைக்கழகத்திலிருந்து ஒரு பட்டம். அதற்காக சார்லஸ் கேம்ப்ரிட்ஜ்ஜில் சேர்ந்தார். அவருக்கு விருப்பமில்லாத முறையான கல்வியை மீண்டும் எதிர்கொள்ள வேண்டியிருந்தது. அவர் முடிந்தவரை முயன்றார். தாவரவியலில் அவருக்கு ஆர்வம் ஏற்பட்டது. அவருடைய ஆசிரியர் பேராசிரியர் ஹென்ஸ்லோவுடன் நல்ல நட்பு ஏற்பட்டது. அவர் முடிந்தவரை கடினமாக உழைத்தார். அவருடைய தந்தையின்

மனவருத்ததைப் போக்கி இளங்கலைப் பட்டத்தை மே மாதம் 1831ல் பெற்றார்.

தன்னுடைய பள்ளிக்கல்வி நிரந்தரமாக முடிந்தது என்ற எதிர் பார்ப்பில் சார்லஸ் கிராமப்புறங்களைக் காணப் பயணப் பட்டார். அங்கு வெளியுலகைக் காண்பதிலிருந்த பேரார்வத்தில், எதிர்காலத்தை அப்போதைக்கு மறந்திருக்க எண்ணினார்.

ஆகஸ்ட் மாதம் அவர் வீடு திரும்பியபோது பேராசிரியர் ஹென்சிலோவின் கடிதம் அவருக்காகக் காத்திருப்பதைக் கண்டு வியந்தார். சம்பளமில்லாத இயற்கையாளராக ***எச்.எம்.எஸ்.பீகல்*** கப்பலில், உலகைச் சுற்றிப் பல ஆண்டுகள் பயணம் செல்ல அவர் சிபாரிசு செய்திருந்தார். சில மாதங்களில் அது புறப்படுவதாக இருந்தது. பல கடற்கரைகளின் எல்லைகளை அளந்து கணக்கெடுப்பதும் உட்பட்டிருந்தது. சார்லஸ் வேலையின் ஒரு பகுதியாக, உயிர் வாழ் ஜீவராசிகளையும், தாதுப்பொருட்களின் மாதிரிகளையும் சேகரித்து இங்கிலாந்திற்குப் பரிசோதனைக்கு அனுப்ப வேண்டும். இளைஞன் சார்லஸ்சின் செடிகளை சேகரித்து அடையாளப் படுத்தும் குறிப்பிடத்தக்க திறன் ஹென்சிலோவின் மனதில் பதிந்து போயிருந்தது.

இந்த வாய்ப்பு சார்லசைக் குழப்பியது. அவர் அவ்வளவு தூரம் பயணம் செல்வது குறித்தோ இயற்கையாளராக வேலை செய்வதையோ நினைத்ததேயில்லை. அவர் இது குறித்துச் சிந்திப்பதற்கு நேரமிருக்க வில்லை. அதற்குள் அவரது தந்தை குறுக்கிட்டார். அவருக்கு, இவர் இந்த வாய்ப்பை ஏற்பதில் துளியும் விருப்பமில்லை. சார்லஸ், கடலில் சென்றதில்லை. அது அவருக்கு ஒத்து வராது. அவர் பயிற்சி பெற்ற விஞ்ஞானி அல்ல. அதனால் அது பற்றித் தெரியாது. அது மட்டுமல்ல, பல வருடங்கள் இந்தப் பயணத்தை மேற் கொண்டால், தந்தை அவருக்காக சர்ச்சில் வாங்கித் தந்துள்ள வேலைக்கு ஆபத்து வரலாமென்று நினைத்தார்.

அவருடைய தந்தை பிடிவாதமாகவும், கண்டிப்பாகவும் இருந்ததால் சார்லஸ்க்கு சம்மதிப்பதைத் தவிர வேறு வழியின்றி அந்த வாய்ப்பை நிராகரித்தார். ஆனால் தொடர்ந்த சில நாட்களில் இப்பயணத்தையும், அது எவ்வாறு இருக்குமென்பது பற்றியும் நினைத்தார். அவர் அதைப் பற்றி அதிகமாகக் கற்பனை செய்யச் செய்ய, அதில் விருப்பம் ஏற்பட்டது. ஒருவேளை, பாதுகாப்பான குழந்தைப் பருவத்திற்குப் பின் சாகசத்தின் கவர்ச்சியாக இருக்கலாம் அல்லது இயற்கையாளராகக் கிடைத்த வாய்ப்பை முயன்று பார்க்கக் கிடைத்த வாய்ப்பாகலாம், பூமியிலிருந்த கிட்டத்தட்ட அனைத்து உயிரினங்களையும் காண்பதற்கான சந்தர்ப்பம் அல்லது அடக்கியாளும் தந்தையிடமிருந்து தப்பித்துத் தன் சொந்த வழியைக் காண வேண்டிய தேவையாகலாம், எது காரணமோ, அவர் விரைவிலேயே மனம் மாறி அந்த வேலையை ஏற்க

விரும்பினார். அவருடைய மாமாவின் உதவியால், தந்தை மனமில்லாத போதும் சம்மதித்தார். கப்பல் புறப்படும் நேரத்தில் சார்லஸ், ***பீகல்*** கப்பல் தலைவன் ராபர்ட் பிட்ஸ்ராய்க்கு எழுதினார், “என்னுடைய இரண்டாம் வாழ்வு தொடங்கப் போகிறது. இதுவே இனியுள்ள வாழ்வின் என் பிறந்த நாளாக இருக்கும்.”

அவ்வருடம், டிசம்பர் மாதத்தில் கப்பல் புறப்பட்டது, அந்தக் கணமே இளைஞன் டார்வின் தன் முடிவை எண்ணி வருந்தினார். படகு சின்னதானதால் அலைகளில் பலமாக ஆடியது. அவர் கடல் நோயால் தொடர்ந்து அவதிப்பட்டு, உணவு கூடப் பிடிக்காது துன்பப்பட்டார். தன் குடும்பத்தினரை நீண்டகாலம் காணமுடியாது என்ற எண்ணம் வேதனையளித்தது. மேலும் பல வருடங்கள், அறிமுகமில்லாத இவ்வளவு பேருடன் காலத்தைச் செலவழிக்க வேண்டுமே என்று எண்ணினார். இதயம் வேகமாக அடிக்க, தாம் மிக ஆபத்தான உடல்நிலையில் இருப்பதாக எண்ணினார். மாலுமிகள் அவர் கடல் வாழ்விற்கு லாயக்கற்றவர் என்பதை உணர்ந்து விநோதமாகப் பார்த்தனர். கப்பல் தலைவன் பிட்ஸ்ராய் நிலையில்லாத மனநிலை கொண்டவன். அல்ப விஷயங்களுக்காகக் கோபப்பட்டான். மதவெறி கொண்டவனாக பைபிளில் கூறப்பட்ட உண்மைகளை வார்த்தைக்கு வார்த்தை நம்பினான். அவன், டார்வினிடம் தென் அமெரிக்காவில் பைபிளில் கூறியுள்ளபடி வெள்ளம் வந்ததற்கும் உயிர்களைப் படைத்தமைக்கும், சான்று கண்டு பிடிக்கவேண்டியது டார்வினின் கடமை என்றான். தந்தை சொன்னதற்கு மாறாகச் செய்த, தான் முட்டாள் என்று உணர்ந்தார். தனிமையும் வாட்டிற்று. எப்படி இந்த அடைபட்ட வாழ்க்கையை மாதக்கணக்கில் பொறுத்துக் கொள்வது. அரைப் பைத்தியம் போலிருக்கும் கேப்டனுடன் நெருங்கி வாழ்வது எப்படி?

சில வாரப் பயணத்திற்குப் பின், விரக்தியான உணர்வினால் ஒரு வழிமுறையைத் தீர்மானித்தார். வீட்டில் எப்போதெல்லாம் இது போன்ற உள்குழப்பம் ஏற்பட்டதோ, அப்போது வெளியே சென்று, சுற்றிலுமுள்ள உயிர்களைக் கவனித்துப் பார்ப்பது. அவரை அமைதிப் படுத்தியது, இவ்வழியில் அவர் தன்னையே மறந்தார். இது தான் இப்போது அவருடைய உலகம். இந்தக் கப்பலின் மேலேயிலிருந்து வாழ்க்கையைக் கவனிப்பார். பலவகையான மாலுமிகளின் பண்புகள் மற்றும் தலைவனையும், பட்டாம்பூச்சியின் வண்ணக் கோடுகளை குறிப்பு எடுப்பதைப் போலக் காண்பார். யாருமே உணவைக் குறித்தோ அல்லது காலநிலையையோ அல்லது செய்ய வேண்டிய வேலைகளைப் பற்றியோ முணுமுணுக்கவில்லை. விருப்பு வெறுப்பற்ற தன்மையை அவர்கள் மதித்தார்கள். அவரும் அது போன்ற மனப்பான்மையை ஏற்றுக்கொள்ள முயல்வார். பிட்ஸ்ராய்க்குச் சிறிது அச்சவுணர்வு இருப்பதாகத் தோன்றியது. எப்போதும் தன்

உண்மைத் தன்மைக்குக் கீழ்ப்படியுங்கள்: இலட்சிய பயிற்சி | 33

அதிகாரம் மற்றும் கப்பல் படையிலிருந்த உயர் பதவி குறித்து உறுதிப்படுத்திக் கொண்டேயிருந்தான். டார்வின் அதனைத் தடையின்றி அளித்தார். மெல்ல அவர் அன்றாட வாழ்க்கை முறைக்கு மாறினார். மாலுமிகளின் சில செய்கைகளைக் கூட கற்றுக் கொண்டார். இவையெல்லாம் அவரைத் தனிமையிலிருந்து திசை திருப்பியது.

பல மாதங்களுக்குப் பிறகு, ***பீகல்*** பிரேசிலை அடைந்தது. இப்பயணத்தை ஏன் இவ்வளவு விரும்பினாரென்று, இப்போது டார்வினுக்குப் புரிந்தது. மரம், செடி கொடிகள் மற்றும் வனவிலங்குகளும் நிறைந்து இயற்கையாளரின் சொர்க்கமாக, டார்வினை மயங்கச் செய்தது. அவர் இங்கிலாந்தில் கவனித்ததைப் போன்றோ, சேகரித்தவற்றைப் போலவோ எதுவுமேயில்லை. ஒரு நாள் அவர் காட்டு வழியே நடந்தபோது, ஒரு பக்கமாக ஒதுங்கி நின்று இதுவரை கண்டிராத விநோதமான, கொடூரமான காட்சியைக் கண்டார். கறுப்பு எறும்புகள் படையாகச் சென்று கொண்டிருந்தன; அவற்றின் நீண்ட வரிசை சுமார் நூறு கெஜ நீளமிருந்தது. பாதையிலிருந்த உயிரிகளை அழித்துக் கொண்டிருந்தன. காட்டில், திரும்பிய பக்கமெல்லாம் உயிரினங்கள் உயிர் வாழ்வதற்கான கடும் போட்டியை ஏதேனும் வகையில் எடுத்துக் காட்டுவதைக் கண்டார். உயிரினங்கள் அளவு மிகுந்திருப்பதையும் கண்டார். அவருடைய வேலையில் அவரும் சிக்கலை எதிர்கொள்வதை உணர்ந்தார். அவர் பிடித்த அனைத்துப் பறவைகள், பட்டாம்பூச்சிகள், நண்டுகள், எட்டுக்கால் பூச்சிகள் வழக்கத்திற்கு மாறானவையாக இருந்தன. அவரது வேலையின் ஒரு பகுதி நிறைவாகத் தேர்வு செய்து அனுப்புவது, ஆனால் எது தகுதியானதென்று வேறுபடுத்தி எவ்வாறு சேகரிப்பது?

அவர் தன் அறிவை வளர்த்துக்கொள்ள வேண்டும். நடந்து செல்லும் போது அவர் பார்வையில் படும் அனைத்தையும் படிப்பதற்கு கணக்கற்ற மணிநேரம் செலவழிப்பது மட்டுமில்லாது அது குறித்து விரிவாகக் குறிப்புகள் எடுக்க வேண்டும். மேலும் அனைத்து விவரங்களையும் முறைப்படுத்தி, பட்டியல் தயாரிக்க வேண்டும். அனைத்தையும் ஒழுங்கு படுத்த வேண்டும். இது இமாலய வேலைதான். ஆனால் பள்ளி வேலையைப் போல் அல்லாது, இது அவரைப் பரவசப்படுத்தியது. இவை உயிருள்ளவை, புத்தகங்களில் உள்ளது போன்று தெளிவற்ற எண்ணங்கள் அன்று.

கப்பல், கடற்கரையை ஒட்டி, தெற்கு நோக்கிச் சென்றபோது அவை தென் அமெரிக்காவின் உள்பிரதேசங்கள் என்று டார்வின் புரிந்து கொண்டது மட்டுமல்ல, அப்பகுதிகளை இதுவரை எந்த இயற்கையாளரும் ஆராயவில்லை என்றும் உணர்ந்தார். அவரால் காண முடிந்த உயிர்வகைகள் அனைத்தையும் கண்டு விட வேண்டுமென்று உறுதிபூண்டு, அவர் அர்ஜென்டினாவிலுள்ள பாம்பாஸ்க்கு பலமுறை மலையேறிச்

சென்றார். அவருடன் கௌசோஸ் எனும் குதிரையாட்கள் உடன் சென்றனர். பல வகையான விலங்கு மற்றும் பூச்சிகளின் மாதிரி வகைகளைச் சேகரித்தார். கப்பலில் பயன்படுத்திய அதே முறையில், கௌசோசையும் அவர்களது வழிகளையும் கவனித்து அவர்களது பண்பாட்டினோடு தன்னை இணைத்துக் கொண்டார். இந்தப் பயணத்திலும், பிறபோக்குகளிலும், கொள்ளையடிக்கும் இந்தியர்களையும், விஷப்பூச்சிகளையும், புலிபோல காட்டில் பதுங்கும் ஜாகுவார்களையும் தைரியமாகக் கடந்து முன்னே சென்றார். சாகசம் பற்றி நினைக்காமலேயே அதன் சுவையை வளர்த்துக் கொண்டிருந்தார். அவரது குடும்பத்தாரும் மற்றும் நண்பர்களும் கண்டிருந்தால் அதிர்ந்து போயிருப்பார்கள்.

ஒரு வருடப் பயணத்திற்குப் பின்னர் தெற்கு ப்யூனாஸ் ஏர்ரிஸ்க்கு சுமார் 400 மைல்களுக்கு அப்பாலிருந்த கடற்கரையில் டார்வின் கண்டுபிடித்த ஒன்று, அவரது மனதை இனிவரக் கூடிய பல ஆண்டுகளுக்குச் சிந்திக்க வைத்தது. பாறைகளுக்கிடையில் வெள்ளைக் கோடுகளுடனிருந்த மலை உச்சியைக் கண்டார். அவை பெரியதாக, எலும்புகளின் வகை போலிருந்தன. அவர் பாறையை வெட்டி எறியத் தொடங்கினார். எஞ்சியிருந்த எலும்புகளை ராவி எவ்வளவு வெளியில் கொண்டு வர முடியுமோ கொண்டு வந்தார். அவற்றின் அளவும், வகையும் அவர் இதற்கு முன்பு பார்த்திராதவை-இராட்சச வன விலங்கான ஆர்மடில்லாவின் கொம்புகள், மறைந்து போன பெரிய யானை வகை-மாஸ்டோனின் பெரிய பற்கள் மற்றும் மிகவும் வியப்பளித்த குதிரையின் பல். ஸ்பானிஷ்காரர்களும், போர்த்துகீசியர்களும் தென் அமெரிக்காவிற்கு முதலில் வந்த போது, அங்கு குதிரைகளையே காணவில்லை. எனினும் இந்தப் பல் ஓரளவு பழைமையானது. எனவே, அவர்களது வருகையின் காலம் முன்னோக்கிச் சென்றது. இவ்வினம் வெகு காலத்திற்கு முன்பே இறந்து போனதோ என்று அவர் அதிசயித்தார். உயிர்கள் அனைத்தும் ஒரே நேரத்தில் படைக்கப்பட்டன அதுவும் நிரந்தரமாக என்ற கருத்து பொருந்தக் கூடியதாக இல்லை. மிக முக்கியமாக எப்படி இத்தனை வகையான இனங்கள் மரபற்றுப் போகும்? பூமியில் உயிர்கள் எப்போதும் மாறிக்கொண்டே வளர்ச்சியடைந்து கொண்டிருக்கின்றனவா?

சில மாதங்களுக்குப் பிறகு அவர் உயரமான ஆண்டிஸ் மலை மீது ஏறிக் கொண்டிருந்தார். அபூர்வமான புவியியல் மாதிரிகளை அனுப்புவதற்காகத் தேடிக்கொண்டிருந்தார். 12,000 அடி உயரத்தில் அவர் புதைந்து போன கடல் சிப்பிகள், கடல் பாறைகளின் குவியல்களைக் கண்டுபிடித்தார். அவ்வளவு உயரத்தில் அது அதிசயக் கண்டுபிடிப்பு. அவற்றையும், சுற்றியிருந்த செடி, கொடிகளையும் அவர் பரிசோதித்த போது, இம்மலைகள் ஒரு காலத்தில் அட்லாண்டிக் மகா சமுத்திரத்தில்

இருந்திருக்குமென்று நினைத்தார். ஆயிரமாயிரம் ஆண்டுகளுக்கு முன்பு தொடர் எரிமலைகள் இவற்றை உயர உயரச் செய்திருக்க வேண்டும். பைபிளில் உள்ள கதைகளுக்கு ஞாபகச் சின்னங்களைத் தேடுவதற்குப் பதிலாக அவர் அதிர்ச்சி தரும் வித்தியாசமான ஒன்றிற்கான ஆதாரங்களை கண்டு பிடித்துக் கொண்டிருந்தார்.

பயணம் செல்லச் செல்ல டார்வின் தனக்கு ஏற்பட்டுள்ள வெளிப்படையான மாற்றங்களைக் கவனித்தார். எந்தவிதமான வேலையும் அவருக்குச் சலிப்பாக இருந்தது. ஆனால் இப்போது அவரால் நாள் முழுவதும் வேலை செய்ய முடிந்தது. உண்மையில் படிக்கவும் பரிசோதிக்கவும் அதிகமிருந்ததால் பயணத்தில் ஒரு நிமிடம் கூட வீணாவதை அவர் வெறுத்தார். தென் அமெரிக்காவின் தாவரங்கள் மற்றும் விலங்குகளைக் குறித்த நம்பவியலாதவற்றைக் காணத் தம் கண்களைப் பழக்கப்படுத்திக் கொண்டிருந்தார். அந்த இடத்தைச் சார்ந்த பறவைகளை அவற்றின் பாடல்களால் அவரால் இனம் காண முடிந்தது. அவற்றின் முட்டைகளிலிருந்த அடையாளக் குறிகள் பறப்பதற்கு அவை எழுப்பிய தன்மை போன்ற தகவல்கள் அனைத்தையும் பட்டியலிட்டு, திறமையாக ஒழுங்குபடுத்த அவரால் முடிந்தது. மிக முக்கியமாக, அவர் சிந்திக்கும் முறையே முழுமையாக மாறிவிட்டது. அவர் எதையாவது கவனிப்பார்; படிப்பார்; பின்பு அது குறித்து எழுதுவார். பின்னர் அதை மேலும் கவனித்துக் கோட்பாடாக்கினார். கோட்பாடுகளும், கவனிப்பும் ஒன்றை ஒன்று சார்ந்து அமைந்தன. பல கோணத்தில், முழு விவரத்துடன் அவர் கண்டு கொண்டிருந்த உலகைக் காட்டினார். எங்கிருந்து என்று இல்லாமல் எண்ணங்கள் முளைத்தெழுந்தன.

செப்டம்பர் 1835-ல் ***பீகல்*** தென் அமெரிக்காவின் பசிபிக் கடற் கரையை விட்டு வீடு நோக்கி மேற்கே சென்றது. அவர்களது முதல் நிறுத்தம், களாப்போகோஸ் என்றழைக்கப்பட்ட யாருமே குடியில்லாத தீவுகளின் கூட்டம். இத்தீவுகள் வனவிலங்குகளுக்குப் பெயர் பெற்றது. ஆனால் டார்வின் அங்கு கண்டவற்றிற்கு எதுவுமே அவரைத் தயார்படுத்தியிருக்கவில்லை. தலைவன் பிட்ஸ்ராய் ஒரு தீவைக் காண்பதற்கு அவருக்கு ஒரு வாரமளித்தான், அதன்பிறகு அவர்கள் பயணத்தைத் தொடர்வார்கள். அந்தத் தீவில் கால் வைத்த கணம் முதல் அங்கு ஏதோ ஒன்று வித்தியாசமாக இருப்பதை உணர்ந்தார். அந்தச் சிறிய துண்டு நிலம் உயிர்களால் நிறைந்திருந்தது. அது போல வேறெங்குமில்லை. ஆயிரக்கணக்கில் கறுப்பு கடல்வாழ் ஓணான்கள் அவரைச் சுற்றிலும் மொய்த்தன. கடற்கரையிலும், ஆழமில்லாத நீரிலும் 500 பவுண்டு ஆமைகள் இடத்தை அடைத்துக்கொண்டிருந்தன. சீல்கள் (Seals) பென்குவின்கள் மற்றும் பறக்காத கடற்பறவைகள், குளிர்ச்சியான நீர்வாழ் உயிரினங்கள் அனைத்தும், வெட்பமான நிலத்தை இருப்பிடமாகக் கொண்டிருந்தன.

வாரமுடிவில், அவர் இருபத்து ஆறு தனித்தன்மையுடைய நிலப் பறவைகளின் இனத்தை அந்த ஒரு தீவில் மட்டுமே கண்டார். அவருடைய ஜாடிகள் மிக வித்தியாசமான செடிகள், பாம்புகள், பல்லிகள், மீன் மற்றும் பூச்சிகள், வண்டுகளால் நிறைந்தன. **பீகலுக்குத்** திரும்பியதும், அவர் சேகரித்த குறிப்பிடத்தக்க எண்ணிக்கையிலான மாதிரிகளை, பட்டியலிடவும், வகைப்படுத்தவும் தொடங்கினார். அவை அனைத்துமே முற்றிலும் புது வகையாக இருந்ததைக் கண்டு அவர் ஆச்சரியப்பட்டார். அதற்குப்பின் குறிப்பிடத்தக்க கண்டுபிடிப்பை அவர் செய்தார். சுமார் ஐம்பது மைல்கள் தூரத்தில் அமைந்திருந்த போதிலும் தீவுக்குத் தீவு ஆமைகளின் கூடுகள் மாறுபட்ட அடையாளங்களைக் கொண்டிருந்தன. சிறிய பறவைகள் ஒவ்வொன்றும் குறிப்பிட்ட தீவில் கிடைத்த உணவு முறைக்கு ஏற்ப வேறு வேறு வகையான மூக்குகளைக் கொண்டிருந்தன.

இந்த நான்காண்டுப் பயணத்தில் அவர் கவனித்தறிந்தவை, சட்டென்று அவருக்குள்ளே ஆழமாக அவரது சிந்தனையைத் தெளிவுபடுத்தி அடிப்படையான கோட்பாடு ஒன்றினை அவர் மனதில் உருவாக்கியது. இந்தத் தீவுகள் எரிமலை வெடிப்புகளால், நீரிலிருந்து மேலே உயர்ந்துள்ளன. ஆண்டிசைப் போலவே என்று சிந்தித்தார். தொடக்கத்தில் இவற்றில் உயிர்கள் எதுவும் காணப்படவில்லை. மெல்லப் பறவைகள் வரத் தொடங்கின. அவை வித்துக்களை விட்டுச்சென்றன. கடல் வழியாகப் பல வகையான விலங்குகள் வந்தடைந்தன-பல்லிகள் அல்லது பூச்சிகள் மரத்துண்டுகள் மீதமர்ந்து மிதந்து வந்தன; கடல் வாழ் ஆமைகளாக இருந்தவை நீந்தி வந்தடைந்தன. ஆயிரமாயிரமாண்டுகளில், ஒவ்வோர் உயிரினமும் அங்கு கிடைத்த உணவு, அவற்றை எதிர்த்த எதிரிகளுக்கு ஏற்ப உருவத்தையும், தோற்றத்தையும் மாற்றிக் கொண்டன. டார்வின் அர்ஜென்டினாவில் தோண்டி எடுத்த இராட்சச ஜீவிகளின் மிச்சங்களைப் போல, மாற்றத்தை ஏற்க முடியாத விலங்குகள் அழிந்து போயின. அது வாழ்வதற்கான இரக்கமற்ற போராட்டம். உயிர் வாழ்க்கை, இத்தீவுகளில் ஒரே நேரத்தில் ஏதோ தெய்வத்தால் படைக்கப்படவில்லை. இங்குள்ள உயிர்கள் மெல்ல இப்போதைய உருவத்திற்கு மாறியுள்ளன. இத்தீவுகள் மொத்த பூமியின் சிறிய அடையாளமாகும்.

வீடு திரும்பும் பயணத்தின்போது டார்வின் புரட்சி ஏற்படுத்தக்கூடிய இந்தக் கோட்பாட்டை மேலும் உருவேற்றினார். இக்கோட்பாட்டை நிரூபிப்பதே இனி அவரது வாழ்க்கையின் வேலையாக இருக்கும்.

ஒரு வழியாக அக்டோபர் 1836-ல் *பீகல்* இங்கிலாந்திற்கு ஏறக்குறைய ஐந்தாண்டு கடல் பயணத்திற்குப் பின் திரும்பியது. டார்வின் வீடு

நோக்கி விரைந்தார். அவரது தந்தை முதலில் அவரைப் பார்த்த போது அதிசயித்துப் போனார். உடல் ரீதியாக அவர் மாறியிருந்தார். அவரது தலை பெரிதாகத் தோன்றியது. அவரது மொத்த பாவனையுமே வித்தியாசமாக இருந்தது. அவரது கண்கள் கூர்மையாகவும், குறிக்கோள் நிறைந்ததாகவும் தெரிந்தன. சில ஆண்டுகளுக்கு முன்பாக கடலுக்குச் சென்ற, எதையோ பறிகொடுத்ததைப் போன்றிருந்த இளைஞன் முற்றிலும் மாறான தோற்றம் கொண்டிருந்தான். அது அவருடைய மகனை உடலிலும், ஆன்மாவிலும் மாறுதலடையச் செய்த பயணம்.

நிபுணத்துவத்திற்கான வழிகள்

தன்னையே வெல்லும் நிபுணத்துவத்தைத் தவிர, ஒருவர்க்குச் சிறிய அல்லது பெரிய நிபுணத்துவமிருக்க முடியாது.

-லியோனார்டோ டாவின்சி

கடந்த மற்றும் நிகழ்காலத்தின் மிகச் சிறந்த மேதைகளின் கதைகளில், நம்மால் நிச்சயமாக அவர்களது வாழ்க்கையில் ஒரு கட்டம் - அவர்களது எதிர்கால சக்தி முழுவதும் பட்டாம்பூச்சியைப் போன்று வளர்ச்சி நிலையில் இருந்ததைக் காணமுடியும். அவர்களது வாழ்க்கையில் இந்தப் பகுதி பெரிதும் உள்நோக்கிச் செய்யப்படும் பயிற்சியாகும். இது ஐந்து முதல் பத்தாண்டுகளுக்குச் செல்லலாம். சாதனைகள் அல்லது கண்டு பிடிப்புகள் குறித்த கதைகள் இல்லை. பலநேரங்களில் அவர்களது பயிற்சிக் கட்டத்தில், இவ்வகையினர் மற்றவர்களிடமிருந்து தனித்துவம் பெற்றவர்களாக இல்லை. எனினும் உள்ளுக்குள்ளே அவர்களுடைய மனம் நம்மால் காணமுடியாத வழிகளில் உருமாறிக் கொண்டிருக்கிறது. எதிர்கால வெற்றிக்கான விதைகளைப் பெற்றுள்ளது.

நிபுணர்கள் தங்களது வழியை இக்கட்டத்தில் அறிவது பெரிதும் உட்குரலைப் புரிந்து, எது அவர்களது வளர்ச்சிக்கு முக்கியமானது மற்றும் தேவையானது என்று உணர்வதாகும். அவர்கள் செய்ததில் சரியானவற்றைப் படிப்பது மூலம் நாம் விலை மதிப்பற்ற பாடங்களைக் கற்கலாம். உண்மையில் அவர்களது வாழ்க்கையை நன்கு பரிசோதித்தால் நிபுணத்துவத்திற்கான லட்சியப் பயிற்சியைப் பல துறைகளைக் கடந்து ஒரே பாணியில் அமைத்துக் கொண்டது தெரிகிறது. இப்பாணியைப் புரிந்து கொள்ள, நமக்கான வழிகளில் பின் தொடர, பயிற்சி பெறுவதற்கான தேவை மற்றும் அந்த எண்ணத்தைக் குறித்து ஏதாவது நமக்குப் புரிந்திருக்க வேண்டும்.

குழந்தைப் பருவத்தில் பண்பாட்டை மனதில் பதிய வைக்க விலங்குகளை விடவும், மற்றொருவரை அதிக காலம்

சார்ந்திருக்கிறோம். இக்காலத்தில் நாம் மொழி, எழுத, கணக்கு மற்றும் காரண காரியங்களை அறிவதற்கான திறன்கள், தவிர மேலும் சிலவற்றையும் கற்கிறோம். இவற்றில் பெரும்பாலானவை பெற்றோர்கள் மற்றும் ஆசிரியர்களின் அன்பான வழிகாட்டுதலிலேயே நிகழ்கிறது. நமக்குச் சற்று வயதானவுடன் புத்தக வழி கற்றலுக்கு அதிக முக்கியத்துவம் தரப்படுகிறது. பல விஷயங்களைக் கவனித்து எவ்வளவு தகவல் பெற இயலுமோ அவ்வளவு பெறப்படுகிறது. இவற்றின் வரலாறு, அறிவியல் அல்லது இலக்கிய அறிவு மனத்தளவிலேயே உள்ளது. கற்கும் முறை பெரிதும் அப்படியே ஏற்பதாக உள்ளது. இப்போக்கின் முடிவில் (சாதாரணமாக பதினெட்டிலிருந்து இருபத்து ஐந்து வயது வரை) உணர்வற்ற, குரூரமான, வேலைக்கான உலகிற்குத் தள்ளப்பட்டு, நம்மை நாமே பாதுகாத்துத் கொள்ள வேண்டியுள்ளது.

பிறரைச் சார்ந்திருக்கும் இளமைப்பருவத்திலிருந்து வெளிவந்து முழுவதும் சுதந்திரமான கட்டத்திற்கான மாற்றத்திற்கு வருவதைக் கையாளுவதற்கு உண்மையில் நாம் தயாராக இல்லை. நூல்கள் அல்லது ஆசிரியர்களிடமிருந்து கற்கும் பழக்கத்தை நாம் எப்போதும் கூட எடுத்துச் செல்லும் பழக்கம் கொண்டுள்ளோம். இது அடுத்து நம்மை நோக்கி வரும் கட்டத்திற்குச் சிறிதும் பொருத்தமில்லாதது. நாம் சமுதாயத்திற்குப் புதிதாகவும் மற்றும் மனிதர்கள் விளையாடும் அரசியல் விளையாட்டுக் களுக்கு தயாராகாமலும் உள்ளோம். இன்னும் நம் அடையாளத்தைக் குறித்து நிச்சயமில்லாது, வேலை பார்க்குமிடத்தில் கவனத்தைப் பெறுவதும் மற்றும் நண்பர்களைப் பெறுவதுமே முக்கியமென்று எண்ணுகிறோம். இத்தவறான எண்ணங்கள், வெகுளித்தனம் எல்லாம், உண்மையான உலகின் வெளிச்சத்தில் கொடூரமாக வெளிப்படுகின்றன.

காலப் போக்கில் நாம் இணையும் போது, நமது வழியைக் காண முடியும். ஆனால் நாம் மிக அதிகமான தவறுகளை செய்தால், நமக்கு நாமே எண்ணற்ற பிரச்சினைகளை உருவாக்கிக்கொள்கிறோம். உணர்ச்சி மிக்க போராட்டங்களில் சிக்கி, நாம் அதிக நேரத்தைச் செலவழிக்கிறோம். விலகி, நின்று எண்ணிப்பார்த்து, அனுபவத்திலிருந்து கற்றுக் கொள்வதில்லை. பயிற்சியின் இயல்பே, அதைத் தனியொருவனோ அல்லது ஒருத்தியோ அவரவர் வழியில் பெறவேண்டும். பிறர் காட்டும் வழியையோ அல்லது புத்தகத்திலுள்ள அறிவுரையையோ அப்படியே ஏற்பது நம்மைத் ***தோல்வியடையச்*** செய்யும். வாழ்க்கையின் இந்த கட்டத்தில்தான் நாம் முடிவாக நம்முடைய சுதந்திரத்தை அறிவித்து, நாம் யாரென்று நிலை நிறுத்திக்கொள்கிறோம். ஆனால் வாழ்க்கையின் இந்த இரண்டாவது கல்விக்கு, நம் எதிர்கால வெற்றிக்கு மிக முக்கியமான, சில சக்தி வாய்ந்த, பாடங்களை நாம் அனைவருக்கும் பயனுள்ளதை, பொதுவான தவறுகளிலிருந்து நம்முடைய விலைமதிப்பற்ற நேரத்தைச் சேமிக்கும் பாடங்களைப் பெற வேண்டும்.

இப்பாடங்கள் அனைத்துத் துறைகளையும் மற்றும் வரலாற்றுக் காலத்தையும் தாண்டிச் செல்கிறது. ஏனெனில் அவை அடிப்படையான மனித மனோதத்துவத்துடன் தொடர்பு கொண்டது. மேலும் அறிவு எவ்வாறு வேலை செய்கிறது என்பதோடும் தொடர்புடையது. அவற்றை ஒரு முக்கிய பயிற்சிக் ***கொள்கையாக*** உருவாக்க மூன்று நெகிழ்வான போக்குகளைப் பயன்படுத்தலாம்.

இக்கொள்கை எளிமையானது. அதை உங்கள் மனதில் ஆழமாகப் பதியவைத்துக் கொள்ள வேண்டும். பயிற்சியின் நோக்கம், பணம், நல்ல பதவி, பட்டம் அல்லது சான்றிதழ் அல்ல. அதைவிட உங்கள் மனம் ***மற்றும்*** பண்பு மாற்றமே நிபுணத்துவம் பெறுவதற்கான வழியில் முதல் மாற்றம். நீங்கள் ஒரு தொழிலில் நுழையும் போது நீங்கள் வெளிமனிதர் தான். நீங்கள் வெகுளியாகவும், அந்தப் புதிய உலகைக் குறித்து முற்றிலும் தவறான எண்ணங்களுடனும் இருப்பீர்கள். உங்கள் மனம் முழுக்கக் கனவுகள், எதிர்காலத்தைக் குறித்த விநோதக் கற்பனைகள். உலகைப் பற்றிய உங்களது அறிவு, உங்களைச் சார்ந்ததாக, உணர்ச்சிகளின் அடிப்படையில், பாதுகாப்பாற்று மற்றும் வரையறுக்கப்பட்ட அனுபவத்துடன் அமைந்துள்ளது, மெல்ல நீங்கள் யாதார்த்தத்தைப் புரிந்து கொள்வீர்கள், உணர்ச்சியில் காணாத அறிவாலும் திறன்களாலும் பிரதிநிதித்துவம் கொண்ட மனிதர்களை வெற்றியடையச் செய்யும் விமர்சனங்களை ஏற்பது, போன்றவற்றைக் கற்பீர்கள். இவ்வழியில், பொறுமையற்ற, சிதறிய சிந்தனை கொண்ட நீங்கள் ஒழுக்கம், மேற்கொண்டு கவன முடையவராக, கடினமானதையும் கையாளக்கூடிய மனம் கொண்டவராக மாறுவீர்கள். முடிவில் உங்களையும், உங்களது பலவீனங்களையும் வென்று விடுவீர்கள்.

இதற்கு எளிதான விளைவுண்டு. கற்பதற்குச் சிறந்த வாய்ப்புகளுள்ள வேலையிடங்கள் மற்றும் பதவிகளை நீங்கள் தேர்வு செய்ய வேண்டும். செயல் முறை அறிவே அடிப்படையில் விலை போகப் கூடிய பொருள். இதுவே வரக் கூடிய காலத்தில் உங்களுக்கு லாபத்தைத் தரும். இது கற்பதற்கான வாய்ப்புகள் குறைவாகவுள்ள, அதிகச் சம்பள உயர்வு அளிக்கக்கூடிய பதவியை விடச் சிறந்தது. இதன் பொருள் நீங்கள் சவால்களை நோக்கிச் செல்கிறீர்கள், அது உங்களை உறுதியாக்கி முன்னேறச் செய்யும், உங்களது செயலாக்கம் குறித்துச் சிறந்த சார்பற்ற அறிவைப் பெறமுடியும். சுகமாகவும் மற்றும் எளிதாகவுமுள்ள பயிற்சியை (apprenticeship) நீங்கள் தேர்வு செய்யக் கூடாது.

இதில் நீங்கள் சார்லஸ் டார்வினைப் பின்பற்ற வேண்டும். நீங்கள் சுதந்திரத்துடன் உங்கள் எதிர்காலத்தை உருவாக்கும் பயணத்தை மேற்கொண்டுள்ளீர்கள். இது இளமையும், சாகசமும் நிறைந்த காலம், உலகைத் திறந்த மனத்துடன் அணுகி ஆராயுங்கள். புதிய திறன் அல்லது

உங்களது தொழில் பாதையை மாற்றும் போதெல்லாம் இந்த இளமை, சாகச வாழ்க்கைப் பகுதியுடன் மீண்டும் தொடர்பு ஏற்படுத்திக் கொள்ளுங்கள். டார்வின் தேவையானதைச் சேகரித்து, புதிய ஆய்வுகளில் நேரத்தைச் செலவிடாது படிப்பதோடு நிறுத்திக் கொண்டிருக்கலாம். அப்போது அவர் மிகச்சிறந்த பெயர் சொல்லும் விஞ்ஞானியாகியிருக்க முடியாது, இன்னொரு சேகரிப்பாளராகவே இருந்திருப்பார். ஆபத்தையும் துன்பத்தையும் அவரது வளர்ச்சிக்கான அளவுகோலாகக் கொண்டார். நீங்களும் உங்களது பயிற்சியை இத்தகைய உணர்வுடன் அமைத்துக் கொண்டால், உங்களை மாற்றிக் கொள்ள முடியும். இல்லையெனில் பத்தோடு பதினோராவது ஆளாக வேலை உலகில் இருப்பீர்கள்!.

பயிற்சிக் கட்டம் – மூன்று நிலைகள் அல்லது முறைகள்

உங்களது தேர்வுகள் குறித்து வழிப்படுத்தும், இதுவரை சொன்ன **கொள்கைப்** படி, நீங்கள் மூன்று முக்கிய படிகளை உங்களது பயிற்சிக் காலத்தில் எண்ண வேண்டும். அவை ஒன்றுடன் ஒன்று இணைந்து வருவன. அவை: *ஆழமாகக் கூர்ந்து கவனித்தல் (செயலற்ற நிலை) திறன்களைப் பெறுதல் (பழகு நிலை) மற்றும் பரிசோதனை (செயல்படு நிலை).* பயிற்சி பல மாறுபட்ட உருவத்தில் வரலாம். ஒரே இடத்தில் பலகாலமாக நிகழலாம், பலதரப்பட்ட திறன்களின் கூட்டாக அமையலாம்.

முதல் நிலை: ஆழமாகக் கூர்ந்து கவனித்தல் – செயலற்ற நிலை

நீங்கள் புதிய தொழில் அல்லது சூழலில் நுழையும்போது, அவற்றுக்கெனத் தனி விதிமுறைகள், செயல்திட்டம் மற்றும் சமுதாய மதிப்புள்ளது. பல நூற்றாண்டுகளாக மக்கள் ஒரு துறையில் செயல் படுவது எவ்வாறு என்பது குறித்த அறிவைத் திரட்டியுள்ளனர். ஒவ்வொரு தலைமுறையும் இதை மேலும் சிறப்பாக்கியுள்ளது. ஒவ்வொரு வேலை இடத்திற்கும் அதற்கெனக் கட்டுப்பாடுகள், எவ்வாறு நடந்து கொள்ள வேண்டுமென்பது குறித்த விதிகள் மற்றும் வேலைக்கான தரம் நிச்சயிக்கப்பட்டுள்ளது. மேலும் தனிமனிதர்களுக்கிடையிலான அதிகார உறவு நிலையும் பலதரப்பட்டது. இவையனைத்தும் உங்களது தனிப்பட்ட தேவைகள் மற்றும் விருப்பங்களைக் கடந்து நிற்கும் யதார்த்தம். எனவே இவ்வுலகில் நுழைந்ததும் அதைக் **கூர்ந்து** கவனித்து, யதார்த்தத்தைக் **கிரகித்துக்** கொள்வதே உங்களது வேலை.

பயிற்சியின் தொடக்க காலத்தில் நீங்கள் செய்யக்கூடிய பெருந்தவறு, மற்றவர் கவனத்தைப் பெறுவது, உங்களைப் பற்றிய நல்லெண்ணத்தை மனிதர்களிடம் ஏற்படுத்துவது, மற்றும் உங்களது திறமையை நிரூபிப்பது என்று கற்பனை செய்து கொள்வதே. இவ்வெண்ணங்கள் உங்கள் மனதில் முதலிடம் பெற்று, யதார்த்தத்திலிருந்து உங்களைத் தள்ளிவிடும்.

உங்களுக்குக் கிடைக்கும் கவனம் மாயமானது. அது உங்களது திறன்கள் அல்லது வேறெந்த உண்மையின் அடிப்படையிலும் அமையவில்லை. அதுவே உங்களுக்கு எதிராக மாறும். மாறாக யதார்த்தத்தை ஏற்று, உங்களது திறமைகளைச் சற்றுக் குறைத்து பின்புலத்தில் செயல்படாமல், உங்களுக்கான இடத்தைப் பெற்றுக் கவனித்தலே நன்று. நீங்கள் நுழைந்துள்ள உலகைக் குறித்து உங்களுக்கு முன்னதாகவே ஏதேனும் கருத்துக்கள் இருந்தால், அதை விட்டுவிடுங்கள். தொடக்க மாதங்களில் நீங்கள் மற்றவர்களைக் கவர நினைப்பது, உங்களது கற்கும் ஆசையால் இருக்க வேண்டுமே அல்லாது நீங்கள் தயார் ஆவதற்கு முன்பே உயர்ந்த இடத்திற்குச் செல்வதற்காக அல்ல.

நீங்கள் இரண்டு முக்கிய உண்மைகளை இப்புதிய உலகில் கவனிப்பீர்கள். முதலாவது. இச்சூழலில் வெற்றிக்கான விதிகள் மற்றும் செயல் முறைகளைக் கவனிப்பீர்கள் - வேறு வார்த்தைகளில் கூறுவதானால், "இங்கு இப்படித்தான் செயல்படுவோம்." இவ்விதிமுறைகளில் சில உங்களுக்கு நேரிடையாகக் கூறப்படும். அவை பொதுவானவை, மேலோட்டமான, பெரிதும் இயல்பானவை. நீங்கள் இவற்றில் கவனம் செலுத்தி, பின்பற்ற வேண்டும். எனினும், கூறப்படாத விதிகளே அதிக சுவாரசியமானவை, மற்றும் வேலை பண்பாட்டின் அடிப்படை. இவை முக்கியமானவை. ஏனெனில், பாணி மற்றும் மதிப்புகள் சம்பந்தப்பட்டவை. இவை பலசமயம் நிர்வாகம் செய்யும் ஆண் அல்லது பெண்ணின் பண்பைப் பிரதிபலிப்பதாகும்.

இவ்விதிகளைப் படிப்படியாக உயர்ந்து செல்லும் சரியான வேலைகாரர்களைக் கவனித்து உணரலாம். மேலும் சரியில்லாத, குறிப்பிட்ட தவறுகளுக்காகக் கண்டிக்கப்பட்ட அல்லது வேலையிலிருந்து நீக்கப் பட்டவர்களைக் கவனித்தும் உணரலாம். இம்மாதிரியான எடுத்துக்காட்டுகள் எதிர்மறையானவை, இவ்வாறு செயல்பட்டால் நீங்கள் துன்பப்படுவீர்கள்.

நீங்கள் கவனிக்க வேண்டிய இரண்டாவது உண்மை, அதிகார வர்க்கத்தின் உறவு நிலை. யாரிடம் உண்மையான கட்டுப்பாடு உள்ளது; யார் வழியாக அனைத்துத் தகவல்களும் வெளிவருகின்றன; யார் வளர்கிறார்கள்; யார் தாழ்ந்து போகிறார்கள். ஆனால் உங்களது வேலை இது குறித்த மதிப்பு அல்லது புகார் செய்வதன்று. இதைப் புரிந்துகொண்டு, முழு நிலவரத்தையும் தெரிந்து கொள்வதே.

எந்த வேலை உங்களுக்குத் தரப்பட்டாலும், எவ்வளவு தாழ்வானதானாலும், இவ்வுலகு எவ்வாறு வேலை செய்கிறது என்பதைக் கவனிக்க அது வாய்ப்புகள் அளிக்கின்றது. அதைச் செய்யும் மனிதர்களைப் பற்றிய விவரங்கள் முக்கியமற்றவை அல்ல. நீங்கள் காண்பது மற்றும் கேட்குமனைத்தும் கூறும் செய்தியைத் தெரிந்து கொள்ள வேண்டும். இது போன்ற முறைகளும், சூழ்ச்சிகளும் உங்களுக்கு உதவாமலோ,

எதிர்மறையாகவோ போகலாம். தொடக்கத்தில் புரியாத உண்மைகள் காலம் செல்லச் செல்லப் புரியத் தொடங்கும். புதிய சூழல் குறித்து, விதிகள் பற்றி அதிக தகவல்கள் மற்றும் அதிகார முறையை அறிந்த பிறகு, ஏன் அவை உள்ளன, எவ்வாறு அவை பெரிய அளவில் நிகழ்வுகளை அத்துறையில் நிகழ்த்துகின்றன என்று பகுப்பாய்வு செய்யத் தொடங்குகிறீர்கள். பல மாதங்கள் கவனித்த பின்பு, பகுப்பாய்வு செய்யக் காரண காரிய திறன்களைப் பயன்படுத்தத் தொடங்குகிறீர்கள்.

புரிந்து கொள்ளுதல்: ஏன் இந்த அடுத்த அடியை நீங்கள் பின்பற்ற வேண்டுமென்பதற்குப் பல நுண்ணிய காரணங்கள் உண்டு. முதலாவது, உங்களது சுற்றுச் சூழலை உள்ளும் புறமுமாகத் தெரிந்து கொள்வது, உங்களைப் பெரிய தவறுகள் செய்யாது சரியான பாதையில் செலுத்தும். நீங்கள் ஒரு வேடனைப் போன்றவர். காட்டையும், இயற்கை சூழலைப் பற்றிய அறிவும், உங்களுக்கு வாழ்வதற்கும், வெற்றி பெறுவதற்கும் நிறைய வழிகளைக் கொடுக்கும். இரண்டாவது, பழக்கமில்லாத சூழலைக் கவனிக்கும் திறமை, வாழ்நாள் முழுவதும் நுண்ணாய்வுத் திறனாகிவிடும். நீங்கள் உங்களைப் பற்றி எண்ணாமல் உள்ளுக்குள் பார்க்காது வெளியே பார்க்கத் தொடங்குவீர்கள். பிறருடன் உள்ள மோதல்களில் தங்களைப் பற்றியே எண்ணும் பெரும்பான்மை மனிதர்கள், எதை இழக்கிறார்கள் என்பதைப் பார்ப்பீர்கள். மனித மனதைப் புரிந்து கொள்வதற்கான பார்வையை வளர்த்துக் கொள்வீர்கள். இது உங்களது கவனம் கொள்ளும் ஆற்றலைப் பலப்படுத்தும். நிறைவாக முதலில் கவனித்தல், கண்களால் கண்டதை அடிப்படையாகக் கொண்டு எண்ணங்கள் மற்றும் கொள்கைகளை உருவாக்குதல், பின்னர் அதைப் பகுப்பாய்வு செய்தல், என்ற அனைத்தையும் பழகிக் கொள்வீர்கள். இது வாழ்க்கையின் படைப்பாக்கக் கட்டத்திற்கு மிக முக்கியமான திறனாகும்.

இரண்டாம் நிலை : திறன்களைப் பெறுதல் – பழகு நிலை

தொடக்க காலத்தில், ஏதேனும் ஒரு கட்டத்தில் நீங்கள் முன்னேறும்போது பயிற்சியின் மிக முக்கிய கட்டத்தை அடைவீர்கள். ***அது திறன்களைப் பெறுவதற்கான பழகுதல்***. கூடுமானவரை இந்தத் திறன்களை எளிமைப்படுத்தி, தேவையானவற்றில் நீங்கள் திறமை பெற்று, அவற்றைப் பழக்கிக் கொள்ளலாம்.

எந்த வகைத் திறனைப் பெறுவதற்கும் ஒரு கற்கும் முறை, நம் அறிவாற்றலுடன் இணைந்துள்ளது. அனைத்து மனித நடவடிக்கை, முயற்சி மற்றும் வாழ்க்கைப் பாதை, திறனில் நிபுணத்துவத்தை உள்ளடக்கியுள்ளது. கருவி, இயந்திரம் மற்றும் உடல் சார்ந்த சில விஷயங்களின் இயக்கத்தில் இதை நேரடியாகக் காணலாம். சார்லஸ் டார்வின் உதாரணத்தில், இது உடல் மற்றும் மனத்தின் கலவை என்று சொல்லலாம். மனிதர்களைச் சமாளித்தல்,

ஆராய்ச்சி செய்தல் மற்றும் தகவல்களை ஒருங்கிணைக்கும் இடங்களில் திறன் தெளிவற்று உள்ளது. சொற்களால் வெளிப்படுத்த முடியாததைச், செயலால் எளிதில் வெளிப்படுத்த முடியும். இதை உணர்வுபூர்வ அறிவு என்று சொல்லலாம். இம்முறையான பயிற்சி மத்திய காலத்தில் அறிமுகப் படுத்தப்பட்டது. அதன் படி, பன்னிரண்டு முதல் பதினேழு வயதுள்ள இளைஞர்கள் ஓர் ஒப்பந்தம் மூலம் ஏழு வருடம் ஒரு தொழிலில் பயிலுநர்களாக நுழைவார்கள். பயிற்சிக் காலம் முடிந்தவுடன், அவர்கள் திறனில் ***நிபுணத்துவ சோதனை*** நடத்தப்படும். அதில் அவர்கள் தங்கள் திறனை நிரூபிக்க வேண்டும்.

அக்காலத்தில் நூல்களும் சித்திரங்களும் மிகக் குறைவாக இருந்ததால் பயிற்சி மேற்கொள்பவர்கள், நிபுணர்கள் வேலை செய்வதைக் கவனித்துக் கற்றனர். அவர்களைப் போலவே செய்து பார்த்தனர். எண்ணற்ற முறைகள் திரும்பத் திரும்ப வேலை செய்து கற்றனர். வாய் மொழியாக மிகக் குறைவாகவே கூறப்பட்டது. பயிற்சி பெறுவோர் பொருட்களை உண்டாக்க நேரிடையாகச் செலவிட்ட நேரம் 10,000 மணி நேரத்திற்கும் மேலாக இருக்கும். இது கைவேலையில் அசாதாரண திறன் பெறுவதற்குப் போதுமானது. சொற்களில் வடிக்கமுடியாத இவ்வகைத் திறமை ஐரோப்பாவில் சிறந்த கோத்திக் (Gothic) தேவாலயங்களில் காணக் கிடைக்கிறது. தேர்ந்த அழகுச் சின்னங்களாக, கைவேலை திறம் கொண்டு உள்ளது. எந்தவித எழுதி வைக்கப்பட்ட திட்டங்களோ அல்லது நூல்களோ இல்லாது எழுப்பப் பட்டவை. இந்த தேவாலயங்கள் பல கைவினைஞர்கள் மற்றும் பொறியாளர்கள் பெற்ற திறமையின் வெளிப்பாடாக உள்ளன.

இதன் பொருள், பேசுவது மற்றும் எழுதுவதுமான மொழி மிக அண்மைக்காலக் கண்டுபிடிப்பு என்பதே. இதற்கு மிக முன்பாகவே நம் முன்னோர்கள் கருவிகள் உண்டாக்குவது, வேட்டையாடுவது போன்ற பலதிறன்களைக் கற்க வேண்டியிருந்தது. கற்பதற்கான இயல்பான வழி, பிறர் செய்வதைக் கவனிப்பதும் அதைப் போலச் செய்வது வழியாகவும் வந்தது. இப்படி மீண்டும் மீண்டும் செய்து பார்த்துச் செம்மை படுத்திக் கொண்டனர். நம் மூளை இவ்வகைக் கற்றலுக்கு மிகவும் பொருத்தமானது.

அடிப்படையில் கணினியில் வேலை செய்வது, அயல்நாட்டு மொழியைப் பேசுவது போன்ற, அறிவு சம்மந்தப்பட்ட விஷயங்களில் திரும்பத்திரும்ப ஈடுபடுவது, தொடர்ந்து பயிற்சி பெறுவதின் மூலமே சிறப்பாகக் கற்றுக் கொள்ளலாம். அதுவே இயற்கையான வழிமுறை. நாம் அந்நிய மொழியை, அதை அதிகம் பேசுவது வழியாகக் கற்கிறோமே அன்றி நூல்களைப் படிப்பதாலோ கொள்கைகளைப் புரிந்து கொள்வ தாலோ அல்ல. அதிகம் பேசி மற்றும் பயிற்சி செய்யும் போதுதான் அதில் சரளமாகிறோம்.

அம்முயற்சியை வெகுதூரத்திற்குக் கொண்டு செல்லும் போது

வேகப்படுத்தப்பட்ட ஆதாயத்தைப் பெறும் வளையத்தில் நுழைகிறீர்கள். அது பயிற்சியை எளிதாக்குவதோடு நீண்ட நேரம் பயிற்சி செய்யும் திறமையைத் தருகிறது. உங்கள் திறன் நிலையையும் அதிகரிக்கச் செய்கிறது. உங்கள் பயிற்சியை மேலும் சுவையானதாக மாற்றுகிறது. அவ்வளையத்தை அடைவது தான் உங்களது நோக்காக இருக்க வேண்டும். அதை அடைவதற்குத் திறன்களைப் பற்றிய அடிப்படைக் கொள்கைகள் சிலவற்றை நீங்கள் புரிந்து கொள்ள வேண்டும்.

முதலில் உங்களால் நிபுணத்துவம் பெறக்கூடிய ஒரு திறனோடு தொடங்குவது நல்லது. பிறவற்றைப் பெறுவதற்கு அது அடித்தளமாக அமையும். ஒரே நேரத்தில் பல திறன்களைக் கற்க முடியுமென்ற எண்ணத்தை நீங்கள் தவிர்க்க வேண்டும். மனதை லயிக்கச் செய்யும் ஆற்றலை வளர்த்துக் கொள்ள வேண்டும். மேலும் பல வேலைகளைச் செய்ய முயல்வது இச்செயல் முறையையே அழித்து விடுமென்பதைப் புரிந்து கொள்ள வேண்டும்.

இரண்டாவதாக, ஒரு திறனைக் கற்கத் தொடங்கும் தொடக்க நிலை சோர்வானது. ஆனால் இதைத் தவிர்ப்பதை விட ஏற்று அதைத் தழுவிக் கொள்ளுதல் நல்லது. ஒரு திறனைக் கற்கும்போது தொடக்க நிலையில் நாம் அனுபவிக்கும் சோர்வு மற்றும் வேதனை, நம் மனதை உடல் பயிற்சியைப் போல உறுதிப் படுத்துகிறது.

ஒருசெயல் மீண்டும் மீண்டும் செய்யப்படும்போது அது இயல்பாகிறது; உள்ளே பதிந்துபோகிறது. இக்கட்டுக்கோப்பான செய்முறை, நீங்கள் எப்போதும் சலனப்பட்டுக் கொண்டு ஒரு வேலையிலிருந்து வேறொன்றுக்கு மாறிக் கொண்டிருந்தால் நிகழாது. ஒரு செயல் தானாக இயங்கத் தொடங்கியவுடன் உங்கள் மனதில் நீங்கள் பயிற்சி செய்யும் போதே உங்களைக் கவனிக்க இடமுள்ளது. இந்த இடைவெளியை உங்களது பலவீனம் அல்லது திருத்தப்பட வேண்டிய குறைகளை நீங்களே பகுப்பாய்வு செய்து கொள்ளப் பயன் படுத்தலாம். பிறரிடமிருந்து எவ்வளவு கருத்தறிவைப் பெற முடியுமோ அவ்வளவுக்கு நல்லது. இதனால் உங்களுக்கென்று ஒரு நிலையை ஏற்படுத்திக் கொண்டு உங்களது வளர்ச்சியை அளக்கலாம். இதனால் நீங்கள் மேலும் எவ்வளவு தூரம் செல்ல வேண்டுமென்று தெரிந்து கொள்ளலாம். குறைகளை உணர்ந்து, சற்று அதிகமான உழைப்பையும் முயற்சியையும் மேற்கொண்டால் என்ன சாதிக்கலாமென்பது தெரியும்.

இதை நீங்கள் அதிகமாக மேற்கொண்டால் வேகப்படுத்தப்பட்ட ஆதாயத்தைப் பெறும் வளையத்தை அடைவீர்கள். திறன்கள் தானாகவே செயல்படும்போது, உங்கள் மனம் முயற்சியால் சோர்வடைவதில்லை. உங்களால் கடினமாகப் பயிற்சி செய்ய

முடிகிறது. இது மேலும் சிறப்பான திறனையும், அதிக சுகத்தையும் தருகிறது. உங்கள் ஆர்வத்தை உயர்த்திக் கொண்டு சவால்களைத் தேடலாம். புதிய பகுதிகளை வெல்லலாம். வளையம் வேகமடையும்போது உங்கள் மனம் முழுவதுமாகப் பயிற்சியில் லயித்துப் போகும் கட்டத்தை அடைவீர்கள். இந்த ஒழுங்கில் மற்ற எல்லாம் மறைந்து போகின்றன. நீங்கள் கற்கும் கருவி வாத்தியம் அல்லது பொருளுடன் ஐக்கியமாகி விடுகிறீர்கள்.

உண்மையில் எந்தத் திறனை நீங்கள் பயிற்சி செய்தாலும், அச்செயல் முறையில் நீங்கள் மாறிப் போகிறீர்கள். உங்களது இன்பங்கள் இப்போது புதிய பொருள் கொள்கின்றன. உடனடியாகச் சுகம் தருபவை உங்கள் கவனத்தை மாற்றி, அர்த்தமில்லாத மகிழ்ச்சி தரும் வெறும் பொழுது போக்காகின்றன. உண்மையான இன்பம் சவால்களை வெல்வதிலும் உங்களது திறமைகளைக் குறித்து நம்பிக்கை கொள்வதிலும், திறன்களில் திறமை பெறுவதிலும் மற்றும் இது தரும் ஆற்றலை அனுபவிப்பதிலுமே உள்ளது.

தேவையான திறன்களில் நிபுணத்துவம் பெற்று, அதில் மேன்மை நிலையை அடைவதற்குத் தேவைப்படும் காலம், நீங்கள் தேர்வு செய்யும் துறை மற்றும் உங்களுடைய திறமையின் நிலையைப் பொறுத்தே அமையுமென்றாலும், இத்துறையில் ஆய்வு செய்தவர்கள் 10,000 மணி நேரம் தேவைப்படுமென்ற முடிவையே திரும்பத் திரும்ப அடைந்துள்ளனர். இத்தகுதி நேரமே உயர்ந்த திறன் நிலையை ஒருவர் அடைவதற்கான பயிற்சி நேரமாகும். இசையமைப்பாளர், சதுரங்க விளையாட்டாளர், எழுத்தாளர், ஓட்டக்காரர்கள் மற்றும் பிறர்க்கும் இது பொருந்தும். அது கிட்டத்தட்ட ஏழிலிருந்து பத்து வருடங்களுக்குத் தொடர்ந்து செய்யும் சிறப்பான பயிற்சியாகும். ஆழ்ந்த கவனமான பயிற்சி காலப்போக்கில் நிச்சயம் நல்ல விளைவை ஏற்படுத்தும்.

மூன்றாவது நிலை: பரிசோதனை செய்தல் – செயல்படுநிலை

இது மிகக் குறுகியது எனினும் முக்கியமானது. நீங்கள் திறன் குறித்து அறிவு பெறும்போது உங்களது தன்னம்பிக்கையும் வளருகிறது, அப்போது நீங்கள் *பரிசோதித்துப் பார்ப்பதில்* அதிகம் *செயல் படவேண்டும்*. இதனால் நீங்கள் அதிகப் பொறுப்பை ஏற்க வேண்டி வரும், ஏதேனும் திட்டத்தைத் தொடங்கலாம், நீங்கள் செய்யும் வேலை உடன் பணியாற்று வோர்களாலும், பொதுமக்களாலும் விமர்சிக்கப்படலாம். உங்களது வளர்ச்சியை அளவிடவும், உங்கள் அறிவில் ஏதேனும் இடைவெளி உள்ளதாவென்று அறிவதற்கும் இது உதவும். நீங்கள் செயல்படுவதை நீங்களே கவனிக்கிறீர்கள். பிறருடைய தீர்ப்புகளுக்கு எப்படி மறுமொழி

கொடுக்கிறீர்கள் எனக் காண்கிறீர்கள். உங்களால் விமர்சனத்தை ஏற்று அதை ஆக்கபூர்வமாகப் பயன்படுத்த முடியுமா எனச் சோதிக்கிறீர்கள்.

பொதுவாக அச்சத்தினால் பலரும் இந்த அடியை எடுத்து வைக்க வெகுகாலம் காத்திருக்கின்றனர். விதிகளைக் கற்றுத் தமக்குச் சாதகமான இடத்தில் இருப்பது எப்போதுமே எளிது. அடிக்கடி புதிய முயற்சியைத் தொடங்க அல்லது பரிசோதிக்க, ***நீங்கள் தயார் என்று நினைப்பதற்கு முன்பே*** முயல வேண்டும். உங்களது பண்புகளைப் பரிசோதித்து, அச்சங்களிலிருந்து விடுபட்டு, வேலை மீதான பற்றுதலை விடுத்துப் பிறர் கண்கள் வழி உங்களது வேலையைக் காண்கிறீர்கள். அடுத்த கட்டத்தை அறியத் தொடங்குகிறீர்கள். இதில் உங்களது உற்பத்தி எப்போதும் கவனத்துடன் நோக்கப்படும்.

இச்சூழலில் இனி கற்பதற்கு ஒன்றுமில்லை என்று உணரும்போது பயிற்சிக்காலம் முடிந்து விட்டதை உணர்வீர்கள். நீங்கள் சுதந்திரத்தை அறிவிக்கலாம் வேறிடத்திற்குச் சென்று உங்கள் பயிற்சியைத் தொடர்ந்து உங்கள் திறனை விரிவுப்படுத்திக் கொள்ளலாம். வாழ்க்கையில் பிறிதொரு சமயம் தொழிலை மாற்ற வேண்டிய சூழல் அல்லது புதிய திறன்களைக் கற்க வேண்டிய தேவை ஏற்படும் போது, ஏற்கனவே இச்செயல் முறையை அறிந்திருப்பதால் மிக இயல்பாக உங்களுக்குக் கைவரும். எவ்வாறு கற்க வேண்டுமென்பதை நீங்கள் கற்று விட்டீர்கள்.

பலர் பயிற்சி பெறுவது மற்றும் திறன்களைக் கற்பதைப் பழைய காலத்தின் அடையாளமாக, பொருட்களை உருவாக்கும் வேலையாகக் கருதுகிறார்கள். தகவல் மற்றும் கணினி யுகத்தில், தொழில் நுட்ப வளர்ச்சி எந்த வேலையையும் பயிற்சி மற்றும் திரும்பச் செய்தல் தேவையில்லாது செய்து விட்டது. பல விஷயங்கள், மெய்நிகர் ஆகிவிட்டன. அதனால், கைவினைத் தொழில்கள் இறந்துவிட்டதாகச் கூறுகிறார்கள். உண்மையில், நாம் பயணத்திருக்கும் இக்காலம், தொழில்நுட்பத்தால் அனைத்தையும் எளிதாக்கப் போவதில்லை. மாறாக, அனைத்துத் துறைகளிலும், சிக்கலை அதிகரிக்கப் போகும் காலமாகிறது. வியாபாரத்தில், போட்டி உலக மயமாகவும், தீவிரமாகவும் ஆகிவிட்டது. ஒரு வியாபாரி, முன்னைவிட, அதிக அறிவும் திறனும் பெற்றிருக்க வேண்டும். அறிவியலின் எதிர்காலம். பலதரப்பட்ட துறைகளின் அறிவுக் கலவையில் உள்ளது. கலைகளில் இன்று சுவையும் பாணியும் வெகுவேகமாக மாறி வருகிறது. கலைஞன் இதற்கு மேலாகப் புதியவற்றைப் படைக்கும் திறமையுள்ளவனாக இருக்க வேண்டும். எப்போதும் வளர்ச்சிக்கு முன்னால் நிற்க வேண்டும். இதற்குப்

பலசமயம் குறிப்பிட்ட கலை வடிவத்தில் தனித்துவ அறிவு பெற்றிருந்தால் மட்டும் போதாது, பிற கலைகளில், அறிவியல் மற்றும் உலகில் என்ன நிகழ்கிறது என்பதையும் அறிந்திருக்க வேண்டும்.

எனவே இத்துறைகள் அனைத்திலும் மனித மூளை முன்பை விட அதிகமாகச் செயல்பட வேண்டியுள்ளது. நாம் பல்துறை அறிவை நம் அறிவுடன் சேர்த்து, தொழில் நுட்பத்தில் பெற்ற தகவல்களுடன் கையாள்கிறோம். இதனால் நாம் அனைவரும் பல மாறுபட்ட அறிவு மற்றும் திறன்களைப் பல துறையிலும் பெற வேண்டியது அவசியம். அதிகத் திறன்களைக் கற்று அவற்றை இணைத்துப் படிக்கத் தெரிந்தவர்கள் கையிலேயே எதிர்காலம் உள்ளது. திறன்களைக் கற்கும் முறை மட்டும், மாறாமலே உள்ளது.

எதிர்காலத்தில், இரண்டு பெரும் பிரிவுகள் காணப்படும். பயிற்சி பெற்று, இச்சிக்கல்களைக் கையாளத் தெரிந்தவர்கள் மற்றும் இதைக் கண்டு மயங்கி நிற்பவர்கள், திறன்களைப் பெற்று மனதை ஒழுங்கு படுத்தக் கூடியவர்கள் மற்றும் மீளமுடியாது ஊடகத்தால் சலனப்படுபவர்கள், இவர்களால் எதிலும் கவனம் செலுத்திக் கற்க முடியாது. பயிற்சிக் கட்டம் என்பது முன்பு எப்போதையும் விட இப்போது பொருத்தமானது, இதை ஏற்காதவர்கள் பின் தங்க நேரிடும்.

இலட்சியப் பயிற்சியை நிறைவு செய்வதற்கான வழிமுறை

உங்களால் கற்றுத்தேற முடியாததை மனிதனால் முடியாதது என்று எண்ணாதீர்கள். மனிதனால் முடியுமென்றால் நீங்கள் அடையக் கூடியதே என்று எண்ணுங்கள்.

-மார்க்கஸ் ஆர்லியஸ்

வரலாறு முழுவதும், பல்துறை நிபுணர்கள் அவர்கள் என்று இலட்சியப் பயிற்சியை முடிப்பதற்காகப் பல செய்முறைகளை வகுத்துக் கொண்டதைக் காணலாம். பின்வருபனவற்றில் எட்டுச் செய்முறை அமைப்புகளைக் காணலாம். இவை அவர்களது வாழ்க்கையிலிருந்து தேர்வு செய்யப்பட்ட எடுத்துக் காட்டுகளோடு விளக்கப்பட்டுள்ளன. சில உங்கள் சூழலுக்கு அதிகமாகப் பொருந்தலாம். ஒவ்வொன்றும் கற்பதற்கான செயல்முறையின் அடிப்படை உண்மைகளைச் சொல்கின்றன. நீங்கள் அதை உங்களுக்கேற்ப அமைத்துக் கொள்ளலாம்.

1. பணத்திற்கு மேலான மதிப்புகளைக் கற்றல்

நீங்கள் எதை அதிகம் மதிக்கிறீர்களோ அதைச் சுற்றியே உங்கள் எண்ணங்கள் அமையும் என்பது மனோதத்துவத்தின் எளிய விதி.

அது பணமாக இருந்தால் அதிகப் பணம் தரும் பயிற்சியிடத்தையே நீங்கள் தேர்வு செய்வீர்கள். இவ்விடங்களில், தயாராகும் முன்பே, உங்களை நிரூபிக்க வேண்டி இருக்கும். எனவே நீங்கள் உங்கள் மீதும் உங்கள் பாதுகாப்பற்ற நிலை மீதும், சரியான ஆட்களை திருப்திப்படுத்தி நன்மதிப்புப் பெறுவதிலுமே கவனம் செலுத்துவீர்களே தவிர திறன்களைப் பெறுவதில் அல்ல. தவறுகளிலிருந்து கற்றலுக்கு விலை அதிகமளிக்க வேண்டி வரும். அதனால் நீங்கள் கவனமாக, பாதுகாத்துக் கொள்ளும் இயல்பில் அணுகுவீர்கள். நீங்கள் வாழ்க்கையில் வளர்ச்சியடையும் போது பெருத்த சம்பளத்திற்கு அடிமைப்பட்டு நீங்கள் எங்கு செல்ல வேண்டும், எவ்வாறு சிந்திக்க வேண்டும், என்ன செய்ய வேண்டும் என்பதை அது தீர்மானிக்கும். முடிவில் கற்பதற்கான திறனைக் கற்க நேரமில்லாது போகும். இதனால் உங்களுக்கு ஏற்படும் பின்னடைவு, வலியை ஏற்படுத்தும்.

எனவே கற்றலை மற்ற அனைத்திற்கும் மேலானதாக எண்ண வேண்டும். இது உங்களைச் சரியான தேர்வுக்கு அழைத்துச் செல்லும். உங்களுக்குக் கற்பதற்கு மிக அதிகமான வாய்ப்புத் தரும் நிலையைத் தேர்வு செய்வீர்கள், குறிப்பாக வேலை முறைப் பயிற்சியைத் தேர்வு செய்வீர்கள். உங்களை வழிப்படுத்தி ஊக்கமளித்துக் கற்றுத்தரும் ஆசிரியர்கள் உள்ள இடத்தைத் தேர்வு செய்வீர்கள். குறைந்த சம்பளத்திற்கான வேலையில் உள்ள கூடுதல் பயன், வாழ்வியலுக்கான மதிப்பு மிகுந்தது. உங்களைச் செல்வம் குறைவான வாழ்விற்குத் தயார்படுத்துகிறது. உங்களுக்கு ஏற்ற நேரத்தில் அமையும் பயிற்சியில், உங்களது தேவைகளுக்கான பணத்தைத் தந்து, உங்களது புத்தியைக் கூர்மைப் படுத்தும். மேலும் மதிப்பான வேலையை நீங்கள் சொந்தமாகச் செய்வதற்கும் இடமளிக்கும், சம்பளமே தராத பயிற்சியை விட்டுவிடக்கூடாது. ஏனெனில் இதில்தான் விவேகத்தின் உச்சியைத் தரும் முழுமையான வழிகாட்டிகளைக் காண முடியும். அவர்கள் உங்களது ஆர்வத்தைப் பயன்படுத்திப் பல நேரத்தில் சாதாரண நிலையை விட அதிகமான விஷயங்களைப் பகிர்ந்து கொள்வார்கள். கற்பதை அனைத்துக்கும் மேலாக மதித்தால் உங்களுடைய படைப்பாக்கம் விரிவடையும் நிலை உருவாகும். பணமும் உங்களைத் தேடிவரும்.

2. உங்களது தொடுவானத்தை விரிவு படுத்தியவாறு இருங்கள்

பலருக்கும் இதுவே பயிற்சிக் கட்டத்தின் உண்மையை வெளிப் படையாகப் புரியவைக்கிறது. யாரும் நமக்கு வழி காட்டவோ, உதவவோ போவதில்லை. பல விஷயங்கள் உங்களுக்கு எதிராகவே உள்ளன. நீங்கள் நிபுணத்துவம் பெறுவதற்காகப் பயிற்சி பெற விரும்பினால், நீங்களேதான் அதைச் சிறந்த ஊக்கத்துடன் கீழ் நிலையிலேயே தொடங்க வேண்டும். உங்கள் நிலையைப் பொருத்தே, உங்களுக்கு அறிவும், மனிதர்களும் கிடைப்பார்கள்.

நீங்கள் கவனமாக இல்லாவிட்டால் இந்நிலையை ஏற்று, அதனாலேயே வரையறை செய்யப்படுவீர்கள். நீங்கள் எந்த வரையறுக்கப்பட்ட எல்லையையும் எதிர்த்துப் போராடி, தொடர்ந்து உழைத்து உங்களது தொடுவானத்தை விரிவுபடுத்த வேண்டும். தேவைபடுவதற்கும் மேலாகப் புத்தகங்களையும் விஷயங்களையும் படிப்பது எப்போதுமே நல்ல தொடக்கமாகும். பரந்த உலகிலுள்ள எண்ணங்களை அறிந்து கொள்ளும் போது, மேலும் அறிந்து கொள்ள வேண்டுமென்ற பசி வரும். அப்போது ஏதோ ஒரு குறுகிய மூலையில் இருந்து திருப்தியடைய முடியாது. இங்கே அதுதான் தேவைப்படுகிறது. தேவைப்படுவதைக் கற்கத் தயாராகும் போது உங்களது பலவீனங்களையும் கற்கவேண்டியதன் தேவையையும் ஏற்பீர்கள். எனினும் எவ்விஷயங்களைக் கற்க வேண்டும், எந்தத் திறன்களைப் பெறவேண்டும் என்பதில் எந்த வரையறையும் வைத்துக்கொள்ள மாட்டீர்கள். உங்கள் துறையிலும், வட்டத்திலும் இருப்பவர்களே ஓர் உலகம் தான் - அவர்களது அனுபவங்களும் கருத்துக்களும் இயல்பாகவே உங்கள் அனுபவ எல்லையை விரிவுபடுத்தி சமுகத்திறனை அதிகரிக்கும். எவ்வளவு விதமான மனிதர்களுடன் பழகமுடியுமோ, அவ்வளவு விதமான மனிதர்களுடன் பழகுங்கள். உங்கள் வட்டம் மெதுவே விரியும். வெளியிலிருந்து கற்கும் எதுவும், இந்த வளர்ச்சிக்கும் உதவும். விரிவாக்க முயற்சியில், இடைவிடாது செயல்படுங்கள். எப்போதெல்லாம் உங்கள் வட்டத்தின் எல்லையை உணர்கிறீர்களோ, அப்போதெல்லாம் புதிய சோதனையைத் தேடுங்கள். உங்கள் மனம் விரிவடையும் போது, நீங்கள் காணும் உலகின் எல்லைகள் மாறும். எனவே விரைவிலேயே எண்ணங்களும், வாய்ப்புகளும் உங்களைத் தேடிவரும், உங்களது பயிற்சி தானே பூர்த்தியடையும்.

3. தாழ்வு நிலைக்குத் திரும்புதல்

மனதிற்கு வரையறையற்ற திறமைகள் உண்டு. மனிதர்களைக் கற்க விடாது தடுப்பது விஷயங்கள் அல்ல. ஆனால் குறிப்பிடத்தக்க சில கற்கும் குறைபாடுகள், நமது மனதில், நாம் வளர வளர அவையும் வளர்கின்றன. இவற்றில் ஒன்று திருப்தியடையும் உணர்வு. நமது வழிகளுக்குப் புதிதான எதை எதிர் கொண்டாலும் ஏற்படும் உயர்வு மனப்பான்மை. இதைத் தவிர எது உண்மை அல்லது நிஜம் என்பதைக் குறித்த பிடிவாதமான கருத்துக்கள். இது பல சமயங்கள், குடும்பம் அல்லது பள்ளியால், நம் மனதில் வேரோடிப் போனவை. நமக்கு எதாவது தெரியுமென்ற உணர்வு, பிற வழிகளை நம் மனது அடைத்து விடுகிறது. நாம் ஏற்கெனவே ஏற்றுக் கொண்டு விட்ட உண்மைகளின் பிரதிபலிப்பையே காண்கிறோம். இதுபோன்ற உயர்வு மனப்பான்மை உணர்வு நம்மையறியாது மாறுபட்ட அல்லது தெரியாததைப் பற்றிய அச்சத்திலிருந்து தோன்றுகிறது. நாம்

இது குறித்து அபூர்வமாகவே உணர்கிறோம். மேலும் நம்மை விருப்பு வெறுப்பற்ற உயர்வாளர்களாகக் கற்பனை செய்து கொள்கிறோம்.

குழந்தைகளுக்கு இந்தத் துன்பமில்லை. அவர்கள் வாழ்வதற்குப் பெரியவர்களைச் சார்ந்திருப்பதால் தாழ்மையாகவே உணர்கிறார்கள். இந்தத் தாழ்மையுணர்வு அவர்களுக்குக் கற்கும் பசியை ஏற்படுத்துகிறது. கற்பதன் வழியாக இடைவெளியைப் போக்குவதால் செயலற்றவர்களாக உணர்வதில்லை. அவர்களது மனம் திறந்திருக்கிறது. அவர்களால் மிகுந்த கவனத்தை அளிக்க முடிகிறது. இதனால்தான் குழந்தைகளால் விரைவாகவும், ஆழமாகவும் கற்க முடிகிறது. மிருகங்களைப் போலல்லாது, மனிதர்களுக்கு, மனம் மற்றும் உடல் விசேஷ குணங்களை வைத்திருக்கும் முதிர்ச்சியின்மை, பெரியவர்களாகும் வரை உள்ளது. குழந்தைத் தன்மைக்குத் திரும்பக்கூடிய குறிப்பிடத்தக்க ஆற்றல் நமக்குள்ளது. அதுவும் குறிப்பாக நாம் எதையாவது கற்க வேண்டிய தருணங்களில் அது திரும்புகிறது. ஐம்பது அல்லது அதற்கும் மேலே கூட நம்மால் அந்த அதிசயிக்கத்தக்க மற்றும் அறியும் ஆசையுள்ள உணர்வுக்குத் திரும்ப இயலும். நம் இளமை மற்றும் பயிற்சி நிலையைத் தொடங்க முடியும்.

புரிந்து கொள்ளுங்கள்! நீங்கள் புதிய சுற்றுப்புறத்திற்குச் செல்லும் போது, எவ்வளவு உள்வாங்கிக் கொள்ள, புரிந்துகொள்ள முடியுமோ அதைச் செய்ய வேண்டும். அதற்கு நீங்கள் குழந்தைகளைப் போன்ற தொரு, தாழ்மை உணர்வுக்குத் திரும்பி, பிறர்க்கு நம்மை விட அதிகம் தெரியும் என்றும், நீங்கள் அவர்களிடமிருந்து கற்று, பத்திரமாக உங்களது பயிற்சிப் பாதையை அணுக வேண்டும். உங்களுக்கு முன்னதாகவே ஒரு சூழலைப் பற்றிய கருத்துக்கள் அல்லது துறை, நன்கு தெரியும் என்ற உணர்வை விட்டு விடுங்கள். எந்த வித அச்சமும் கொள்ளாதீர்கள். மனிதர்களோடு கலந்து உறவாடி, அவர்களுடைய பண்பாட்டில் சிறப்பாகப் பங்கேற்க வேண்டும். உங்களுக்குத் தெரிந்து கொள்ளும் துறுதுறுப்பு மிகுதியாகவுள்ளது. உங்களுக்கு இந்தத் தாழ்மை உணர்வு இருப்பதாக நினைத்தால் திறந்த மனதுடன் கற்கும் பசி வரும். இந்நிலை தற்காலிகமானதே. நீங்கள், பிறரைச் சார்ந்த சுதந்திரமற்ற உணர்விற்குத் திரும்புவது அடுத்த ஐந்திலிருந்து பத்தாண்டுகளில் போதுமானவரை கற்று, முடிவில் உங்களது சுதந்திரத்தை அறிவித்து, முழுமையாக வளர்ச்சியடைந்த பருவத்தை அடைவதற்கே.

4. செயல் முறையை நம்புங்கள்

நிபுணர்களை மற்றவர்களிடமிருந்து பிரித்துக் காட்டுவது மிக எளிதானது. நாம் ஒரு திறனைக் கற்கும்போது, அடிக்கடி வெறுப்படையும் நிலையை அடைகிறோம். நாம் கற்பது நம் திறமைக்கு அப்பாற்பட்டது என்று நினைக்கிறோம். இவ்வுணர்வுகளை ஏற்று, நாம் உண்மையிலேயே

கைவிடுவதற்கு முன்பு, மனதளவில் அறியாமலே கற்றலை நிறுத்தி விடுகிறோம். வெற்றி பெறுபவர்களுக்கும் பெறாதவர்களுக்கும் இடையே உள்ள வேறுபாடு வெறும் மனவுறுதி மட்டுமல்ல சுயநம்பிக்கையும், அவர்களால் முடியுமென்ற உணர்வும்தான். வாழ்க்கையில் வெற்றி யடைந்தவர்கள், இளமையில் ஏதேனும் திறனில் நிபுணத்துவம் பெற்றிருந்தனர். எடுத்துக்காட்டாக விளையாட்டு அல்லது போட்டிகள், இசைக்கருவி, அந்நியமொழி எனப் பலவும் அவர்களுடைய மனதில் வெறுப்புணர்வை வென்று, வளர்ச்சி வட்டத்தில் வேகமாகச் செயல்பட வேண்டும் என்ற எண்ணமே மனதில் புதைந்து கிடந்தது. நிகழ்காலத்தில் ஐயம் தோன்றும் தருணங்களில் அவர்களது நினைவில் கடந்தகால அனுபவம் மேல் எழும்பும். செயல்முறை மீது நிறைந்த நம்பிக்கை கொண்டு அவர்கள் வெற்றி இலக்கைக் கடந்து உழைத்தனர். மற்றவர்கள் மெல்ல அடங்கினர் அல்லது மனதளவில் கைவிட்டனர்.

ஒரு திறனில் நிபுணத்துவம் பெறுவதற்குக் காலமே சிறந்த மந்திர சக்தி. ஒரே நிலையில் பல நாட்கள், வாரங்கள் நீங்கள் பயிற்சி செய்யும்போது, குறிப்பிட்ட திறனுடைய சில கூறுகள் இறுகிவிடும். மெல்ல மொத்தத் திறனுமே உங்களுக்குள் உங்கள் நரம்பு அமைப்பின் பகுதியாகிவிடும். இனி மனதில் இதன் விவரங்கள் தெரிவதில்லை, ஆனால் அதன் முடிவைக் காண்கிறது. அது ஓர் அற்புதமான உணர்ச்சி. நீங்கள் எந்த நிலையிலான திறமையுடன் பிறந்திருந்தாலும், பயிற்சி உங்களை அந்தக் கட்டத்திற்குக் கொண்டு செல்லும். இதற்கு உண்மையில் தடையாக இருப்பது நீங்களும், உங்களது உணர்ச்சிகளுமே - போர் அடித்தல், பீதி, வெறுப்பு மற்றும் பாதுகாப்பின்மை. உங்களால் இத்தகைய உணர்ச்சிகளை அடக்க முடியாது. இது செயல் முறையில் சாதாரணமானதே, மேலும் நிபுணர்கள் உட்பட அனைவரும் அனுபவப்படுவது. நீங்கள் செய்ய வேண்டியது, செயல் முறையில் நம்பிக்கை வைப்பதே. நீங்கள் வட்டத்திற்குள் நுழைந்ததும் வெறுப்பு நீங்கிவிடும். மீண்டும் மீண்டும் செயல்படும்போது பீதி மறையும். வெறுப்பு உண்மையில் வளர்ச்சியின் அடையாளம். உங்களது மனம் சிக்கலானவற்றைச் செயல்படுத்துகிறது. அதற்கு மேலும் பயிற்சி தேவை என்பதற்கான அறிகுறியே நீங்கள் நிபுணத்துவம் பெற்றவுடன் பாதுகாப்பற்ற தன்மை அதற்கு நேர்மாறாக மாறிவிடும். இவையெல்லாம் நிகழுமென்று நம்பி, உங்களுடைய இயல்பான கற்கும் தன்மையை முன்னேறச் செய்தால் மற்ற அனைத்தும் அதனதன் இடத்தில் பொருந்தி விடும்.

5. எதிர்ப்பு மற்றும் வலியை நோக்கிச் செல்லல்

வேதனையளிக்கக் கூடிய அல்லது சற்று கடினமான எதைக் கண்டாலும் இயல்பாகவே மனிதர்கள் விலகிப் போய் விடுகின்றனர். இவ்வியல்பை நாம் பயிற்சி செய்யும் எந்தத் திறனிலும் காட்டுகிறோம். திறனில்

ஏதேனும் கூறுகளில் தேர்ச்சி பெற்றால், பொதுவாக எளிதாக நமக்குக் கைவருவனவற்றை மீண்டும் மீண்டும் பயிற்சி செய்கிறோம். நமது திறன் ஒருபக்க மனதாகிறது. ஏனெனில் நம்முடைய பலவீனத்தை நாம் தவிர்த்து விடுகிறோம். நாம் பயிற்சி செய்யும்போது யாரும் நம்மைக் கவனிப்பது இல்லை, அதனால் நாமும் கவனத்துடன் இருப்பதில்லை. நன்றாகச் செய்ய வேண்டுமென்று எந்த அழுத்தமும் நமக்கில்லை. அதனால் சிதறிய கவனமே நமக்குள்ளது. நம் பயிற்சியிலும் பழைமையையே பின்பற்றுகிறோம். பொதுவாகப் பிறர் என்ன செய்தார்களோ அதையே பின்பற்றுகிறோம். இம் மாதிரியான திறன்களுக்கு என்ன பயிற்சி ஏற்கப்பட்டுள்ளதோ அதையே செய்கிறோம்.

இது பொழுதுபோக்கிற்காகச் செய்கிறவர்களின் வழி. நிபுணத்துவம் பெற, நீங்கள் தாக்குப்பிடிக்கும் பயிற்சி செய்ய வேண்டும். இதன் கொள்கை எளிதானது. பயிற்சி செய்யும்போது உங்களது இயல்பான தன்மைக்கு எதிராகச் செல்லுங்கள். முதலில் உங்களிடம் மென்மையாக இருக்கத் தோன்றும். சபலத்தை எதிர்க்கவும். உங்களுடைய மோசமான விமர்சகராக நீங்கள் மாறுங்கள். பிறர் கண்கள் வழியாக உங்கள் வேலையைக் காணுங்கள். உங்களது பலவீனங்களையும், எதில் சிறப்பாக இல்லையென்றும் தெரிந்து கொள்ளுங்கள். அவற்றிற்கே நீங்கள் பயிற்சியில் முதலிடம் அளிக்க வேண்டும். இதனால் ஏற்படக் கூடிய வேதனையில் மிகுந்த மகிழ்ச்சியடையுங்கள். இரண்டாவது, உங்களது கவனத்தை நெகிழ விடாது இருங்கள். பயிற்சியில் இரு மடங்கு தீவிரமாக, அது தான், உண்மையில் வேண்டும் என்றெண்ணிச் செய்யுங்கள். உங்களது அன்றாடச் செய்முறையில் எவ்வளவு தூரம் புதுமையாகச் செய்ய முடியுமோ செய்யுங்கள். உங்களது பலவீனத்தை வெல்லக் கூடிய பயிற்சிகளைக் கண்டுபிடியுங்கள். சில தகுதிகளைப் பெறுவதற்கு நீங்களே காலக்கெடு நிச்சயிங்கள். முன்பு நிச்சயித்த எல்லைக்கும் அப்பால் உங்களை எப்போதும் உந்திக் கொண்டேயிருங்கள். இவ்வாறாகப் பொதுவாகப் பிறரை விட நீங்களே தலை சிறந்தவராவதற்கான தகுதிகளை வளர்த்துக் கொள்ளுங்கள்.

முடிவில் உங்களது தீவிரமான, கவனமான ஐந்து மணி நேரப் பயிற்சி பிறருடைய பத்து மணிநேரத்திற்குச் சமமாகும். விரைவிலேயே இப்பயிற்சியின் விளைவை நீங்கள் காண்பீர்கள். உங்களது வேலைகளை லகுவாகச் செய்யும் தன்மை கண்டு மற்றவர்கள் அதிசயித்துப் போவார்கள்.

6. தோல்விக்கும் பயிற்சி பெறுங்கள்

சுயதொழில் முனைவோராக இருக்கும்போது ஒரே ஒரு பயனான பயிற்சி முறையே உள்ளது - தோல்வி. இது இயந்திரத்தோடு வேலை செய்வது போன்றது. இயந்திரமொன்று சரியாக வேலை செய்யாத போது,

நாம் அதனைத் தனிப்பட்ட வகையிலே எடுத்துக் கொள்வதில்லை. விரக்தி அடைவதில்லை. உண்மையில் அது மறைமுகமான வரமே. பொதுவாக இதுபோன்ற தவறுகள் உருவாகும்போது, ஏற்படக்கூடிய குறைகளையும், அவற்றைத் திருத்தக் கூடிய முறைகளையும் காட்டுகின்றன. அது சரியாக வரும் வரை நீங்கள் சரி செய்து கொண்டே இருக்கிறீர்கள். இதையே தான் சுய தொழிலுக்கான முயற்சியிலும் பின்பற்ற வேண்டும். தவறுகளும், தோல்விகளும் உங்களுக்கான பாடங்களாக அமைகின்றன. உங்களது குறைகளை எடுத்துக் காட்டுகின்றன. இதை மனிதர்களிடமிருந்து அறிவது கடினம். ஏனெனில் அவர்கள் விருப்பு வெறுப்பற்றுப் புகழ்வதோ மற்றும் விமர்சிப்பதோ இல்லை. உங்களது தோல்விகள், உங்கள் எண்ணத்திலுள்ள குறைகளைத் தெரிந்து கொள்ள உதவுகின்றன. செயல்படுத்தும்போதே இவை வெளிப்படும். மக்களுக்கு உண்மையில் என்ன தேவை என்பதைத் தெரிந்து கொள்கிறீர்கள். உங்களது எண்ணங்களுக்கிடையிலான தவறுகள், பொது மக்களை எவ்வாறு பாதிக்கின்றன என்பது தெரியும்.

இப்படி எண்ணிப் பாருங்கள்-இரண்டு வகையான தோல்விகள் உள்ளன. முதலாவது, நீங்கள் ஒருபோதும் உங்களது எண்ணங்களைச் செயல்படுத்த முயற்சி செய்யாமல் அச்சப்படுவது அல்லது சரியான நேரத்திற்காகக் காத்திருப்பது. இதுபோன்ற தோல்விகளிலிருந்து நீங்கள் ஒரு போதும் கற்க முடியாது. இது போன்ற பயம் உங்களை அழித்து விடும். இரண்டாவது வகை, தைரியமாக இறங்கிப் பார்ப்போம் என்ற துணிவில் வருவது. இவ்வழியில் நீங்கள் தோல்வியடைந்தால், நீங்கள் இதனால் கற்றுக் கொள்வதை விட அதிகமாக உங்களது மதிப்பு பாதிப்படையும். தொடர் தோல்விகள் உங்களைக் கடினப்படுத்தி மிகத் தெளிவாக எவ்வாறு செயல்பட வேண்டுமென்பதைக் காட்டும். உண்மையில் முதல் முறையே அனைத்தும் சரியாக அமைவது சாபமே. ஏனெனில் நீங்கள் அதிர்ஷ்டம் பற்றி நினைக்க மாட்டீர்கள், உங்களது கைபட்டால் பொன்னாகுமென்று எண்ணுவீர்கள். நீங்கள் தோல்வி யடையும்போது, அது குழப்பத்தை ஏற்படுத்திக் கற்கும் கட்டத்தைக் கடந்து உங்களை நம்பிக்கை இழக்கச் செய்யும். எவ்வாறாயினும் சுயதொழில் முனைவோராகப் பயிற்சி பெற, நீங்கள் தோல்வி யடையலாமென்ற எண்ணமிருந்தாலும், நீங்கள் உங்களது எண்ணங்களை விரைவாகச் செயல் படுத்தி, பொதுமக்களுக்கு வெளிப்படுத்த வேண்டும். இதனால் நீங்கள் லாபமே அடைவீர்கள்.

7. "எப்படி" மற்றும் "என்ன" என்பதை இணையுங்கள்

மனிதர்கள் இரண்டு உலகங்களில் வாழ்கிறார்கள். முதலாவது நாம் காணும் வெளியுலகம். அதன் பலவிதமான பொருட்கள், தோற்றங்கள், நம் கண்களை மயக்குகின்றன. ஆனால் நமது பார்வைக்குத் தெரியாத

இன்னொரு உலகம் - எவ்வாறு அனைத்தும் செயல்படுகின்றன. அவற்றின் உள்தோற்றம், அது எதனால் அமைந்துள்ளது, ஒன்றாக இணைந்து வேலை செய்யும் பகுதிகள் என்ன, அனைத்தும் சேர்ந்து ஒன்றாதல் எப்படி? இந்த இரண்டாம் உலகு உடனடியாக நம்மை வசீகரிப்பதில்லை. அதைப் புரிந்து கொள்வது கடினம். அது கண்களுக்குப் புலப்படுவதில்லை. ஆனால் மனதிற்கு மட்டுமே சில காட்சிகள் தெரிகின்றன. இது 'எப்படி' என்று தெரிந்தால் கவித்துவமாகவுள்ளது, வாழ்வின் இரகசியத்தை உள்ளடக்கியது, பொருட்கள் எப்படி நகரவும், மாறவும் செய்கின்றன என்பதை உணர்த்துவது.

'எப்படி' மற்றும் 'எது' என்ற வேறுபாட்டை நம்மைச் சுற்றியுள்ள எவற்றின் மீதும் பயன்படுத்தலாம். நாம் இயந்திரத்தைப் பார்க்கிறோம். ஆனால் அது எப்படி வேலை செய்கிறது என்பதை அல்ல. ஒரு கூட்டம் மனிதர்கள் வியாபாரத்திற்காக ஒன்றை உருவாக்குவதைக் காண்கிறோம். ஆனால் அக்குழு எவ்வாறு அமைந்தது அல்லது அப்பொருட்கள் எப்படி உற்பத்தியாகின்றன மற்றும் விநியோகிக்கப்படுகின்றன என்பது தெரியாது. (அதே போல் மனிதர்களின் தோற்றத்தைக்கண்டு மயங்குகிறோமே அல்லாது அவர்கள் சொல்வதையோ, செய்வதையோ கண்டு அல்ல) 'எப்படி' மற்றும் 'எது' என்ற வேறுபாட்டைப் புரிந்து கொண்டு அதை ஒன்று சேர்க்க முடிந்தால், நாம் முழுமையான அறிவைப் பெறுகிறோம். நாம் உருவாக்கும் எதிலும் உள்ள உண்மையைப் புரிந்து கொள்கிறோம்.

கலையும், அறிவியலும் சுமார் ஐநூறு ஆண்டுகளுக்கு முன்பு தனித்தனியாகப் பிரிந்த உலகில் நாம் வாழ்கிறோம். அறிவியலாளர்களும், தொழில் நுட்பக்காரர்களும் பொருட்களின் 'எப்படி' என்பதில் மட்டுமே கவனம் கொண்டு தனி உலகில் வாழ்கின்றனர். மற்றவர்கள், தோற்றங்கள் நிறைந்த உலகில் வாழ்கின்றனர். இப்பொருட்களைப் பயன்படுத்துகின்றனர். ஆனால் உண்மையில் அவை எப்படி வேலை செய்கின்றன என்பதைப் புரிந்து கொள்ளவில்லை. இவையிரண்டும் தனித்தனியாகப் பிரிவதற்கு முன்பு, மறுமலர்ச்சிக் காலத்தில் இவ்விரண்டு அறிவு வடிவங்களையும் இணைப்பதே லட்சிய மாயியிருந்தது. இதனாலேயே லியோனார்டோ டாவின்சி தொடர்ந்து நம்மைக் கவர்கிறார். மேலும் மறுமலர்ச்சிக் காலம் இன்றும் ஒரு லட்சியமாகவே உள்ளது. தகவல்கள் அதிகம் கிடைக்கக்கூடிய இக்காலத்தில், பல்துறை அறிவே எதிர்காலத்தின் போக்காக இருக்கும். இதுவே நம் பயிற்சியின் ஒரு பகுதியாக வேண்டும். நாம் பயன்படுத்தும் தொழில்நுட்பம், நாம் வேலை செய்யும் குழுவின் செயல்பாடு, நாம் சார்ந்த துறையின் பொருளாதாரம், அதன் வாழ்வாதாரம் இவை குறித்து நாம் எவ்வளவு ஆழமாகப் படிக்க முடியுமோ அவ்வளவு ஆழமாகப்

படிக்க வேண்டும். பொருட்கள் எப்படி வேலை செய்கின்றன; முடிவுகள் எப்படி எடுக்கப்படுகின்றன; குழு எப்படி தனக்குள் செயல்படுகிறது போன்ற கேள்விகளை எப்போதும் கேட்க வேண்டும். நம்முடைய அறிவை இவ்வாறு பன்முகப் படுத்தும்போது, யதார்த்தத்தை ஆழமாக உணரவும் அதை மாற்றுவதற்கான உத்வேகமும் கிடைக்கும்.

8. சோதித்தும், தவறு செய்தும் முன்னேறுங்கள்

ஒவ்வொரு காலகட்டமும் அதன் உற்பத்தி அமைப்பிற்குப் பொருத்தமான பயிற்சியை உருவாக்கிக் கொள்கிறது. இடைக் காலத்தில், நவீன முறை முதலாளித்துவம் பிறந்ததும், தரக் கட்டுப்பாட்டின் தேவையிருந்ததால், பயிற்சியமைப்பு முறை கடினமாக வரையறுக்கப்பட்ட நெறிமுறைகளுடன் தோன்றியது. தொழில் புரட்சி வந்தபோது இப் பயிற்சி முறை பெரிதும் பழங்காலத்ததாக ஆனது. எனினும் இவ் எண்ணம் தொடர்ந்து, சுய பயிற்சிக்கு, டார்வின் உயிரியலில் செய்ததைப் போன்று ஒரு குறிப்பிட்ட துறையில் ஒருவர் தன்னை வளர்த்துக் கொள்வதாக அமைந்தது. இது வளர்ந்து வந்த தனித்துவ ஆர்வலர்களுக்கு ஏற்றதாக இருந்தது. நாம் இப்போது கணினி யுகத்தில் உள்ளோம். கணினி நமது வர்த்தக வாழ்க்கையின் ஏறக்குறைய அனைத்து நிலைகளிலும் ஆட்சி செய்கிறது. பல நிலைகளில் இது பயிற்சி எண்ணத்தை பாதிக்கலாம். இருப்பினும், ஹாக்கர் (Hacker) அணுகுமுறையே புதிய யுகத்தில் மிகவும் நம்பிக்கையான மாதிரியாகவுள்ளது.

இம்மாதிரி இவ்வாறு அமைகிறது: நீங்கள் செல்லும் பாதையில், சுழல்கள் உங்களை அழைத்துச் செல்லும் போது எவ்வளவு திறன்களைக் கற்க முடியுமோ, கற்க விரும்புகிறீர்கள். அதே சமயம் உங்களது மிக ஆழமான விருப்பத்துடன் அவை தொடர்பு கொண்டிருக்க வேண்டும். ஹாக்கரைப் போல நீங்களும் சுயமாகக் கண்டு பிடிக்கும் செயல்முறைக்கு மதிப்பு கொடுக்கிறீர்கள். உயர்ந்த தரத்தில் பொருட்களை உருவாக்குவதை விரும்புகிறீகள். ஏற்கெனவே அமைந்த ஒரு வாழ்க்கைப் பாதையில் சிக்கிக் கொள்வதை நீங்கள் தவிர்கிறீர்கள். இவை எங்கு கொண்டு செல்லும் என்பதைக் குறித்து உங்களுக்கு நிச்சயமில்லை. எனினும் நீங்கள் வெளிப்படையாக அதனால் கிடைக்கும், இது எங்கு கொண்டு செல்லும் என உங்களுக்குத் தெரியாது. ஆனால் தாராளமாகக் கிடைக்கும் தகவல்களை உங்களுக்குச் சாதகமாகப் பயன்படுத்துகிறீர்கள். திறன்களைப் பற்றிய அனைத்து விஷயங்களும் நம் வசம் உள்ளது. எது உங்களுக்குப் பொருந்தும் எதை எப்படியும் தவிர்க்க வேண்டும் என்பதைக் காண்கிறீர்கள். சோதித்தும் தவறு செய்தும் முன்னேறுகிறீர்கள். இப்படித்தான் உங்கள் இருபதுகளைக் கழிக்கிறீர்கள். உங்களது தனிப்பட்ட ஆர்வங்கள் நெகிழ்ந்து

அமைய பல்வகையான இப்பயிற்சியின் நிகழ்ச்சியமைப்பாளர் நீங்களே.

பொறுப்பிலிருந்து தப்பிக்க நீங்கள் அலைந்து திரியவில்லை, உங்கள் திறனையும், வாய்ப்புகளையும் விரிவு படுத்தவே அவ்வாறு செய்கிறீர்கள். நீங்கள் ஏதேனும் ஒன்றில் ஈடுபடலாம் என்று எண்ணும் ஒரு கட்டத்தில் கருத்துக்களும் வாய்ப்புகளும் உங்களைத் தேடி வரும். அபூர்வமான மற்றும் உங்களது தனித்துவத்திற்குப் பொருந்தும் படி நீங்கள் அவற்றைச் சேர்ப்பதில் வல்லவர். இந்த ஓரிடத்தில் அல்லது எண்ணத்தில் நீங்கள் பல ஆண்டுகள் இருக்கலாம். இது வழி அதிகமான திறன்களைப் பெறலாம். இப்புதிய யுகத்தில், இளமையில் கடினமான, ஒத்தையடிப் பாதையில் செல்பவர்கள், நாற்பது வயதாகும்போது தொழிலில் குட்டிச்சுவரில் முட்டி நிற்கும் படியாகிறது. அவர்கள் வெறுப்படைகிறார்கள். இருபதுகளில் பல்வகையான பயிற்சி நேர்மறையான விளைவை ஏற்படுத்தும். வளரும் போது வாய்ப்புகள் பெருகும்.

III

நிபுணரின் சக்தியைக் கிரகித்துக்கொள்ளுங்கள்: வழிகாட்டியின் இயக்க ஆற்றல்

வாழ்நாள் குறுகியது, எனவே கற்கவும்-படிக்கவும் உங்களுக்குள்ள நேரம் வரையறுக்கப்பட்டது. வழிகாட்டுதல் இல்லாது உங்களது விலைமதிப்பற்ற பல வருடங்களை அறிவைத் தேடுவதிலே வீணடித்து விடுகிறீர்கள். மாறாக, காலந்தோறும் நிபுணர்களின் எடுத்துக் காட்டுகளைப் பின்பற்றிச் சரியான வழிகாட்டியைக் கண்டுபிடிக்க வேண்டும். வழிகாட்டிக்கும் இள மாணாக்கருக்கும் இடையே உள்ள உறவுதான் மிகத் திறமையான மற்றும் பயன் தரும் வகையான கற்றல். சரியான வழிகாட்டிகளுக்கு, உங்கள்

கவனத்தை எங்கு செலுத்த வேண்டுமென்பதும், எவ்வாறு உங்களுக்கான சவாலான பணியைத் தர வேண்டும் என்றும் தெரியும். உங்களது வேலை குறித்து உண்மையான உடனடி ஆலோசனையை அவர்கள் நல்குவார்கள். இதனால் உங்களை நீங்கள் விரைவாகச் சரிசெய்து கொள்ள முடியும். உங்களது வாழ்வின் வேலைக்குப் பொருத்தமான வழிகாட்டியைத் தேர்வு செய்யுங்கள் அவர்களது அறிவை நீங்கள் பெற்ற பிறகு அவர்களது நிழலிலேயே இருந்து விடக்கூடாது உங்களது இலக்கு உங்களது வழிகாட்டியின் நிபுணத்துவத்தை அறிவுக் கூர்மையை விஞ்சுவதே.

அறிவின் ரசவாதம்

லண்டனில் ஏழ்மையில் வளர்ந்த மைக்கேல் ஃபாரடேயின் (1791-1867 Michael Faraday) விதி பிறப்பிலேயே தீர்மானிக்கப்பட்டதாகத் தோன்றியது. அவருடைய தந்தையைப் போலவே கொல்லனாவது அல்லது ஏதேனும் வர்த்தகம் செய்வது. அவருடைய சூழ்நிலையில் வாய்ப்புகள் மிகவும் குறைவாகவே இருந்தன. அவருடைய பெற்றோர்கள் பத்துக் குழந்தைகளுக்கு உணவளித்து வளர்க்க வேண்டியிருந்தது. நோய் காரணமாக அவரது தந்தையால் நிரந்தரமாக வேலை செய்ய முடியவில்லை. குடும்பத்திற்குக் கூடுதல் வருமானம் தேவைப்பட்டது. பன்னிரண்டு வயது பூர்த்தி ஆவதற்காகப் பெற்றோர் காத்திருந்தனர். அப்போது தான் அவருக்கு என்று ஒரு வேலை அல்லது ஏதேனும் பயிற்சியைத் தொடங்க முடியும்.

அவருக்கிருந்த ஒரு குணம் மற்றவர்களிடமிருந்து அவரை வேறு படுத்தியது. அது துன்புறுத்துவதாகவும் இருந்தது. அவருக்கு மிகவும் செயல்படக்கூடிய மனமிருந்தது. உடல் வேலைக்குப் பொருத்தமில்லாதது.

தன் தாய்க்காக வேலையோ அல்லது உதவியோ செய்யாதபோது அவர் மத்திய லண்டனின் தெருக்களில் சுற்றிக் கொண்டிருப்பார். தன்னைச் சுற்றியுள்ள உலகை மிக உன்னிப்பாகக் கவனித்துக் கொண்டிருப்பார். இயற்கை இரகசியம் நிறைந்ததாக அவருக்குத் தோன்றியது. அதைத் தெரிந்து வெளிப்படுத்த விரும்பினார். அனைத்தின் மீதும் அவர் ஆர்வம் கொண்டார். அறிய வேண்டுமென்ற ஆசை எல்லையில்லாததாக இருந்தது.

செடிகள் அல்லது விளக்கவியலாத இயற்கைச் சம்பவங்கள் குறித்து முடிவில்லாது தன் பெற்றோர்கள் அல்லது வேறு யாரிடமாவது கேள்விகள் கேட்டவாறு இருந்தார். அறிவுப்பசி அவருக்கிருந்தது. அதைப் போக்குவதற்கான வழியில்லாமையால் எரிச்சலுற்றார்.

ஒருநாள் புத்தகங்களை பைண்ட் செய்து விற்கும் கடைக்குச் சென்றார். பளபளவென்று பல நூல்கள் அலமாரித் தட்டில் இருப்பதைக் கண்டு திகைத்துப் போனார். அவருடைய பள்ளிப்படிப்பு குறைவு. வாழ்க்கையில் அவருக்கு உண்மையில் தெரிந்த ஒரே நூல் பைபிள்தான். அவர் மத நம்பிக்கையுடைய குடும்பத்திலிருந்து வந்ததால் அச்சடித்த பைபிள் சொற்களுக்கு மாய சக்தி உள்ளதாக ஃபாரடே நம்பினார். கடையிலிருந்த ஒவ்வொரு நூலும் வித்தியாசமான உலகங்களின் அறிவைத் திறந்து காட்டுவதாக, அதனுடைய ஒரு மாயா சக்தியாகக் கற்பனை செய்தார்.

கடையின் சொந்தக்காரர் ஜார்ஜ் ரிபா, புத்தகங்கள் மீது இவ்விளைஞன் காட்டிய பக்தியைக் கண்டு கவரப்பட்டார். இவ்வளவு சிறுவயதில் இவ்வளவு தீவிரமாக யாரையும் அவர் சந்தித்ததில்லை.

அவரை மீண்டும் வரும்படி ஜார்ஜ் ஊக்கமளித்தார். ஃபாரடே அடிக்கடி வரத் தொடங்கினார். அவரது குடும்பத்திற்கு உதவுவதற்காக ரிபா, ஃபாரடேவிற்கு நூல்களை விநியோகிக்கும் வேலையைத் தந்தார். வேலையில் அவருடைய நன்னடத்தையைக் கண்டு மதிப்பு ஏற்பட ரிபா-கடையில் புத்தகங்களை பைண்ட் செய்வதற்குப் பயிற்சி பெறச் சேர்த்துக் கொண்டார். ஃபாரடே மகிழ்ச்சியுடன் ஏற்றுக் கொண்டார். 1805-ல் அவரது ஏழு வருடப் பயிற்சி காலம் தொடங்கியது.

வேலையின் தொடக்கத்தில், புத்தகங்களால் சூழப்பட்ட போது இளைஞன் ஃபாரடேவால் தன் நல்ல காலத்தை நம்பவே முடியவில்லை. புதிய நூல்கள் அக்காலத்தில் அபூர்வமாக, அதுவும், செல்வந்தர் களுக்குரிய சுகப்பொருளாக இருந்தன. ரிபோவின் கடையிலிருந்தது போன்ற நூல்கள் பொது நூலகத்தில் கூட இல்லை. கடைக்காரர், ஓய்வு நேரத்தில் விரும்பியதைப் படிக்கும் படி ஊக்குவித்தார். ஃபாரடே தன்கையில் கிடைத்த ஒவ்வொரு புத்தகத்தையும் படித்துத் தனக்குள் கிரகித்துக் கொண்டார். ஒரு மாலைப்பொழுதில் மின்சாரத்தைக் குறித்த அண்மைக் காலக் கண்டுபிடிப்புகளைக் கலைக்களஞ்சியத்தில் படித்தார். திடீரென்று அவருடைய வாழ்க்கையின் அழைப்பு அது என்று உணர்ந்தார். ஓர் அற்புதம், அதைக் கண்ணால் காண முடியாது; ஆனால் வெளிப்படுத்த மற்றும் பரிசோதனைகளால் அளக்க முடியும். இயற்கையின் ரகசியங்களைப் பரிசோதனை வழியாக வெளிப்படுத்தும் செயல்முறை அவரைப் பரவசப்படுத்தியது. அறிவியல் படைப்பின் ரகசியங்களை வெளிப்படுத்துவதற்கான சிறந்த தேடுதல் என்று அவருக்குத் தோன்றியது. எப்படியாவது தான் ஒரு விஞ்ஞானியாக வேண்டும் என்று விரும்பினார்.

இது யதார்த்தமான லட்சியமில்லை என்பதை அவர் அறிந்திருந்தார் அச்சமயத்தில் இங்கிலாந்தில் பரிசோதனைக் கூடங்களைப் பயன் படுத்துவதற்கும் அறிவியலைத் தொழிலாகக் கொள்வதற்கும் பல்கலைக் கழகக் கல்வி தேவை, அது மேல்தட்டு மக்களுக்கே சாத்தியமாகும். புத்தகங்களை பைண்ட் செய்வதற்கு பயிற்சி பெறும் ஒருவன் இத்தடையைக் கடப்பதாகக் கனவு கூடக் காண முடியாது. முயன்று பார்ப்பதற்கான சக்தி மற்றும் ஆசை இருந்தாலும், ஆசிரியர்கள் இல்லை. வழிப்படுத்த யாருமில்லை, அமைப்போ, நெறிமுறையே படிப்பதற்கில்லை. 1809-ல் கடைக்கு வந்த ஒரு புத்தகம். ஒரு வழியாக அவருக்குச் சிறிது நம்பிக்கையளித்தது. நூலின் பெயர், ***மனதை மேம்படுத்தல்*** *(Improvement of the mind)* சுய முன்னேற்ற நூல் எழுதியவர் ரெவரண்ட் ஐசக்வாட்ஸ். முதன்முதலாக 1741-ல் வெளியிடப்பட்டது. உங்களது சமுதாய நிலை பற்றிக் கவலைப் படாது, வாழ்க்கையில் கற்பதற்கும் மற்றும் வளர்வதற்குமான வழியை வெளிப்படுத்திய நூல். எம்மாதிரி செயல்

திட்டங்கள் ஒருவர் பின்பற்ற வேண்டும் என்பதையும், பயனான முடிவுகள் பெறலாம் என்றும் கூறியது, பாரடே மீண்டும் மீண்டும் அதைப் படித்தார். அவர் போகுமிடங்களுக்கெல்லாம் அதைக் கூடவே எடுத்துச் சென்றார்.

அந்நூலில் கூறப்பட்டவற்றை இம்மி பிசகாது பின்பற்றினார். கற்றல் செயல்முறையாக அமைய வேண்டும் என்று வாட்ஸ் எண்ணினார். அறிவியல் கண்டுபிடிப்புகளுக்குக் காரணமான ரிபாவின் ஆதரவுடன் கடையின் பின்னாலிருந்த அறையில் ஃபாரடே மின்சாரம் மற்றும் ரசாயன பரிசோதனைகள் பலவற்றைச் செய்து பார்க்கத் தொடங்கினார். புத்தகத்திலிருந்து அப்படியே கற்காது ஆசிரியர்களின் உதவியை நாடுமாறு வாட்ஸ் சொன்னார். ஃபாரடே லண்டனில் அப்பொழுது பிரபலமாக நிகழ்த்தப்பட்ட அறிவியல் சொற்பொழிவுகளைக் கடமையுணர்வுடன் கேட்கத் தொடங்கினார். சொற்பொழிவுகளைக் கேட்டால் மட்டும் போதாது, அவற்றைக் குறிப்பெடுக்க வேண்டுமென்று வாட்ஸ் குறிப்பிட்டிருந்தார். பின்னர் அக்குறிப்புகளை மீண்டும் செய்து பார்க்கவும் செய்தால், மூளையில் அவ்வறிவு ஆழமாகப் பதியும் என்பது அவர் வாதம், ஃபாரடே அதை இன்னும் ஒருபடி அதிகமாகவே செய்தார்.

வாராவாரம், பிரபல அறிவியல் நிபுணர் ஜான் டாட்டம் பல விஷயங்கள் குறித்து வழங்கிய சொற்பொழிவுகளை ஃபாரடே கேட்டார். அவர் பேச்சிலிருந்த முக்கியமான சொற்கள் மற்றும் கருத்துகளைக் குறிப்பெடுத்ததோடு, (Tatcem) டாட்டம் பயன்படுத்திய பல கருவிகளின் படங்களை வேகமாக வரைந்து வைத்துக் கொண்டார். அவர் நிகழ்த்திய பரிசோதனைகளையும் வரைந்து கொண்டார். பின்னர், குறிப்புகளை வாக்கியங்களாக மாற்றி எழுதினார். இதன் முடிவில் ஒரு விஷயத்தைக் குறித்து ஓர் அத்தியாயமே, விரிவான படங்களோடு கூறப்பட்டிருந்தது. ஒரு வருட காலத்தில் இது வளர்ந்து அவரால் எழுதி உருவாக்கப்பட்ட விரிவான அறிவுக்களஞ்சியமாகியது. அவருடைய விஞ்ஞான அறிவு மிக அதிகமாகவே வளர்ச்சியடைந்தது. அவருடைய குறிப்புகளின் அடிப்படையில் ஒருங்கிணைந்த ஓர் உருவத்தைப் பெற்றது.

ஒருநாள் ரிபோ, மதிப்பு ஏற்படுத்தக்கூடிய இக்குறிப்புகளின் திரட்டை வாடிக்கையாளரான வில்லியம் டான்ஸிடம் காட்டினார். அவர் மதிப்புமிக்க ராயல் நிறுவனத்தின் உறுப்பினர். அந்நிறுவனம் அறிவியலில் அப்பொழுது நிகழ்வனவற்றை ஊக்கப்படுத்திக் கொண்டிருந்து. ஃபாரடேவின் புத்தகத்தை மேலோட்டமாகப் புரட்டிப் பார்த்த டான்ஸ், தெளிவாகவும் மற்றும் சுருக்கமாகவும் அவர் சிக்கலான தலைப்புகளைக் கூட எடுத்தெழுதியுள்ளதைக் கண்டு திகைத்துப் போனார். அண்மையில் நைட்ஷுட் அளித்து கௌரவிக்கப்பட்ட ஹம்பிரி டாவி, ராயல் இன்ஸ்டிட்யூஷனின் தொடர் சொற்பொழிவு நிகழ்த்தியிருந்தார்.

ஹம்பிரி டேவி ரசாயன பரிசோதனைக் கூடத்தின் இயக்குனரும் கூட. அதைக் கேட்பதற்கு பாரடேவை அழைப்பது என்று முடிவு செய்தார் டான்ஸ்.

சொற்பொழிவிற்கான அழைப்புகள் விற்கப்பட்டுவிட்டன. இது இளைஞர் ஃபாரடேவிற்குக் கிடைத்த அபூர்வ வாய்ப்பு. அவருக்கு இது அதைவிட மேலானதாக அமையும் விதியாகும். டாவி அவர் காலத்தில் தலை சிறந்த ரசாயன நிபுணர் மட்டுமல்ல, பல கண்டுபிடிப்புகளுக்குச் சொந்தக்காரர்.எலேக்ட்ரோ இரசாயனத் துறையில் முன்னேறிக் கொண்டிருந்தார். பல்வேறு வாயு மற்றும் இராசயனப் பொருட்களுடன் அவர் மேற்கொண்ட பரிசோதனைகள் ஆபத்தானவை மட்டுமல்ல விபத்துகளும் ஏற்பட்டிருந்தன. எனினும் இது அவர் அஞ்சா நெஞ்சம் கொண்ட அறிவியலுக்கான போராடும் வீரர் என்றே அவரைப் பெருமைப்படுத்தியது. பிரமிக்கும் சபையோர் முன், நாடகப் பாணியில், புத்திசாலித்தனத்துடன் தன் பரிசோதனைகளைச் செய்து காட்டக் கூடியவர் எனவே அவருடைய விரிவுரைகள் நிகழ்வுகளாகக் கருதப்பட்டன. அவர் சாதாரணமான பின்னணியிலிருந்து வந்த போதும், அறிவியலில் மிகுந்த உயரத்தை அடைந்திருந்தார். அதற்குக்காரணம் மதிப்பான நெறியாளர்களின் கவனத்தை அவர் ஈர்த்ததே. ஃபாரடேவைப் பொறுத்தவரை டாவி ஒருவர்தான் வாழும் விஞ்ஞானியாக, அவருக்கு மாதிரியாக இருந்தார். டாவி முறையாகக் கல்வி பெறாததும் ஒரு காரணம்.

குறிப்பிட்ட நேரத்திற்கு முன்பே சென்று மேடைக்கு நெருக்கமான இருக்கையில் அமர்ந்து, டேவியின் பேச்சின் ஒவ்வொரு நுணுக்கத்தையும் உள்வாங்கினார். அதுவரை எடுத்ததைவிட மிக விரிவான குறிப்புகளை எடுத்தார். அவர் இதற்கு முன்பு கேட்ட விரிவுரைகளைவிட இவ்வுரை ஃபாரடேவிடம் வித்தியாசமான பாதிப்பை ஏற்படுத்தியது. அவர் ஊக்கமடைந்த போதும், ஏனோ சோர்ந்தும் போனார். இவ்வளவு ஆண்டுகள் தானே படித்து, அறிவியலிலும், இயற்கை உலகைக் குறித்தும் அறிவை வளர்த்துக் கொண்டிருந்தார். ஆனால் அறிவியல் என்பது தகவல்களின் தொகுப்பு அன்று. அது நெருங்கும் சிக்கல்களைக் குறித்த ஒரு வகையான சிந்தனை. அறிவியலின் ஆத்மா படைப்பில் இருந்தது என்பதை டேவியிடமிருந்து ஃபாரடே உணர்ந்தார். பொழுதுபோக்கு விஞ்ஞானியைப் போல அவர் வெளியிலிருந்து பார்த்துக் கொண்டிருந்தார். அவருடைய அறிவு ஒரு நோக்கில் அமைந்தது, அதனால் பயனில்லை. அவர் அரங்கிற்குள் செல்ல வேண்டும், அப்போது, செய்து பார்த்து அறிவதுடன், செயல்முறை அனுபவம் பெறலாம். அறிவியலார் கூட்டத்தில் ஒருவராகும் போது அவர்களைப் போல சிந்திக்கக் கற்றுக் கொள்ளலாம். இந்த விஞ்ஞான ஆத்மாவை நெருங்க, அதன் சாரத்தை உள்வாங்க அவருக்கு ஒரு வழிகாட்டி தேவை.

இத்தேடல் சாத்தியமற்றதாகத் தோன்றியது எனினும் அவருடைய

பயிற்சி முடிவடையும் கட்டத்திலிருந்தது, வாழ்நாள் முழுவதும் புத்தகத்தை பைண்ட் செய்பவராக இருக்க வேண்டி வருமோ என்ற எண்ணம் ஃபாரடேவை மனச் சோர்வடையச் செய்தது. ராயல் சொசைட்டியின் தலைவருக்கு, பரிசோதனைக் கூடத்தில் எந்தக் கீழ்நிலை வேலையையும் தான் செய்யத் தயார் என்று கடிதமெழுதினார். அவர் விடாது முயன்றார் எனினும் மாதங்கள் கடந்தன ஒரு தகவலும் இல்லை. எதிர்பாராது ஹம்ரிடேவியின் அலுவலகத்திலிருந்து ஒரு செய்தி வந்தது. ராயல் இன்ஸ்டிடியூட்டில் மீண்டும் நடந்த வெடி விபத்தில் டாவி கண்பார்வை இழந்திருந்தார். அது சரியாகப் பல நாட்களாகலாம். இக்காலத்தில் குறிப்புகள் எடுக்கவும் மற்றும் அவரது பொருட்களை ஒழுங்கு படுத்தவும் அவருக்கு ஓர் உதவியாளர் தேவைப்பட்டார். திரு டான்ஸ், டாவியின் நல்ல நண்பர், அவர் ஃபாரடேவை இவ்வேலைக்குச் சிபாரிசு செய்திருந்தார். ஃபாரடேவிற்கு இது விதியா இல்லை மாயமா என்று தோன்றியது. கிடைத்த வாய்ப்பை நன்கு பயன்படுத்திக் கொண்டு, ரசாயான மேதையின் நன்மதிப்பைப் பெற விரும்பினார். டேவியின் அருகில் இருப்பதே அவரை பக்திப்பரவசப் படுத்தியது. அவர் கூறிய வேறொரு கட்டளையையும் மிகுந்த சிரத்தையுடன் கேட்டு, அதற்கும் மேலாகச் செய்து முடித்தார். டேவியின் பார்வை சரியானவுடன் ஃபாரடேவிற்கு நன்றி கூறியவர், ராயல் இன்ஸ்டிட்யூட்டில் ஏற்கெனவே பரிசோதனைக் கூடத்திற்கான உதவியாளர் இருப்பதால் அவருக்கு அங்கு எந்த நிலையிலும் பணிவாய்ப்பில்லை என்பதைத் தெளிவுபடுத்தினார்.

ஃபாரடே மனம் குன்றிய போதும் நம்பிக்கை இழக்கவில்லை. இதுவே முடிவு என்று விட்டுவிட விரும்பவில்லை. டேவியின் அருகில் இருந்த சில நாட்களே கற்பதற்குப் பல சாத்தியக்கூறுகளை வெளிப் படுத்தியிருந்தன. டேவி தன் மனதில் தோன்றும் எண்ணங்களை அருகிலிப்பவரிடம் கூறி அவர்களது கருத்துக்களை அறிய விரும்புவார். ஃபாரடேவுடன் ஒரு பரிசோதனையைக் குறித்து விவாதித்தபோது டேவியின் மனம் எவ்வாறு வேலை செய்கிறது என்பதை அறிய முடிந்ததோடு ஃபாரடேவை பிரமிக்கவும் வைத்தது. டேவியே தனது வழிகாட்டி என்று முடிவு செய்தவர் அதைச் செயல்படுத்து வதிலும் உறுதியாய் இருந்தார். டேவியின் விரிவுரைகளைக் குறித்து அவர் எழுதியிருந்த குறிப்புகளை மீண்டும் பார்த்தார். குறிப்புகளை ஒழுங்குபடுத்தி அழகான சிறு நூல் போலாக்கினார். முழுவதையும் கவனத்துடன் கைப்பட எழுதினார். நிறையச் சித்திரங்கள் மற்றும் படங்களால் நிறைத்தார். அதை டேவிக்குஅன்பளிப்பாக அனுப்பி வைத்தார். டேவி மறதிக்குப் பெயர் போனவராக இருந்ததால், அவர் தன்னிடம் கூறி மறந்து போயிருக்கலாம் என்று எண்ணிய பரிசோதனையைப் பற்றி நினைவுபடுத்தி அவருக்குக் கடிதம் எழுதினார்.

ஃபாரடேவிற்கு எந்த பதிலும் வரவில்லை. ஆனால் பிப்ரவரி 1813-ல் ஒரு நாள் திடீரென்று ராயல் இன்ஸ்டிடியூட்லிருந்து அவருக்கு அழைப்பு வந்தது.

அன்று காலை தான் இன்ஸ்டிட்யூட்டின் சோதனைக் கூட உதவியாளர் கீழ்ப்படியாமைக்காக வேலையிலிருந்து நீக்கப் பட்டிருந்தார். அவருக்கு பதிலாக ஒருவர் உடனடியாகத் தேவைப்பட்டார், டாவி ஃபாரடேவை பரிந்துரை செய்தார். குப்பிகளை மற்றும் கருவிகளைச் சுத்தப்படுத்துவது, பெருக்குவது, நெருப்பை மூட்டுவது போன்ற வேலைகளே அவர் செய்ய வேண்டியவை. புத்தக பைண்டராக அவர் பெற்ற ஊதியத்தை விட மிகக் குறைவான சம்பளம். ஆனால் தன் அதிர்ஷ்டத்தை நம்ப முடியாதவராக ஃபாரடே உடனே வேலையை ஏற்றுக் கொண்டார். அவர் தானாகக் கற்றுக் கொண்டதை விட இப்போது பெற்ற கல்வியின் வேகம் அவருக்கே அதிர்ச்சியளித்தது. தனது வழிகாட்டியின் மேற்பார்வையில் டேவியின் இரசாயனக் கலவையை எவ்வாறு தயாரிக்க வேண்டுமென்று கற்றுக் கொண்டார். இதில் சில வெடிமருந்து வகைகளும் அடங்கும். இரசாயனப் பகுப்பாய்வின் அடிப்படைகளை அதன் மிகச்சிறந்த பயிற்சியாளரிடமிருந்தே அக்கலையைக் கற்றார். அவருடைய பொறுப்புகள் அதிகரித்தன. அவருடைய சொந்த பரிசோதனைகளை செய்வதற்கும் அவருக்கு அனுமதி கிடைத்தது. பரிசோதனைக் கூடத்தையும் அதன் அலமாரிகளையும் இரவு பகலாக உழைத்து ஒழுங்குபடுத்தினார். டேவி, ஃபாரடேவை தன்னுடைய இளமையின் பிரதிபலிப்பாகவே கண்டார். இருவருக்குமிடையிலான உறவு நெருக்கமடைந்தது.

1821 ஆம் ஆண்டு ஃபாரடே கசப்பான ஓர் உண்மையை எதிர்கொள்ள வேண்டியிருந்தது. எட்டு வருட கடினப் பயிற்சி அவரைச் சிறந்த இரசாயன நிபுணராக மாற்றியிருந்தது. தனித்து ஆய்வுகள் செய்தார். எனினும் டாவி இப்போதும் அவரைத் தனக்குக் கட்டுப்பட்டவராக, உதவியாளராகவே நடத்தியதோடு, அவருடைய மீன் பிடிப்புக்கு, பூச்சிகளை அனுப்பவும், அவருடைய வேலைகளைச் செய்யவும் ஆன வேலைக்காரனாகவே நடத்தினார்.

டாவிதான் அவரைப் புத்தக பைண்டிங் வேலையிலிருந்து காப்பாற்றியவர். அவருடைய உயர்வுக்கு அவரே காரணம் எனினும், ஃபாரடேவிற்கு இப்போது முப்பது வயதாகிறது. இனியும் அவர் சுதந்திரமாக செயல்படவில்லையெனில் அவருடைய படிப்புக்காலம் பரிசோதனைக் கூட உதவியாளராகவே கழிந்து விடும். மனஸ்தாபத்துடன் வெளியேறினால் அறிவியல் கூட்டத்தில் பெயரைக் கெடுத்து விடும். முடிவில் அவருக்குத் தன்னுடைய வழிகாட்டியிடமிருந்து விடுதலை பெறுவதற்கான வாய்ப்புக் கிடைத்தது.

ஐரோப்பா முழுவதிலும் விஞ்ஞானிகள் மின்சாரத்திற்கும் மற்றும்

காந்த சக்திக்குமுள்ள உறவு குறித்துக்கண்டுபிடிப்புகள் செய்து வந்தனர். ஆனால் அவை ஒன்றோடோன்றின் மீது ஏற்படுத்திய பாதிப்பு விநோதமானது. அது ஏற்படுத்திய அதிர்வு நேரிடையாகவும் நேரியலாகவும் இல்லை, வெளிப்படையான ஒரு வட்டம் போல் அமைந்திருந்தது. இயற்கையில் இதுபோல் எதுவும் இல்லை. இதனுடைய சரியான வடிவத்தைப் பரிசோதனை வழி எப்படி வெளிப்படுத்துவது என்பதே எல்லோருடைய கவனத்தையும் ஈர்த்தது. டாவியும் அதில் ஒருவர். வில்லியம் ஹைட் உல்லா ஸ்டன் என்ற விஞ்ஞானி மற்றும் ஃபாரடேவுடன் சேர்ந்து, ஆய்வு செய்து, மின்சார காந்த அதிர்வின் சுருள் தன்மை என்ற கருத்தை முன்வைத்தர். அதிர்வைச் சிறு துகளாக உடைத்து அளக்க வழி கண்டனர். அனைத்துத் துகளையையும் கூட்டினால் சுருள் நகர்வைக் காட்டும்.

ஃபாரடேவின் நெருங்கிய நண்பர், மின்சாரத்தை அறியக் கூடியவை குறித்து மதிப்புடைய அறிவியல் இதழ் ஒன்றிற்குக் கட்டுரை எழுதச் சொன்னார். ஃபாரடேவும் மும்முரமாக இத்துறை குறித்துப் படிக்கத் தொடங்கினார். தன் வழிகாட்டியைப் போன்றே சிந்தித்தவர் கண் கூடாக மின்சார காந்த நகர்வை எடுத்துக் காட்ட வேண்டுமென்று கருதினார். 1821 செப்டம்பரில் ஓர் நாள் இரவு அத்தகைய பரிசோதனை குறித்து அவருக்குத் (Vision) தெளிவு கிடைத்தது. அதை அவர் செயல்படுத்தினார். திரவ பாதரசத்தின் நடுவில் ஒரு காந்தத்தை நேராக நிறுத்தினார். (மின்சாரத்தைக் கடத்தும் உலோகம்) ஒரு வயரை, கார்க்கை பாதரசத்தில் மிதக்க விட்டு அதன்மேல் அமைத்தார். வயரில் மின்சாரம் பாய்ந்த போது, கார்க், காந்தத்தைச் சுற்றிக் கூம்பு வடிவில் நகர்ந்தது. அதே பரிசோதனையை மாற்றி (வயரை நீரில் வைத்துப் பொருத்தி) செய்ததும் இதே மாதிரி இருந்தது.

வரலாற்றிலேயே முதல் முறையாகத் தொடர் நகர்வுகளுக்குப் பயன்படுத்தப்பட்டது. இதுவே மின்சார மோட்டாருக்கெல்லாம் முன்னோடி. இது எளிய பரிசோதனையாக இருந்தும் ஃபாரடே மட்டுமே அறிந்திருந்தார். டாவியின் அறிவுறுத்தலின் வெளிப்பாடாக இந்த முயற்சி தோன்றியது. இந்த கண்டுப்பிடிப்பினால் உற்சாகம் அடைந்து, அதன் முடிவுகளை வெளியிட விரைந்தார்.

வெளியிடும் அவசரத்தில், வோலஸ்டன் மற்றும் டாவியின் ஆய்வைக் குறிப்பிட மறந்து போனார். உடனே ஃபாரடே அவர் செய்த வேலையைத் திருடிவிட்டதாக வதந்தி பரவியது. தன் தவறை உணர்ந்த ஃபாரடே வோலஸ்டனை சந்தித்து, எவ்வாறு சுதந்திரமாகத் தான் கண்ட முடிவுக்கு வந்தார் என்பதை விளக்கினார். வோல்ஸ்டன் புரிந்து கொண்டாலும் வதந்தி தொடர்ந்தது. டாவிதான் இதன் பின்னணியில் இருந்தார் என்பது தெரிந்தது. என்ன காரணத்தினாலோ ஃபாரடேவின் விளக்கங்களைக் கேட்க அவர் மறுத்தார். ஃபாரடேவின் கண்டுபிடிப்பிற்காக

அவரை ராயல் சங்கத்தில் உறுப்பினராக நியமித்தபோது, அதன் தலைவராக இருந்த டாவி அதைத் தடுத்தார். ஓராண்டிற்குப் பின்னர், பாரடே வேறொரு முக்கியக் கண்டுபிடிப்பைச் செய்த போது, டாவி அதற்கான வெற்றியில் பாதி தனக்குரியதென்றார். ஃபாரடேவைத் தாம் வெறுமையிலிருந்து உருவாக்கியவர் எனவே அவருடைய அனைத்துச் செயல்களுக்கும், சிறப்புக்கும் தாமே காரணம் என்று டாவி நம்பினார்.

ஃபாரடேவிற்கும் டாவிக்குமான உறவு முடிந்து போனது. இனி டாவியைக் காணவோ, அவருடன் தொடர்பு கொள்ளவோ அவர் விரும்பவில்லை. விஞ்ஞானிகளின் கூட்டத்தில் அவருக்கும் இப்போது ஓரிடமுண்டு. இனி அவரது இஷ்டம் போல் செயல்படலாம். இனி அவர் செய்யவிருந்த பரிசோதனைகள் மின்சார சக்தியில் மிக முக்கியமான முன்னேற்றத்தையும், இருபதாம் நுற்றாண்டில் புரட்சியை ஏற்படுத்தக்கூடிய கொள்கைகளை உருவாக்கும். அறிவியல் ஆய்வாளர்களின் வரலாற்றில் இடம்பெற்று உயர்ந்தவர்களில் ஒருவராக அமைந்து தன் வழிகாட்டியையும் மிஞ்சிநின்றார்.

நிபுணத்துவத்திற்கான வழிகள்

கடந்த காலங்களில் அதிகாரமுள்ள மக்களிடம் அதற்கான ஓர் ஒளி இருந்தது. இது அவர்கள் செய்து முடித்த செயல்களின் சிறப்புகள், அவர்களது பதவி, சமூக அந்தஸ்து அல்லது மதத்தினால் வந்தது. மக்கள் இவர்களை வணங்கி மரியாதையளித்தனர். ஜனநாயகத்தின் வரவால் இது மெல்ல மறையத் தொடங்கியது. இன்று இது இல்லையென்று கூறலாம்.

நல்ல பின்புலம் அல்லது தொடர்பினால் பதவிகளைப் பெற்றவர்கள், மற்றும் பிறரையும் பதவிக்காகப் பாராட்டவோ அல்லது வணங்கவோ வேண்டியதில்லை. உழைப்பால் உயர்ந்தவர்களை இவ்வாறே காணுகிறோம். இன்று அதிகாரத்திலுள்ளவர்களை விமர்சித்து அவர்களது பலவீனங்களைச் சுட்டிக் காட்டும் பண்பாடு உள்ளது. கொண்டாடப்படுபவர்கள் மற்றும் கவர்ச்சிகரமான நபர்களைக் கண்டால் கவரப்படுகிறோம். இப்போக்கு அரசியலுக்குப் பொருந்தும். ஆனால் கற்பதற்கும் மற்றும் பயிற்சிக் கட்டத்திற்கும் இது சிக்கலானது.

கற்பதற்கு அடக்கம் தேவை. நமது துறையில் நம்மை விட அதிகம் தெரிந்தவர்கள் இருக்கிறார்கள் என்பதை ஏற்க வேண்டும். அவர்களுடைய உயர்வுக்குக் காரணம். இயல்பாகப் பெற்ற திறமையோ, நிலையோ அல்ல. அவர்களது அனுபவமும் காலத்தின் முதிர்ச்சி யுமாகும். ஆனால் நாம் இவ்வுண்மையை நம்பாது, எளிதாக ஒன்றை நாமே கற்றுக் கொள்ளலாம்.அதுவே சரியானது என்று நினைக்கலாம். நிபுணர்களிடம் கற்று அவர்களது அதிகாரத்திற்குக் கீழ் அடங்குவது, நம்முடைய இயல்பான திறமையைக் குற்றப்படுத்துவதாக உணரலாம்.

வாழ்க்கையில் நமக்கு ஆசிரியர்கள் இருந்தாலும், அவர்களது அறிவுரைகளுக்கு நாம் முழுவதும் கவனம் செலுத்துவதில்லை. நம் விருப்பபடி தான் செயல்படுகிறோம்.

புரிந்து கொள்ளுங்கள்; உங்களது தொழிலின் தொடக்க கட்டத்தில், செயல்முறை அறிவை, சிறந்த முறையில் பெறுவது முக்கியமானது. பயிற்சிக் கட்டத்தில் நீங்கள் ஏற்றுப் பணிந்து கேட்கக் கூடிய வழிகாட்டிகள் தேவை. உங்களது தற்கால பலவீனத்தை வெல்ல உங்கள் வழிகாட்டி உதவுவார்.

உங்களுக்கு ஒரு வழிகாட்டி தேவைப்படும் காரணம் எளிதானது. வாழ்க்கை குறுகியது, அளவான நேரமும், ஆற்றலுமே உள்ளது. உங்கள் தேவைக்கேற்ப நூல்கள், சொந்தப் பயிற்சி மற்றும் அபூர்வமாகப் பிறரது அறிவுரை வாயிலாகக் கற்கலாம். ஆனால் இம்முறையில் குறி தவறவும் செய்யும். நூல்களிலுள்ள தகவல்கள் உங்களது சூழல் மற்றும் தனித்துவத்திற்கேற்ப உருவாக்கப்படாததால் அது பிடிபடாது உள்ளது. நீங்கள் சொந்தமாகப் பயிற்சி செய்யும்போது, தேவையான ஆலோசனை பெறவியலாது. நீங்கள் சுயம் நோக்கிய பயிற்சியைப் பலதுறைகளில் பெறலாம். ஆனால் அதற்குப் பத்தாண்டுகள், இல்லை அதற்கும் மேலே தேவைப்படலாம். இதனாலேயே உங்களுக்கு ஒரு வழிகாட்டி தேவைப்படுகிறார்.

வழிகாட்டிகள், குறுக்கு வழியைப் பயன்படுத்துவதில்லை. அவர்கள் செயல்முறையை வகுக்கிறார்கள். அவர்கள் சிறந்த வழிகாட்டிகளிடமிருந்து பெற்ற சிறந்த மற்றும் ஆழமான அறிவை, அவர்களுடைய அனுபவம் கற்பதற்குக் கற்றுத் தந்த மதிப்பிலான பாடங்கள் மற்றும் வியூகங்களை உங்களுக்குச் சொல்லித் தருகிறார்கள். தவறுகள் அல்லது தேவையில்லாத வழிமுறைகளிலிருந்து உங்களைக் காப்பாற்றுகிறார்கள். உங்கள் வேலையைக் கவனித்துச் சரியான நேரத்தில் ஆலோசனையை வழங்கு கிறார்கள். இதனால் நீங்கள் காலத்தை வீணாக்காது செயல்படுகிறீர்கள் அவர்களது அறிவுரை உங்களது சூழலுக்கும், தேவைகளுக்கும் ஏற்ப அமைகிறது. அவர்களுடன் நெருங்கி வேலை செய்யும்போது, அவர்களது கற்பனைச் சிறப்பை நீங்கள் உள்வாங்கிக் கொள்கிறீர்கள். இதை உங்களது வழியில் பயன்படுத்திக் கொள்ளலாம். நீங்கள் தனியாகப் பத்தாண்டுகள் செய்யக் கூடியதைச் சரியான வழிகாட்டுதலில் ஐந்தே வருடங்களில் செய்து விடலாம்.

வழிகாட்டி சிஷ்யன் உறவை மேன்மையடையச் செய்வது உணர்ச்சி பூர்வமான பந்தமே. வழிகாட்டி மாணவனது கல்வியை உணர்ச்சி சார்ந்தே காண்கின்றார். நீங்களும் அவர்களால் கவரப்படலாம், சாதனைகளைக் கண்டு வியப்பது, அவர்களைப் போல உங்களை உருவாகிக் கொள்ள விரும்புவது முதலியன. வழிகாட்டிகளுக்கு இது நிரந்தர முகஸ்துதி.

இந்த இருவழி உணர்ச்சி பூர்வமான உறவு இருவரையும் மனம் திறக்கச் செய்கிறது. இது ஆசிரியர் மாணாக்கன் உறவை மீறி அமைகிறது.

கற்றல் இடைக்காலத்திலிருந்தே ரசவாதத்தை ஒத்தது. ரசவாதத்தின் நோக்கம், அடிப்படை உலோகங்கள் அல்லது கற்களைத் தங்கமாக்குதல். இதைச் செய்வதற்கு ரசவாதிகள் 'அபூர்வக் கல்லை'த் (Philosophical stone) தேடினார்கள். இது சாதாரண கற்கள் அல்லது உலோகங்ககளை உயிர்ப்பித்து, அதன் இரசாயனச் சேர்க்கையை மாற்றித் தங்கமாக்கும். இந்த 'அபூர்வக் கல்' கண்டு பிடிக்கப்படவேயில்லை என்றாலும் அது ஒரு குறியீடாயிற்று. நீங்கள் தேர்ச்சி பெற்றவராக வேண்டுமென்ற தேவை உலகில் உள்ளது. அது அடிப்படை உலோகம் அல்லது சாதாரணக்கல். இவ்வறிவு உயிர்பெற்று உங்களுக்குள் வரவேண்டும். உங்கள் சூழலுக்கு ஏற்பச் செயல் படக்கூடிய பொருத்தமான ஒன்றாக மாறவேண்டும். வழிகாட்டி என்பவர் வேதாந்தியின் கல் போன்றவர், அனுபவமிக்க ஒருவரோடான நேரிடையான செயல்பாடு வழி நீங்கள் விரைவாகவும், திறமையாகவும் இவ்வறிவை உயிர்பிக்கலாம். அதைத் தங்கமாக மாற்றலாம்.

சரியான நிபுணரை முதலில், உங்களது வழிகாட்டியாகக் கவர அதில் சுய ஆர்வத்தை வலுவாகக் கொள்ள வேண்டும். கண்டு செயல்படக்கூடிய ஒன்றை அவர்களுக்கு உங்களுடைய சக்தியுடன் சேர்த்து அளிக்கலாம். ஃபாரடேவைச் சந்திப்பதற்கு முன்பே அவருடைய வேலை நீதி மற்றும் நிர்வாக அமைப்புத் திறன்கள் குறித்து டாவி அறிந்திருந்தார். இது ஒன்றே அவரை விருப்பத்திற்குரிய உதவியாளராக்கியது. இதனால் ஆலோசகரைத் தேடிப் போவதற்கு முன்னால் நீங்கள் அடிப்படைத் திறன்கள் ஏதேனும் தவிர ஒழுக்கத்தையும் பெற்றிருக்க வேண்டும் என்று புரிந்து கொள்ளலாம்.

அனைத்து நிபுணர்கள் மற்றும் அதிகாரத்திலுள்ள மனிதர்களின் நேரம் அதிக தகவல்களைப்பெறுவதிலும் உணர்வதிலும் செலவழிகிறது. அவர்கள் இவ்விஷயங்களில் தங்களைச் சரிவர அமைத்துக்கொள்ள மற்றவர்களை விடச் சிறப்பாக நீங்கள் உதவினால் அவர்களது கவனத்தையும் ஆர்வத்தையும் பெற்று உறவு கொள்ள முடியும்.

வழிகாட்டியிடம் நேரிடையாகத் தொடர்பு கொள்வது நல்லது. அப்போதுதான் சில கூறுகளை நீங்கள் பெற முடியும். இவற்றை வார்த்தைகளால் விளக்க முடியாது. தனிப்பட்ட முறையில் கண்டு செயல்பட்டு உள்வாங்கிக் கொள்ள வேண்டும். டாவியின் எண்ணப் போக்கை அருகிலிருந்து, தொடர்ந்து கண்டதாலேயே ஃபாரடேவால் முக்கியமான பரிசோதனைக்கான கருத்தைப் புரிந்துகொள்ள முடிந்தது. இதுவே பின்பு அவருடைய மிகப்பெரிய வெற்றிக்கும் காரணமாயிற்று.

வழிகாட்டிகளுக்கு அவர்களுக்கே ஆன பலங்களும், பலவீனங்களும் உண்டு. நல்லவர்கள், உங்களது பாணியில் உங்களை வளர விட்டு, சரியான நேரத்தில் அவர்களை விட்டுச் செல்லும்படி செய்வார்கள். இவர்கள் வாழ்நாள் முழுவதும் உங்களது நண்பர்களாக, கூட்டாளிகளாக இருக்க வியலும். எனினும் பல நேரங்களில் இதற்கு எதிராக நிகழலாம். உங்களது சேவையை எதிர்பார்ப்பவர்கள் உங்களை விடாது, அடக்கி வைக்க விரும்புவர். உங்களது இளமையைக் கண்டு பொறாமைப்பட்டு அளவு மீறி விமர்சிக்கலாம். நீங்கள் இதை அறிந்தாலும், உங்கள் லட்சியம், எவ்வளவு அறிந்து கொள்ள முடியுமோ, அதைப் பெறுவதே. நீங்கள் முடிவில் உங்களது சுதந்திரத்தைப் பறிகொடுத்து விடக்கூடாது.

உங்களது உரிமையை நீங்கள் வெளிபடுத்தத் தவறக்கூடாது. ஃபாரடேவைப் போல் மனவருத்தம், கோபம் கொள்ள வேண்டும். இவ்வுணர்ச்சிகளை வழிகாட்டியை விட்டுச் செல்வதற்குப் பயன்படுத்திக் கொள்ளலாம்.

உங்களுக்கு வாழ்க்கையில் பல வழிகாட்டிகள் இருப்பார்கள். தேர்ச்சி பெறப் பல படிகளைக் கடக்க வேண்டும். வாழ்க்கையின் ஒவ்வொரு கட்டத்திலும் சரியான ஆசிரியர்களைக் கண்டுபிடிக்க வேண்டும். அவர்களிடமிருந்து உங்களுக்குத் தேவையானவற்றைப் பெற வேண்டும். இதே பாதையில் தான் உங்கள் வழிகாட்டியும் சென்றிருப்பார். இதுவே உலக நியதி.

வழிகாட்டியின் இயக்காற்றலை ஆழப்படுத்துவதற்கான வழிமுறைகள்

‘மாணவனாகவே இருந்தால் ஆசிரியருக்கான நன்றிக் கடனை ஒருவர் மோசமாகவே திருப்பிச் செலுத்துகிறார்.’

-பெட்ரிக் நிட்சே

வழிகாட்டியிடமிருந்து கற்பதற்காகவும், அவர்களது ஆற்றலை உயர்நிலையில் உள்வாங்கவும் அவர்களைச் சரணடைகிறார்கள்.எனினும் குறிப்பிட்ட நிலையில் நீங்கள் வழிகாட்டியின் சக்தியை உங்களது நோக்கங்களுக்காகச் சொந்தமாக்கிக் கொள்ளலாம். பின்வரும் நான்கு வழிமுறைகள் இவ்வுறவை முழுவதுமாகப் பயன்படுத்தி நீங்கள் பெறும் அறிவைப் படைப்பாக்கச் சக்தியாக மாற்றுவதற்காக வடிவமைக்கப் பட்டவை.

1. உங்களது தேவை மற்றும் மனநிலைக்கேற்ப வழிகாட்டியைத் தேர்வு செய்யுங்கள்.

சரியான வழிகாட்டியைத் தேர்வு செய்வது மிக முக்கியம். எதிர்கால நடவடிக்கைகளை, நினைப்பதை விட ஆழமாகப் பாதிப்பதால் தவறான

தேர்வு, நிபுணத்துவத்திற்கான உங்களது பயணத்தை எதிர்மறை ஆக்கி விடும். நீங்கள் உள்வாங்கிக் கொள்ளும். நம்பிக்கைகள் மற்றும் பாணி உங்களுக்குப் பொருந்தாதவையாக இருந்தால், அவை பின்னர் உங்களைக் குழப்பி விடலாம். வழிகாட்டி மிகவும் ஆதிக்கம் செலுத்துபவராக இருந்தால் நீங்கள் வாழ்நாள் முழுவதும், வழிகாட்டியின் நகலாகத்தான் இருப்பீர்களே அல்லாது உங்களது தகுதிக்கேற்ற வல்லவராக மாட்டீர்கள். அறிவுள்ளது போன்று, வசீகரிக்கும் தன்மை, அல்லது விரும்பும் துறையில் உயர்வாக இருந்தால், மேலோட்டமான இக்காரணங்களுக்காக ஒருவரைத் தேர்வு செய்வது தவறாகும். உங்கள் வழியில் வரும் முதல் நபரை வழிகாட்டியாகத் தேர்வு செய்யாதீர்கள். நன்றாகச் சிந்தித்துத் தேர்வு செய்யுங்கள்.

உங்களது விருப்பங்கள், வாழ்க்கைக் குறிக்கோள், எதிர்காலத்தில் நீங்கள் அடைய நினைக்கும் பதவி இவற்றை மனதில் கொண்டு வழிகாட்டியைத் தேர்வு செய்ய வேண்டும். நீங்கள் தேர்வு செய்யும் வழிகாட்டி இதற்குப் பொருத்தமானவராக இருக்க வேண்டும். உங்களது பாதை புரட்சியை நோக்கியதென்றால் வெளிப்படையான, முன்னேற்றச் சிந்தை கொண்ட, ஆதிக்கம் செலுத்தாத வழிகாட்டி வேண்டும். உங்களது லட்சியம் சற்று விநோதமான பாணியில் இருந்தால், உங்களது விநோதமான தன்மைகளை, தேர்ச்சி பெறக்கூடிய வகையில் மாறுவதற்கு உதவக்கூடிய ஒருவர் வேண்டும். ஜங்கைப் போல மாறுபட்ட எண்ணங்களுடையவராக இருந்தால் உங்களைத் தெளிவு பெறச் செய்யக்கூடியவரை, அத்துறையில் முக்கியமானவரை, உங்களுடைய விருப்பங்களுக்கு முற்றிலும் பொருந்தாத ஒருவரைத் தேர்வு செய்யலாம். சில வேளைகளில் வழிகாட்டியின் ஒரு பக்கம், நாம் விரும்பாது ஒதுக்கக்கூடிய அல்லது எதிர்க்கக்கூடியதாக இருக்கலாம். இது போன்ற நிலையில் தொடக்கத்தில் உங்களுடைய உறவு, குறிப்பாக ஆதிக்கம் கொண்டவராக இருந்தால் சற்று விலகியே, உணர்ச்சியில்லாது இருப்பதே நல்லது, குறிப்பாக அவளோ அவனோ ஆதிக்கம் செலுத்தக் கூடிய வகையாக இருந்தால். போகப்போக எதை ஏற்க வேண்டும், ஒதுக்க வேண்டுமென்று நீங்கள் புரிந்துகொள்வீர்கள்.

வழிகாட்டி, தந்தை செய்ததில் சிலவற்றையே மறுபடியும் செய்பவராக இருப்பதை நினைவில் வையுங்கள். நீங்கள் எந்தக் குடும்பத்தில் பிறக்க வேண்டுமென்பதைத் தேர்வு செய்ய முடியாவிட்டாலும், யாரை வழிகாட்டியாகத் தேர்வு. செய்வதென்பது உங்களிடமே உள்ளது. சரியான தேர்வு, உங்கள் பெற்றோர் அளிக்காத ஆதரவு, நம்பிக்கை, வழிகாட்டல், உங்களுக்கானஇடம், இவற்றை அளிக்கும். இதைத் தரக்கூடிய வழிகாட்டிகளைத் தேடுங்கள். உங்களது பெற்றோரைப் போல தோன்றும் வழிகாட்டியிடம் சிக்காதீர்கள். இல்லையெனில் உங்களை முதலில் எவை தடை செய்தனவோ அவை மீண்டும் நிகழும்.

2. வழிகாட்டியின் கண்ணாடியை உற்று நோக்கு

நிபுணத்துவம் பெறுவதற்குக் கண்டிப்புடனான உறுதி மற்றும் யதார்த்தத் தோடு எப்போதும் தொடர்பு வேண்டும். நாம் வாழும் இன்றைய உலகில் நம்முடைய பலவீனங்களைத் தெளிவாக அறிந்து கொள்வது கடினம். மனிதர்கள் தங்களுடைய வேலைகளிலுள்ள குற்றம், குறைகளைச் சொல்லத் தயங்குகின்றனர். சுயகல்வி நூல்களும் உண்மையைக் கூறுவதில்லை. விமர்சிக்கவும் தயங்குவதால், தங்களைப்பற்றிச் சரியாக அறிந்து கொள்ள முடியாது, சுய ஒழுக்கத்தையும் வளர்த்துக்கொள்ள இயலாது மனிதர்கள் அவதிப்படுகின்றனர். இதனால் நிபுணத்துவம் பெறுவதற்கான கடினமான பயணத்திற்கு அவர்கள் லாயக்கற்றவர்கள் ஆகின்றனர். மனிதர்களுடைய மனோதிடத்தை இது பலவீனப்படுத்துகிறது.

நிபுணர்கள், கடின உழைப்பு, துன்பம் இவற்றைக் கடந்துதான் அந்நிலையை அடைந்துள்ளனர். அவர்களுடைய வேலையைக் குறித்து அளவற்ற விமர்சனங்கள், முன்னேற்றம் பற்றிய சந்தேகங்கள், பின்னடைவுகள் அனுபவித்துள்ளனர். படைப்பாக்க நிலைக்கும் அதைத் தாண்டியும் செல்வதற்கு என்ன தேவை என்பது அவர்களுக்குத் தெரியும். நம்முடைய முன்னேற்றம், பண்புகளிலுள்ள பலவீனங்கள் முன்னேறுவதற்காகக் கடக்க வேண்டிய கடும் சோதனைகள் இவற்றை வழிகாட்டிகளாக, அவர்களாலேயே ஊகிக்க முடியும். இன்றைய காலத்தில், யதார்த்தத்தைச் சரியாகத் தரக்கூடிய வழிகாட்டியையே தேர்வு செய்ய வேண்டும். அவர்கள் அதைத் தராது போனால், உங்களை உள்ளவாறே காட்டக்கூடிய கண்ணாடியைக் காட்டச் சொல்லுங்கள். உங்களது பலம் மற்றும் பலவீனத்தை வெளிப்படுத்தக்கூடிய சரியான சவால்களை அளிக்கச் சொல்லுங்கள். ஏற்பதற்குக் கடினமாக இருந்தாலும் எந்தளவிற்கு ஆலோசனை பெறவியலுமோ பெறுங்கள். விமர்சனங்களைக் கேட்கப் பழகிக் கொள்ளுங்கள். நம்பிக்கை முக்கியமானது, எனினும் அது உண்மையான மதிப்பீடாக இருக்க வேண்டும். உங்களது வழிகாட்டியின் யதார்த்தமான ஆலோசனை உங்களது நம்பிக்கையை வளர்க்கும்.

3. அவர்களது எண்ணங்களை உருமாற்று

பயிற்சி பெறுபவர்களாக உள்ள போதும் நாம் அனைவரும் பின்வரும் தர்மசங்கடத்தை எதிர்கொள்கிறோம். வழிகாட்டியிடமிருந்து கற்கும் போது நாம் அவர்களது எண்ணங்களைத் திறந்த மனதுடன் முழுமையாக ஏற்று வரவேற்க வேண்டும். அவர்களது ஆளுமையில் இருக்க வேண்டும். அதே நேரத்தில் நம்முடைய தனித்துவமும் வெளிப்படும்படி கவனமாக இருக்க வேண்டும். இல்லையெனில் நம்முடைய சொந்தக் குரல் அமுங்கி நம்முடையவைஅல்லாத எண்ணங்களில் வாழ்வோம். இதற்கான தீர்வு

நுட்பமானது; எளிமையானது. வழிகாட்டியிடம் கற்றுக் கொள்ளும் போதே மெல்ல அவரிடமிருந்து தள்ளி நின்று சிந்திக்கப் பழக வேண்டும். அவர்களுடைய எண்ணங்களை நம்முடைய சூழல், பாணி மற்றும் விருப்பத்திற்கு ஏற்ப மாற்றிக் கொள்ள வேண்டும். நாம் வளர வளர அவர்களது எண்ணங்களில் உள்ள குறைகள் அல்லது தவறுகளைச் சுட்டிக்காட்டும் தைரியத்தைப் பெறுகிறோம். அவர்களுடைய அறிவுக்கு நாம் விரும்பிய உருவத்தைத் தருகிறோம். நமது நம்பிக்கை மற்றும் சுதந்திரத்தன்மை வளரும்போது, வழிகாட்டியோடு போட்டியிடுமளவிற்கு வளர்ச்சி பெறலாம். வழிகாட்டியோடு நமக்குள்ள மாறுபாட்டை நிறுவுவது நமது வளர்ச்சியின் ஒரு பாகமாகும். லியோனார்டோ டாவின்சி கூறியது போன்று, "தன் வழிகாட்டியை விஞ்சாத பயிற்சியாளன் ஏழையே"

4. பின்னும் முன்னுமாக இயக்காற்றலை உருவாக்குங்கள்

விஞ்ஞான தத்துவ விளக்கங்களை அனுபவமிக்க வழிகாட்டியிடமிருந்து கற்பதற்கு வரையறையில்லை. ஆனால் செயல்முறையில் இது சாத்திய மில்லை. இதற்குப் பல காரணங்கள் உள்ளன. ஏதேனும் ஒரு கட்டத்தில் இவ்வுறவில் உரசல் வரலாம். தொடக்கத்தில் இருந்த ஆர்வம் தொடர்ந்து இருப்பது ஐயமே. அவர்களுடைய உரிமையை நமது அறிவும், திறனும் வளரும்போது நாம் வெறுக்கலாம். நமக்குள் உள்ள வேறுபாடு ஓரளவிற்குக் குறைந்து விடும். மேலும் அவர்கள் வேறொரு தலைமுறையிலிருந்து வேறொரு பார்வையுடன் வருபவர்கள். ஏதேனும் ஒரு கட்டத்தில் அவர்களுக்கு விருப்பமான கொள்கைகள், இப்போது பொருந்தாது போகலாம். நாம் அதை அறியாமலே ஒதுக்கி விடலாம். இதற்கு ஒரே தீர்வு, வழிகாட்டியுடன் நல்ல செயல்பாடு கொள்வதே. அவர்கள் உங்களது சில எண்ணங்களை ஏற்றால் உறவு உயிர் பெறும். உங்களது வேலையைத் திறந்த மனதோடு அவர்கள் காணும்போது, உங்களுடைய எதிர்ப்பும் குறையும். உங்களுடைய சொந்த அனுபவங்கள் மற்றும் எண்ணங்களை வெளிப்படுத்தும்போது, அவர்களும் தங்களது கொள்கைகளைத் தளர்த்திக் கொள்ளலாம். இதனால் அவை மறுக்கவியலாத கொள்கைகள் ஆகாதிருக்கும்.

இதுபோன்று செயல்படுதல் நமது ஜனநாயகக் காலத்துக்குப் பொருந்தி, லட்சியமாக அமையும். ஆனால் இது புரட்சிகரமான மனப்பான்மை யுடனோ அல்லது மரியாதைக் குறைவாகவோ இருக்கக்கூடாது. இவ்வத்தியாயத்தில் சுட்டப்பட்ட சுறுசுறுப்பான தன்மை அவ்வாறே உள்ளது. நீங்கள் இந்த உறவிற்கு மிகுந்த பாராட்டுதலையும், முழுமையான கவனத்தையும் அளிக்க வேண்டும். அவர்களுடைய உத்தரவுகளைத் திறந்த மனதோடு ஏற்க வேண்டும். கற்றுக்கொள்ளவதற்கு நீங்கள் எவ்வளவு சிறந்தவர் என்பது மரியாதையை ஏற்படுத்தும்.

உங்கள் மீது ஏற்படும் உங்களது தீவிரமான கவனம் உங்களது திறன்களின் மட்டத்தை வளர்க்கும். இது உங்களது தேவைகள் மற்றும் உங்களையும் அறிமுகப்படுத்துவதற்கான சக்தியைத் தரும். அவர்கள் கற்பித்தது குறித்து உங்களது கருத்தை அளியுங்கள். அறிவுப் பசிக்கான கற்றலின் வழியாக உங்களது நோக்கை உணர்த்துங்கள். இந்த முன்னும் பின்னுமான சக்தி சுடர் விட்டால், இவ்வுறவு வரையறையற்ற கற்றலுக்கான சக்தியையும் மற்றும் உள்வாங்கும் சக்தியையும் தரும்.

IV

மனிதர்களை உள்ளது போலவே காணுங்கள்: சமூகப் புத்திக் கூர்மை

நம்மைச் சுற்றியுள்ள மனிதர்களின் எதிர்ப்பைச் சமாளித்தல், மற்றும் அவர்களைத் திறமையாகக் கையாளுதல், இதனால் ஏற்படும் உணர்ச்சி வடிகாலே, நிபுணத்துவம் பெறுவதற்கான முயற்சிக்குப் பெரும் தடையாகவுள்ளது. சமுதாயத்தில் நாம் சந்திக்கும் முக்கிய பிரச்சனை, நமது உணர்ச்சிபூர்வமான அந்நேரத்துத் தேவைகளை மற்றும் ஆசைகளைமுன்னிறுத்தும் இயல்பே. சமுதாய அறிவுதான், மனிதர்களை மிக யதார்த்தமாகக் காணும் திறமையை

அளிக்கும் நம்முடைய உள்வாங்கலைக் கடந்து, பிறர் மீது ஆழமான கவனக் குவிப்பைக் கொள்ளவும் அவர்களது அந்த கண நடத்தை, எது அவர்களை ஊக்குவிக்கிறது மற்றும் திறமையாகக் கையாளும் தன்மை உள்ளதா என்றும் கற்றுக் கொள்ளலாம். இந்த அறிவு இல்லாது பெறும் வெற்றி உண்மையான நிபுணத்துவமில்லை; அது நிலைத்து நிற்காது.

உள்ளுக்குள் எண்ணுதல்

பெஞ்ஜமின் ஃப்ராங்கிளின் (1706-90), 1718-ல் பாஸ்டனிலுள்ள அவரது சகோதரர் ஜேம்ஸின் அச்சுக் கடையில் பயிற்சி பெறச் சென்றார். பெரிய எழுத்தாளராக வேண்டுமென்று கனவு கண்டார். அச்சுக் கடையில் இயந்திரத்தைப் பயன்படுத்துவது எப்படி என்பதோடு கையெழுத்துப் பிரதிகளை எவ்வாறு சரி பார்ப்பது என்றும் கற்றுத் தருவார்கள். புத்தகங்களும், தினசரிகளும் நிறைந்து உள்ள சூழல், அவருக்கு நல்ல எழுத்தாளர்களைப் படிக்கவும் அதிலிருந்து கற்கவும் முடிந்தது.

பயிற்சிக் காலத்தில் அவரது இலக்கியக் கல்வி அவர் நினைத்த மாதிரியே கடந்தது, அவரது எழுதும் திறனும் சிறப்பாக வளர்ச்சி யடைந்தது. 1722-ல் அவரது சகோதரர் சொந்தமாக **தி நியூ இங்கிலாந்து கோரண்ட்** என்ற தினசரியைத் தொடங்கவிருந்தார். ஓர் எழுத்தாளனாகத் தன்னை நிருபிக்கச் சரியான வாய்ப்பு என்று பெஞ்ஜமின் நினைத்தார். பெஞ்ஜமின் பல கதைகளுக்கான எண்ணங்களுடன் ஜேம்ஸிடம் வாய்ப்புக் கேட்டார். ஆனால் ஜேம்ஸ், ஆர்வம் காட்டவில்லை.

ஜேம்ஸ் பிடிவாதக்காரர் என்பதை அறிந்த பெஞ்ஜமின் அவருடன் விவாதிப்பதில் பயனில்லை என்று உணர்ந்தார். எனினும் எழுத வேண்டும் என்ற ஆசையில் யோசித்தபோது, கற்பனைப் பாத்திரத்தின் பெயரில் தினசரிக்குக் கடிதங்கள் எழுத முடிவு செய்தார். நன்றாக எழுதினால் ஜேம்ஸ் அதை வெளியிடுவார் என்று நம்பினார். நீண்ட ஆலோசனைக்குப் பின், பெண் விதவையொருத்தியை உருவாக்கி, சைலன்ஸ் டூ குட் (Silence Do Good) என்று பெயரிட்டார். பாஸ்டனில் வாழும் வாழ்க்கை குறித்து அவளுக்குப் பலமான கருத்துக்கள் இருந்தன, சில அசட்டுத்தனமானவை.

முதல் கடிதம் சற்று நீண்டிருந்தது. அவருடைய சகோதரர் அதை தினசரியில் வெளியிட்டார், இன்னும் அதிகக் கடிதங்களை எழுதும்படி கேட்ட குறிப்புடன். ஜேம்ஸ் தொடர்ந்து கடிதங்களை வெளியிட்டார். **தி கோரண்டில்** மிகப் பிரபலமான பகுதியாக அது அமைந்தது.

அச்சுக் கூடத்தில் பெஞ்ஜமின் வேலை அதிகரித்தது. அவர் தினசரிக்கு ஆசிரியராக இருந்தார். தனது வயது மீறிய சாதனைகளை எண்ணிப் பெருமை கொண்டவர். தன் சகோதரரிடம், டூ குட் (do good) கடிதங்கள் எழுதியது தாம் என்ற உண்மையைக் கூறினார். தன்னைப் பாராட்டுவார் என்று எதிர்பார்த்ததிற்கு மாறாக ஜேம்ஸ் கடுமையாக நடந்து கொண்டார். அவரிடமிருந்து விலகி நின்றதுடன் மனம் புண்படும்படி பேசினார். தொடர்ந்து வேலை செய்ய இயலாது 1723-ல் வேறு வழியின்றி பெஞ்ஜமின் தன் சகோதரர் மற்றும் குடும்பத்தை விட்டு, பாஸ்டனை விட்டு வெளியேறினார்.

எங்கெங்கோ சுற்றியலைந்து ஃபிலடெல்ஃபியாவை அடைந்தார். அங்கேயே தங்கிவிட முடிவு செய்தார். பதினேழு வயதே ஆகியிருந்தது. கையில் பணமுமில்லை, தெரிந்தவர்கள் யாருமில்லை, என்றாலும் நம்பிக்கை இருந்தது. அவருடைய வயதில் இருமடங்கு உள்ளவர்களை விடத் தொழில் குறித்து அதிகம் கற்றிருந்தார். விரைவிலேயே, சாமுவேல் கெய்மருக்குச் சொந்தமான அச்சுக் கூடத்தில் அவருக்கு வேலை கிடைத்தது. ஃபிலடெல்ஃபியா அப்போது சிறியதாகவே இருந்தது. அவரைப் பற்றியும் அவரது இலக்கியத் திறன்களைக் குறித்தும் எல்லோரும் அறியத் தொடங்கினர்.

பென்சில்வேனியா காலனி ஆளுநர் வில்லியம் கேத்திற்கு ஃபிலடெல்ஃபியாவைப் பண்பாட்டு மையமாக மாற்ற வேண்டுமென்ற ஆசையிருந்தது. இரண்டு அச்சுக்கூடங்களின் வியாபாரம் அவரை மகிழ்ச்சியடையச் செய்யவில்லை. பெஞ்ஜமினைப் பற்றிக் கேள்விப்பட்டு, அவரைச் சந்தித்தார். அவரது புத்தி கூர்மையைக் கண்டு மதிப்புத் தோன்றியவராக அவரைச் சொந்தமாக அச்சுக் கூடம் தொடங்கும்படி கூறினார். தேவைப்படும் முன்பணத்தை அளிக்கவும் முன்வந்தார். இயந்திரங்கள் மற்றும் பொருட்களை இலண்டனிலிருந்து வருவிக்க வேண்டும் என்றதற்கு, கேத் அவரை நேரிடையாக லண்டனுக்குச் சென்று, பார்த்து வாங்கும்படி கூறினார். அங்கிருக்கும் அவருக்குத் தெரிந்தவர்கள் வங்கியில் பணம்பெற உதவுவார்கள் என்றும் கூறினார்.

ஃபிராங்க்ளினால் தன் நல்ல காலத்தை நம்பவே முடியவில்லை. லண்டன் செல்வதற்கான பயண ஏற்பாடுகளைச் செய்தார். கேத்திடமிருந்து சொன்னது போல் பணம் வரவில்லை. கடிதம் வழி தொடர்பு கொண்ட போது ஆளுநரின் அலுவலகம் இங்கிலாந்தில் கரையிறங்கும்போது பணம் பெறுவதற்கான கடிதம் காத்திருக்கும் என்ற செய்தி வந்தது. அதனால் தன் முதலாளியிடம் எந்த விளக்கமும் அளிக்காது, வேலையை விட்டு விட்டுப் பயணமானார்.

இங்கிலாந்தில் கடிதம் எதுவும் காத்திருக்கவில்லை. அரசாங்க பிரதிநிதிகளிடம் கேட்டுப் பார்க்க முயன்றபோது ஃபிலடெல்ஃபியாவைச் சேர்ந்த வணிகர் ஒருவரைச் சந்தித்தார். அவர் கேத் இம்மாதிரியான பேச்சிற்குப் புகழ்பெற்றவர், அவர் எப்போதும், எல்லோர்க்கும் அனைத்தையும் தருவதாக வாக்களிப்பார். ஆனால் எதிலும் ஒரு வாரத்திற்கு மேல் ஆர்வம் காட்டமாட்டார் என்றார். அவரிடம் கொடுப்பதற்குப் பணமுமில்லை, அவருடைய வாக்கு அவரைப் போலவே வீணானதே என்றார்.

ஃபிராங்க்ளின் அனைத்தையும் கேட்டு, தன்னுடைய நிலையை எண்ணிப்பார்த்தார். வீட்டிலிருந்து இவ்வளவு தூரத்தில் பணமில்லாது, தனியாக இருக்கும் அவருடைய ஆபத்தான நிலை அவரைக் கவலைப்

படுத்தியது. இளைஞர்களுக்கு லண்டனைப் போன்று கிளர்ச்சி தருமிடம் வேறில்லை. அவர் எப்படியாவது வழி காண்பது என்று முடிவு செய்தார். கேத்தைத் தவறாகப்புரிந்து கொண்ட அவருடைய வெகுளித்தனத்தை எண்ணி வருந்தினார்.

லண்டனில் பெரிய அளவில் அச்சுக் கூடங்கள் இருந்தன. அதிர்ஷ்டவசமாக அவருக்கு ஓரிடத்தில் வேலை கிடைத்தது. அவருடன் பணியாற்றியவர்களோடு நல்லுறவு இருந்தது. எனினும், பிரிட்டிஷ் பழக்கப்படி, அவருடன் வேலை பார்த்தவர்கள் ஒரு நாளைக்கு ஐந்துமுறை பீர் குடிக்கச் சென்றனர். வேலை செய்வதற்கு இது பலமளித்தது என்றனர். ஃபிராங்கிளினை வாராவாரம் குடிப்பதற்குப் பணம் தரச் சொன்னார்கள். வேலை நேரத்தில் குடிப்பதை அவர் விரும்பவில்லை. மேலும் அவர் கஷ்டப்பட்டு உழைத்துச் சம்பாதித்த பணத்திலிருந்து ஒரு பகுதியை மற்றவர்களின் ஆரோக்கியம் கெட கொடுக்க வேண்டும் என்று சொன்னது அவருக்குக் கோபத்தை ஏற்படுத்தியது. அவர் தனது கொள்கை குறித்து உண்மையாகப் பேசினார், அவர்களும் மரியாதையுடன் அவரது முடிவை ஏற்றனர்.

எனினும் தொடர்ந்து வந்த நாட்களில் வினோதமான நிகழ்வுகள் ஏற்பட்டன. அவர் ஏற்கெனவே திருத்தியவைகளில் தவறுகள் காணப்பட்டன. தினமும் ஏதாவது புதுத் தவறு காணப்பட்டது. அவர் மீது பழி சுமத்தப்பட்டது. யாரோ அவரது வேலையை நாசப்படுதுகிறார்கள். அவர் இது குறித்துத் தன் சகாக்களிடம் புகார் செய்தபோது, அவர்கள் அது அறையைப் பீடித்திருக்கும் விஷமக்கார ஆவியின் வேலை என்றனர். அவருக்கு இதன் பொருள் புரிந்தது. தன் கொள்கையை விட்டு அவர் பீர் நிதிக்குப் பணம் கொடுத்தார். தவறுகள் திடீரென்று ஆவியுடன் சேர்ந்து மறைந்தன.

இது போன்ற பல நிகழ்வுகளுக்குப் பின்னர் ஃபிராங்க்ளின் தன்னைப் பற்றி யோசித்தார். அவர் வெகுளியாக இருந்தார். தன்னைத் சுற்றியுள்ளவர்களை எப்போதும் தவறாகவே எடைபோட்டார். வேலை விஷயத்தில் அவர் மிக யதார்த்தமாகவும் பகுத்தறிவுடனும் செயல்பட்டுத் தன்னை நிருபித்துக் கொள்ள முயன்றார். எழுதும் போதும் தன் குறைகளை அறிந்து அவற்றைப் போக்கக் கடினமாகப் பயிற்சி செய்தார். ஆனால் மனிதர்களோடு அவர் போக்கு முரண்பட்டது. அவர் உணர்ச்சி வசப்பட்டு, யதார்த்தத்தை விட்டு விலகினார். அவருடைய, சகோதரரிடம் கடிதத்தை எழுதியது யார் என்று கூறும்போது, அவர் பொறாமை மற்றும் தீங்கு நினைப்பார் என்று பெஞ்ஜமின் அறியவில்லை. கேத்தின் பேச்சைக் கேட்டு அவர் கனவுகளில் மிதந்தார். அச்சு தொழிலாளர்களிடமும் கோபம் கண்ணை மறைக்க, அவர்களைத் திருத்தும் தன் முயற்சிகளை எதிர்ப்பார்கள் என்று உணரவில்லை.

இதனை உடைத்து, தன் வழியை மாற்றிக் கொள்ள உறுதிபூண்டார். இனி எதிர்காலத்தில் பிறருடனான செயல்பாடுகளில் அவர் முதலில் ஓரடி பின் வாங்கினார், உணர்ச்சி வசப்படவில்லை. இந்த விடுபட்ட நிலையில் யாரோடு விவகாரங்களை வைத்துக் கொள்ளவேண்டுமோ அவர்களை முழுவதுமாகக் கவனத்தில் கொண்டார். அவரது பாதுகாப்பற்ற தன்மை மற்றும் ஆசைகளை விட்டுவிட்டார்.

அவரது மனதிற்கு இவ்வாறு பயிற்சியளித்தால் அதுவே பழக்கமாகி விடும். இது எவ்வாறு வேலை செய்யும் என்று கற்பனை செய்தபோது அவருக்கு ஒரு விநோத உணர்வு ஏற்பட்டது. டூ குட் கடிதங்களை உருவாக்க அவர் அப்பாத்திரத்தின் உள்ளே சென்று அவளுடைய உலகிற்குள் நுழைந்து உருவாக்கியிருந்தார். அடிப்படையில் இந்த இலக்கியத் திறனை அவர் அன்றாட வாழ்க்கையில் பயன்படுத்தினார். மனிதர்களின் மனநிலைக்குள் நுழைந்து அவர்களது எதிர்ப்பை அல்லது தீய செயல் திட்டங்களைத் தடுப்பது எப்படி என்று கண்டார்.

ஓராண்டிற்கும் மேல் லண்டனில் வேலை செய்து, பணம் சேமித்துத் திரும்ப ஃபிலடெல்ஃபியாவிற்கு 1727-ல் திரும்பினார். அவருடைய பழைய முதலாளி சாமுவேல் கேஜ்மர், அவருக்குத் தன் அச்சுக் கூடத்தில், தொழிலாளர்களுக்குப் பயிற்சியளித்து, கவனிக்கும் பொறுப்பை அளித்தார். அவருக்கு நல்ல சம்பளமும் அளித்தார். அவர் முடிவுப்படி அமைதியாக ஓரடி பின்வாங்கி உண்மைகளை ஆராய்ந்தார்.

அவர் ஐந்து நபர்களுக்குப் பயிற்சியளிக்க வேண்டும், அதன்பிறகு அவருக்கு அதிகவேலை இருக்காது. கேஜ்மர் எப்போதையும் விட அதிக நட்போடு நடந்து கொண்டார். அவர் நம்பிக்கை குறைந்த மனிதர், எனவே இந்த நட்பு முகம் அவருடைய இயல்புக்குப் பொருந்தவில்லை. ஃபிராங்கிளின், கேஜ்மரின் நோக்கில் சிந்தித்துப் பார்த்தார். அவர் திடீரென்று வேலையை விட்டு விட்டு லண்டன் சென்றது கேஜ்மருக்குப் பிடிக்கவில்லை. அவர் ஃபிராங்கிளினை அனுபவமில்லாத அளவுக்கு மீறிய தன்னம்பிக்கை கொண்ட, தண்டனை பெற வேண்டிய இளைஞனாகக் கண்டிருக்க வேண்டும். இதை யாரிடமும் விவாதிக்கக் கூடியவரல்ல அவர், எனினும் உள்ளுக்குள் பொருமி, திட்டமிடக் கூடியவர். கேஜ்மரின் நோக்கம் அவருக்குத் தெளிவாகப் புரிந்தது. ஃபிராங்கிளினின் அபரிதமான வர்த்தக அறிவை, புதிய தொழிலாளர்களுக்கு அளிக்கச் செய்து, பின் அவரை வேலையிலிருந்து நீக்கிப் பழிவாங்க நினைத்தார்.

கேஜ்மரைச் சரியாகப் புரிந்து கொண்டவுடன் அவரது வழியிலேயே அவரை வீழ்த்தத் திட்டமிட்டார் ஃபிராங்கிளின். அவருடைய புதிய நிர்வாக நிலையைப் பயன்படுத்தி வாடிக்கையாளர்களோடு உறவை வளர்த்துக் கொண்டார். அப்பகுதியிலிருந்த வெற்றிகரமான வியாபாரிகளுடன் தொடர்பு ஏற்படுத்திக் கொண்டார். இங்கிலாந்தில் அவர் கற்ற புதிய

உற்பத்தி முறைகளைச் சோதனை செய்தார். கேஜ்மர் இல்லாதபோது, சித்திரக் கலை மற்றும் மை உண்டாக்குவது (ink making) போன்ற புதிய திறன்களைக் கற்றார். தன்னிடம் பயிற்சி பெறுவோரை நன்கு கவனித்து அதில் ஒருவரை முதல் தர உதவியாளனாகக் கொண்டார். கேஜ்மர் அவரை வெளியே அனுப்புவதற்கு முன்பே, நிதி உதவி, வியாபாரத்தைக் குறித்த அதிக அறிவும், வாடிக்கையாளர்களின் ஆதரவும் பெற்று, அவர் பயிற்சி தந்த முதல் தர உதவியாளனோடு, சொந்தமாக வர்த்தகம் தொடங்கினார். இம்முறையைச் செயல்படுத்தியபோது, அவர் எவ்வித உணர்ச்சி களாலும் பாதிக்கப்படவில்லை. கேஜ்மர் மேல் வருத்தமோ, கோபமோ ஏற்படவில்லை. சதுரங்க விளையாட்டுப் போல, கேஜ்மரின் மனதினுள்ளே நினைத்துப் பார்த்து அவர் விளையாட்டைப் பூரணத்துவம் பெறச் செய்தார்.

அவருடைய அச்சு வியாபாரம் வளர்ச்சியடைந்தது. ஃபிலடெல் ஃபியாவின் முக்கிய பிரமுகர்களில் ஒருவரானார். அரசியலிலும் நுழைந்தார்.

ஃபிலடெல்ஃபியாவில், பிராங்கிளின் நம்பத்தகுந்த வியாபாரி, நல்ல குடி மகனுக்கு அடையாளமாகக் கருதப்பட்டார். அவர் பிறரைப் போலவே எளிமையாக ஆடை அணிந்தார். எல்லோரையும் விடக் கடினமாக உழைத்தார். குடிப்பழக்கம் இல்லை. பணம் வைத்து விளையாடு மிடங்களுக்கு அவர் செல்லவில்லை. அவர் நாட்டுப்புறவுத்தன்மையோடு அடக்கமாக இருந்தார். ஆனால் மிகவும் பிரபலமாக இருந்தார். அவருடைய பொது வாழ்வின் இறுதிக் கட்டத்தில் அவர் முற்றிலும் மாறியவராக, அவருடைய பொதுத்தன்மையை இழந்தவராக நடந்து கொண்டார்.

1776-ல் சுதந்திரப் போர் வெடித்ததற்கு ஓராண்டிற்குப் பின்னர், கௌரவம்மிக்க அரசியல் பிரமுகரான ஃபிராங்கிளின், பிரஞ்சு நாட்டிற்கு சிறப்பு தூதுவராக அனுப்பப் பட்டார். நிதி, ஆயுதம் மற்றும் கூட்டுறவு இவற்றைப் பெறுவதற்காக விரைவிலேயே பெரிய விருந்துகளில் அவர் கலந்து கொண்டது, மற்றும் விலைமகளிரோடு அவரது உறவுகள், கதைகளாகப் பரவத் தொடங்கின. முக்கிய அரசியல்வாதிகளான ஜான் ஆடம்ஸ் போன்றவர்கள், பாரிஸ்காரர்களால் அவர் கெட்டுவிட்டதாகக் குற்றம் கூறினர். அமெரிக்காவில் அவரது பெயர் மங்கத் தொடங்கியது. இக்கதைகள் ஓரளவு உண்மையென்றாலும், விமர்சகர்களும், பொது மக்களும் கவனிக்கத் தவறியது, எங்கு சென்றாலும், அந்த இடத்தின் தோற்றம் நீதி மற்றும் பண்பாட்டை அவர் பிரதிபலிக்க முயன்றார். பிரெஞ்சுகாரர்களின் இயல்பைப் புரிந்துக் கொண்டு, அவர்களது உதவியை எப்படியாவது பெற வேண்டுமென்ற எண்ணத்தில், அவர்கள் காண விரும்பிய நிலைக்கு அவர் தன்னை மாற்றிக் கொண்டார். அமெரிக்கர்களது பிரெஞ்சு தோற்றம் மற்றும் வாழ்க்கை முறை பிரபலமான அவர்களது சுய நேசிப்பை, அவர் இவ்வழியில் அணுகினார்.

இவை அனைத்தும் பரிபூரணமாக வேலை செய்தன. பிராங்கிளின் பிரெஞ்சுகாரர்களின் அன்பிற்கு உரியவரானார். அரசாங்கத்திலும் தாக்கத்தை ஏற்படுத்தக்கூடியவரானார். முடிவில் முக்கியமான ராணுவ ஒப்பந்தத்தையும், யாராலும் சாதித்திருக்க இயலாத அளவிற்குக் கருமியான பிரெஞ்சு அரசனிடம் பெரும் நிதி உதவியும் பெற்றார். பொது மக்களுக்கான அவருடைய இந்த இறுதி செயல், குற்றமற்றது. சமூக பகுத்தறிவை அவர் சிறப்பாகப் பயன்படுத்தியமைக்கு இது சான்றாகும்.

நிபுணத்துவத்திற்கான வழிகள்

மனிதர்களாகிய நாமே தலை சிறந்த சமூக விலங்கு. நம் அனைவரிடமும் கொள்கையளவில் கருணை, பகுத்தறிவு சிந்தனை என்னும் இயற்கைக் கருவிகள், பிற மனிதர்களைச் சிறப்பாகப் புரிந்து கொள்ள உள்ளன. எனினும் செயல்முறையில் இக்கருவிகள் அதிகம் வளர்ச்சி பெறவில்லை. இதற்கான விளக்கத்தை நமது விசித்திரமான குழந்தைப் பருவத்திலும் மற்றும் தொடர்ந்து பிறரைச் சார்ந்திருக்கும் காலத்திலும் காணலாம்.

பலவீனத்தோடு, சார்ந்து நிற்கும்போது நம் பெற்றோர்களையே லட்சிய மனிதர்களாகக் காண்கிறோம். நாம் உயிர் வாழ்வது அவர்களது பலத்திலும், நம்பகத் தன்மையிலும் அமைகிறது. அவர்களைக் குறையுள்ளவர்களாகக் காண நம் மனம் பொறுக்காததால், அவர்களைப் பலமுள்ள, திறமையான, சுயநலமற்றவர்களாக, இருப்பதை விட அதிகமாகக் கற்பனை செய்து கொள்கிறோம். அவர்களது செயல்களைத் தேவைகள் என்ற கண்ணாடி வழி காண்கிறோம். அவர்களை நம்முடைய பகுதியாகக் காண்கிறோம்.

வளர்ந்த பின்னர் பலரையும் பெற்றோர்கள் உட்பட சற்று குறைந்தவர்களாகக் காணும்போது பாதிக்கப்படுகிறோம். நாம் கற்பனை செய்திருந்ததும், உண்மையும் வேறுபடும்போது வேதனை ஏற்படுகிறது. முன்பு அளவுக்கதிகமாக உடன்பாடான குணங்களைக் கண்ட நாம், இப்போது ஏமாற்றத்தில் எதிர்மறைக் குணங்களை அதிகமாகக் காண்கிறோம்.

இதனைக் *களங்கமற்ற கோணம்* என்று அழைக்கலாம். தனிப்பட்ட குழந்தைப் பருவத்துப் பண்புகளில் இதுபோன்ற கோணம் இயல்பானதே. மனிதர்களைப் பற்றித் தவறான கோணத்தைக் காட்டுவதால் இது ஆபத்தானது. இக்கோணத்தை நாம் வளர்ந்த பின்பும், பயிற்சிக் கட்டம் வரை கொண்டு செல்கிறோம். வேலைபார்க்குமிடத்தில், இதனுடைய ரிஸ்க் (Risk) உயர்கிறது. மனிதர்கள் அவர்கள் மறைக்க விரும்பும் குணங்களை வெளிக் காட்டுகின்றனர். அவர்கள், எவ்வாறாவது வழி காண்பது, போட்டி போடுவது என்று தங்களைக் குறித்தே முதலில் நினைக்கின்றனர். இந்நடத்தையால் குருடர்களாய், உணர்ச்சி வசப்பட்டுக் களங்கமற்ற கோணத்தில் சிக்கிக் கொள்கிறோம்.

இக்கோணம் நம்மை உணர்ச்சி வசப்பட்டவராக மற்றும் பலவீனராக்குகிறது. பிறருடைய சொற்களும், செயல்களும் நம்மை ஏதோ ஒரு விதத்தில் பாதிக்க நாம் தொடர்ந்து அவர்களது நோக்கங்களைத் தவறாகவே புரிந்து கொள்கிறோம். நம்முடைய உணர்வுகளை அவர்களிடம் வெளிப்படுத்துகிறோம். அவர்கள் என்ன நினைக்கிறார்கள், எது செயல்படச் செய்கிறது என்பது குறித்து உண்மையில் நமக்கு ஓர் அறிவுமில்லை.

தவிர்க்கவியலாது செய்கின்ற தவறுகளினால் குழுப்பமடைந்து நமது மனம் கற்றலிலிருந்து விலகிச் செல்கிறது. நாம் கவனமாக இல்லாமல் நாம் முன்னுரிமை அளிக்க வேண்டியவை குறித்துக் குழம்பிப்போய், அரசியல் மற்றும் சமுதாயச் சிக்கல்களுக்கு முக்கியத்துவம் அளிக்கிறோம்.

சமூக அறிவு என்பது இந்தக் கபடமற்ற கோணத்தை விட்டு யதார்த்தமான எதையாவது அணுகுவது. இயற்கையிலே நமக்கிருக்கும் கருணை மற்றும் கூர்ந்து நோக்கும் திறன்களை வளர்க்க நம் கவனத்தை வெளியே திருப்ப வேண்டும். இதன் பொருள், மனிதர்களை வணங்கத்தக்க வர்களாகவும், கீழ்த்தரமாகவும் காணக்கூடிய போக்கைத் தவிர்த்து, உள்ளது போலவே அவர்களை ஏற்றுக் கொள்வதாகும்.

ஃபிராங்கிளினைப் பின்பற்றிச் சமுதாய நிலையில் உங்களது கடந்த காலத்தில் குறிப்பாக, போராட்டங்கள், தவறுகள் பதட்டம் அல்லது ஏமாற்றங்கள் ஏற்பட்டிருந்தால் அவற்றை மறுபடியும் நினைத்துப் பார்ப்பது விழிப்புணர்வை ஏற்படுத்தும். இதனை நீங்கள் வெகுளி கோணத்தில் கண்டால் *பிறர்* இழைத்த கொடுமைகள் மட்டுமே தெரியும். அவர்கள் உங்களைத் தவறாக நடத்தியது, ஏமாற்றியது புண்படுத்தியது போன்ற அனுபவங்கள் நினைவுக்கு வரும். அதற்கு மாறாக **உங்களிடமிருந்து** தொடங்கி, பிறரிடமில்லாத குணங்களை இருப்பதாக நீங்கள் நினைத்ததைப் புரிந்துகொள்ள வேண்டும்.

உங்கள் கோணத்தில் ஏற்படும் இந்தப் புதுத் தெளிவு உங்களது மனப்பான்மையிலும் தேவையான மாற்றத்தை ஏற்படுத்தும். உலகிலுள்ள மனிதர்கள் மாறுபட்ட பண்புகளும், மனநிலையும் கொண்டவர்கள். உங்களால் அடிப்படையில் அவர்களை மாற்ற முடியாது. ஆனால் அவர்களுக்குப் பலியாகாது தப்பலாம். எவ்வளவு பொறுத்துக்கொள்ள முடியுமோ பொறுத்து, மனிதர்களைக் கூர்ந்து கவனிக்கும்போது, அவர்களைப் புரிந்து கொண்டு தேவைப்படின் அவர்களது நடத்தையை மாற்றலாம்.

இப்புதிய விழிப்புணர்வு, மனப்பான்மையுடன் உங்களது சமூக அறிவிற்கான பயிற்சியில் முன்னேறலாம். இவ்வறிவு தேர்ச்சி பெறுவதற்கான இரு முக்கியப் பகுதிகளைக் கொண்டது. முதலாவது

மனித இயல்பைப் பற்றிய குறிப்பான அறிவு. அதாவது, மனிதர்களது தனித்துவத்தைப் புரிந்து கொள்ளல், உலகை எவ்வாறு காண்கிறார்கள் என்பதை அறிதல். இரண்டாவது ***மனித இயல்பைப் பற்றிய பொதுவான அறிவு***. மனிதர்களது மோசமான குணங்கள், தனிமனிதர்களது நடத்தை, இது குறித்த வகைகளை அறிதல். இவ்விரு அறிவுகளே சுற்றியுள்ள மனிதர்களைப் பற்றிய முழுமையான தோற்றத்தைத் தரும்.

குறிப்பான அறிவு – மனிதர்களைப் படித்தல்

நம் அனைவருக்கும் வாழ்க்கையில் எப்போதாவது பிறருடன் நல்ல தொடர்பு ஏற்பட்ட அனுபவமுண்டு. நமக்கு அப்போதுள்ள புரிதலை வார்த்தைகளில் விளக்க முடியாது. மற்றவர் என்ன நினைப்பார் என்பதை நம்மால் யூகிக்க முடியும். இதுபோன்று ஒருவரையொருவர் அறிவது பொதுவாக நெருங்கிய நண்பர்கள், கூட்டாளிகள், நாம் நம்பிக்கை கொண்டுள்ள, பல நிலைகளிலும் ஒத்திருப்பவர்களுடன் அமையும். இது போன்று தொடர்புள்ள தருணங்களில், உள்ளுக்குள் பேசுவது நின்று, பிறரிடமிருந்து அறிகுறிகள், எண்ணங்களை வழக்கத்தை விட அதிகமாகப் பெறுகிறோம்.

அதாவது நமக்குள் மூழ்கி இல்லாத போது, மற்றவர்களை ஆழமாகக் கவனித்து, பேச்சை விட பிற வடிவங்களில் தொடர்பு கொள்கிறோம். இது வாயால் பேசாது; பெரிதும் உணர்வால் அமைவது; இது சக்தி வாய்ந்தது.

பேசாமலே தொடர்பு கொள்வது நமக்கு நெருக்கமானவர்களிடையே முடியும். இதையே வேலை பார்க்குமிடத்தில் காண முடியாது. எனினும் எந்த அளவிற்கு நாம் திறந்த மனதோடு மற்றவர்களை வெளியில் கவனிக்கிறோம்? நம் மூதாதையர்கள் உணர்வில் ஒரு பகுதியை நாம் பெற்றுத் திறமையாக மனிதர்களைப் புரிந்து கொள்ளலாம்.

இது செயல்முறையின் தொடக்கமாக, மனிதர்கள் கூறும் சொற்களை அதிகம் கவனியாது, அவர்களது குரலின் பாணி, கண்பார்வை, உடல் மொழி இவற்றைக் கவனிக்க வேண்டும். இவை பேச்சிலே காட்ட முடியாத நடுக்கத்தை அல்லது உணர்ச்சியை வெளிக் காட்டலாம். மனிதர்களை உணர்ச்சி வசப்படச் செய்தால் அவர்கள் அதிகம் வெளிப்படுத்துவார்கள்

இந்த பேசாத நிலையில், அதிகாரமும், செல்வாக்கும் உள்ள பதவிகளில் உள்ளவர்களிடம் மனிதர்கள் நடந்து கொள்வதைக் கூர்ந்து கவனிப்பது சுவையானது. அவர்கள் வெளிப்படுத்தும் கவலை, எதிர்ப்பு அல்லது பொய்யான தற்புகழ்ச்சி, அடிப்படையில் அவர்களது மனநிலையில் உள்ள குறையை வெளிப்படுத்தும் இது அவர்களது குழந்தைப் பருவத்திலேயே உள்ளது என்பதை உடல் மொழி உணர்த்தும்.

உங்களுக்குச் சில காலமாகத் தெரியும். மனிதர்கள் உலகைக் காணும் நீங்கள் அவர்கள் கோணத்தில் காண முயற்சி செய்வதை ஒரு பயிற்சியாகச் செய்யலாம். அவர்களது சூழலில் உங்களை வைத்து, அவர்களது உணர்வை நீங்கள் உணரலாம். நீங்கள் அனுபவித்த மனஅதிர்ச்சி அல்லது துன்பம் உங்களுக்கும் அவர்களுக்கும் பொதுவான உணர்ச்சி அனுபவம். அவர்களும் அனுபவித்துக் கொண்டிருந்தால், அதை மீண்டும் அனுபவிப்பது வழியாக உங்களால் அடையாளப்படுத்திக் கொள்ள முடியும்.

நீங்கள் பழகப் பழக, மனிதர்களைச் சரியாகவும், திறமையாகவும் புரிந்து கொள்ள முடியும். இதைப் பிற உணர்வான வடிவங்களில் கூர்ந்து கவனித்து இணைப்பதே சிறந்த முறையாகும். எடுத்துக்காட்டாக மனிதர்களுடைய குறிப்பிட்ட செயல்கள் மற்றும் முடிவுகளைக் குறித்து அதிக அக்கறை கொள்ள வேண்டும்.

உங்களுடைய நோக்கம், மறைந்திருக்கும் நோக்கத்தை அறிவதே. இது பல சமயங்களில் அதிகாரத்தைச் சுற்றியே அமையும். மனிதர்கள், தங்களுடைய உத்தேசம் மற்றும் நோக்கத்தைக் குறித்துப் பலவிதமாகக் கூறுவார்கள். வார்த்தைகளுக்குள் உண்மையை மறைப்பது அவர்களுக்குப் பழக்கமானது எனினும் அவர்களது செயல்கள் அவர்களது பண்புகளைப் பற்றி மிக அதிகம் கூறுவதோடு, உள்ளுக்குள் என்ன நடக்கிறது என்பதையும் காட்டும்.

நீங்கள் அவர்களுடைய மிகையான நடத்தையை உணர்ந்துகொள்ள வேண்டும் - உதாரணமாகக் குமுறல், அளவுக்கு அதிகமான நட்பை வெளிக்காட்டுதல், நகைச்சுவை உணர்வை வெளிப்படுத்தும் மனநிலை- இவற்றை அவர்கள் நேர் எதிரானவற்றை மறைக்க, பிறரை உண்மையிலிருந்து திசை திருப்பப் பலவேளைகளில் ஒரு முகமூடியாகப், பயன்படுத்துகிறார்கள். வெளியில் சப்தமிட்டு தைரியசாலிகளைப் போல காட்டினாலும் உள்ளுக்குள் மிகவும் பாதுகாப்பற்று உணர்கிறார்கள். அதிக நட்பைக் காட்டக் காரணம் ரகசியமாக ஆசை காட்டி, சண்டையிடக் கூடியவர்களாகவும் இருப்பார்கள் அல்லது ஜோக் அடிப்பது, கேவலமான தன்மையை மறைக்க இருக்கலாம்.

பொதுவாக அவர்களைக் கவனித்து, ஒவ்வொரு அறிகுறிக்கும் பொருள் கண்டு அதனை நம் செயல்பாட்டில் ஏற்றுக்கொள்கிறீர்கள். அவர்கள் அணிந்திருக்கும் ஆடை, வேலையிடத்தை ஒழுங்காக அல்லது ஒழுங்கில்லாது வைத்திருக்கும் தன்மை உட்பட்ட அனைத்தையும் ஏற்றுக்கொள்கிறீர்கள். நண்பன் அல்லது கூட்டாளியைத் தேர்வு செய்யும்போது அவர்கள் வெளிப்படுத்தும் பண்பு நிலையாக இல்லாவிட்டால் கடினமாகிறது. இத்தேர்வில் அவர்கள் நிறைவேறாத குழந்தைப் பருவத்து அதிகார ஆசை, கட்டுப்பாட்டை, குறைந்த சுய

உருவத்திலும் பிற குணங்கள் வழியாகவும் சாதாரணமாக மறைக்க முயலலாம். எப்போதும் நேரந் தவறுதல், விவரங்களுக்குத் தேவையான கவனம் அளிக்காமை உங்களிடமிருந்து பெற்ற எந்த உதவிக்கும் மறு உதவி செய்யாமை இவையெல்லாம் சிறிய தவறுகளாகத் தோன்றலாம். எனினும் அவர்களது பண்பை ஆழமாக விளக்கும் அறிகுறிகள். இம்மாதிரிகளை நீங்கள் கவனத்தில் கொள்ள வேண்டும். எதுவுமே கவனிக்க முடியாத அளவிற்குச் சிறியவை அல்ல.

பொது அறிவு – ஏழு தீங்கான உண்மைகள்

பதிவு செய்யப்பட்ட வரலாற்றில் மனித நடத்தை மாதிரிகள், பண்பாடு, காலத்தைக் கடந்து குறிப்பிட்ட உலகளாவிய தன்மைகளை ஓரினமாகக் சுட்டுகின்றன. சில குணங்கள் ஆக்கபூர்வமானவை - எடுத்துக்காட்டாக, ஒரு குழுவில் ஒருவரோடு ஒருவராக இணைந்து இருத்தல் - சில எதிர்மறை யானவை அழிவைத் தருபவை. நம்மில் பெரும்பாலானவர்களுக்கும் **பொறாமை, கண்டிப்பு, மரபு மீறல், தன்னிலே லயித்தல், சோம்பேறித்தனம் மற்றும் மௌன எதிர்ப்பு** போன்ற எதிர்மறைக் குணங்கள் சிறிய அளவில் காணப்படுகின்றன. ஆனால் ஒரு குழு அமைப்பில் இக்குணங்களில் சிலவற்றை அதிக அளவில் பெற்றவர்கள் இருக்கலாம். அவர்கள் அதிகமான அழிவை ஏற்படுத்தலாம். இந்த எதிர்மறைத் தன்மைகளை **ஏழு கொல்லும் உண்மைகள்** என்றழைக்கலாம்.

படிப்பாலும், கூர்ந்து கவனித்தலாலும் இந்த ஏழு கொல்லும் உண்மைகளின் இயல்பைப் புரிந்து கொண்டு, அவை இருப்பதை அறிந்து, தூண்டி விடாது இருக்கப் பழக வேண்டும். பின்வருவனவற்றைச் சமுதாய அறிவைப் பெறுவதற்கான அடிப்படைகளாகக் கருதுங்கள்.

பொறாமை: நம்மைப் பிறரோடு, பணம், தோற்றம், மனநிலை, அறிவு பிரபலப்படுதல் அல்லது இதுபோன்ற பல வகைகளில் எப்போதும் ஒப்பிடுவது நம் இயல்பு. நமக்குத் தெரிந்தவர் ஒருவர் நம்மை விட வெற்றி பெற்றவராக இருந்தால் பொறாமைப்படுகிறோம், ஆனால் சிலருக்கு, பாதுகாப்புணர்வுக் குறைவினால் இது மிக ஆழமான பாதிப்பை ஏற்படுத்துகிறது. சிலர் பொறாமையால் கொதித்து அதற்கான வடிகால் அதற்குக் காரணமானவருக்குத் தீங்கு அல்லது தடைகள் ஏற்படுத்துவது என்று நினைக்கிறார்கள். இச்செயலுக்குக் காரணம் பொறாமை என்று ஒரு நாளும் சொல்ல மாட்டார்கள். சமுதாயம் ஏற்கக் கூடிய சாக்குகளைச் சொல்வார்கள். பொறாமை என்பதை அவர்களே கூட ஏற்க மாட்டார்கள். இப்படிப்பட்ட நடத்தையைக் கண்டால் கவனமாக இருக்க வேண்டும்.

பொதுவாக, பொறாமையைக் கண்டறிவது கடினம். உங்களது நடத்தை, அதனைத் தூண்டாது பார்த்துக் கொள்வதே புத்திசாலித்தனம்.

குறிப்பிட்ட ஒரு திறனில் திறமை பெற்றிருந்தால் எப்போதாவது வேறொரு துறையில் திறமைக் குறைவை வெளிப்படுத்த வேண்டும். இதனால் நீங்கள் பரிபூரணத்தை உடையவர். மிகுந்த திறமைசாலி என்ற ஆபத்தை ஏற்படுத்தாது தடுக்கலாம். தற்காப்பற்றவர்களுடன் பழக நேர்ந்தால், **அவர்களுடைய** வேலையில் அதிக ஆர்வத்தைக் காட்டி, அறிவுரையும் கேட்கலாம்.

மரபுபற்று: மனிதர்கள் எம்மாதிரியான குழுக்களை உருவாக்கினாலும், ஒரு வகையான நிறுவன மனநிலை ஏற்படுகிறது. குழு உறுப்பினர்கள், மனிதர்களின் வித்தியாசங்களைப் பொறுத்துக் கொண்டு பாராட்டுவதாகச் சொன்னாலும், குறிப்பிடத்தக்க விதத்தில் மாறுபட்டவர்கள், அவர்களைச் சுகமில்லாதும், பாதுகாப்பில்லாதும் உணரச்செய்வார்கள். இதனால் பரவலாக உள்ள பண்பாட்டு மதிப்புகளைக் கேள்விக்குரியதாக்குவார்கள்.

தேர்ச்சி பெற விரும்பும் நீங்கள் சாதாரணமாக நிலையான கருத்துகளைக் கொண்டிருக்க மாட்டீர்கள், உங்களுக்குள்ள வேறுபாட்டை, குறிப்பாகப் பயிற்சிகட்டத்தில் அதிகம் வெளிப்படுத்தாது இருத்தல் நல்லது. உங்களது வேலை உங்களுடைய தனித்துவத்தை வெளிப்படுத்தட்டும், ஆனால் அரசியல், நீதி, மதிப்புகள் என்று வரும்போது உங்களைச் சுற்றியுள்ளவர்கள் அங்கீகரித்துள்ள தகுதிகளையே நீங்களும் பின்பற்றவும். நீங்கள் தேர்ச்சி பெற்றபிறகு, உங்களது தனித்துவம் மிளிர நிறைய வாய்ப்புள்ளது. அப்போது மனிதர்களின் சரியானவற்றைக் குறித்து உங்களுக்குள்ள அவமதிப்பை வெளிப்படுத்தலாம்.

கண்டிப்பு: உலகம் பலவழிகளில் சிக்கலானதாக மாறி வருகிறது. மனிதர்கள் சிக்கலான சூழலைச் சந்திக்கும் போது அவர்கள் ஒருவகை செயற்கையான எளிமையைப் பின்பற்றுகின்றனர். இதன் வழியாக உருவாகும் பழக்கங்கள், நடைமுறைகள் நம்கட்டுப்பாட்டில் உள்ளது போன்ற எண்ணத்தைத் தருகிறது. பழக்கமான எண்ணங்கள், முகங்கள், செயல் முறைகளை நாம் விரும்புகிறோம். இது குழுவிற்கும் பொருந்தும். ஏன் என்று தெரியாமலே மனிதர்கள் செயல்முறைகளைப் பின்பற்றுகின்றனர். கடந்த காலத்தில் இவை பலனளித்துள்ளன, தற்போது அவர்களது வழிமுறைகள் கேள்விக்குள்ளானால் இவை தற்காப்பிற்குதவும்.

இவர்களோடு சண்டையிடுவதிலோ அல்லது விவாதிப்பதிலோ பயனில்லை. நேரம் வீணாவதும், நீங்களும் கண்டிப்பு கொள்வதுமே நிகழும். அவர்களை அவ்வாறே ஏற்றுக் கொள்வதே சிறந்த வழி முறை. வெளியில் அப்படி காட்டிக் கொள்வதே ஒழுங்குமுறைக்குத் தேவை. எனினும் உங்களைப் பொறுத்தவரை, கெட்ட பழக்கங்களை விட்டு புதிய எண்ணங்களை உருவாக்கிக் கொள்ளவே பாடுபட வேண்டும்.

சுயவிரும்பிகள்: வேலை செய்யும் சூழலில் நாம் எப்போதும் முதலில் நம்மைப் பற்றியே எண்ணுகிறோம். உலகம் போட்டி நிறைந்த கடுமையான இடம். எனவே நம்முடைய விருப்பங்களை நாம்தான் கவனிக்க வேண்டும். நல்லது செய்வதற்காகப் பாடுபடும்போது கூட, நம்மை அனைவரும் விரும்ப வேண்டும், நம்முடைய பெயர் சிறப்புப் பெற வேண்டுமென்றே நம்மையறியாது ஆசைப்படுகிறோம்.

நீங்கள் இந்தக் கொல்லும் உண்மையை புரிந்து, ஏற்க வேண்டும். உதவி கேட்பதற்கு முன்பு, மனிதர்களுடைய சுய நேசத்திற்கு ஏதேனும் வழியில் உதவும்படி கேட்க வேண்டும். அவர்களது கண்கள் வழி உலகைக் கண்டு அவர்களது தேவைகளை அறிந்து கொள்ள வேண்டும்.

உங்களுக்கு உதவுவதற்காக, பதிலுக்கு நீங்கள் விலையுள்ள எதையேனும் தர வேண்டும். அவர்களது நேரத்தைச் சேமிக்கக் கூடியது, தேவையான ஒரு தொடர்பு, போன்றவை. சிலவேளை உங்களுக்கு உதவுவதில் தங்களை நல்லவர்களாகக் காட்டுவது போதுமானதாகலாம். எனினும் பொதுவாக பலமான, உறுதியான லாபத்தை. எதிர்காலத்தில் உங்களிடமிருந்து பெறுவதையே அவர்கள் விரும்புவார்கள். எனவே, மனிதர்களோடு உறவாடும்போது உரையாடல்கள், அவர்களைச் சுற்றி, அவர்களுக்கு ஆர்வமானதாக அமையட்டும். இது அவர்களை உங்கள் பக்கம் ஈர்ப்பதற்கு உதவும்.

சோம்பேறித்தனம்: நாமனைவரும் குறுகிய காலத்தில் எளிதான வழியில் லட்சியங்களை அடைய விரும்புகிறோம். எனினும் நாம் பொறுமையைக் கடைப்பிடித்துக் கடின வேலையே உயர்ந்தது என்பதைப் புரிந்து செயல்படுகிறோம். சிலர் சோம்பேறித்தனத்திற்கு அடிமையாகி எப்போதும் குறுக்கு வழிகளைத் தேடுகிறார்கள். நீங்கள் கவனமாக இல்லாது அதிகம் பேசினால், உங்களது சிறந்த எண்ணங்களைத் திருடி அவர்களுடையதாக மாற்றிக் கொள்வார்கள். இதனை உருவாக்கத் தேவைப்பட்ட மனமுயற்சியிலிருந்து தப்பி விடுவார்கள். நீங்கள் வேலை செய்து கொண்டிருக்கும்போது இடையில் புகுந்து, தங்களது பெயரைச் சேர்த்து, அதன் பங்களிப்பில் பங்கு கேட்பார்கள். உங்களுடன் கூட்டுச் சேர்வதாகச் சொல்லி, உங்களை முழு வேலையையும் செய்ய வைத்து, அதில் சரி பங்கு பரிசை அவர்கள் பெறுவார்கள்.

நீங்கள் முன்யோசனையுடன் செயல்படுவதே பாதுகாப்பானது. உங்களது எண்ணங்களை உங்களுக்குள்ளே வைத்துக் கொள்ளுங்கள் அல்லது போதுமான விவரங்களை மறைத்து வையுங்கள், அப்போதுதான் திருட்டுப் போகாது இருக்கும். உங்களுடைய மேலாளருக்காக வேலை செய்கிறீர்கள் என்றால், அவர் உங்களை விட்டு விட்டு முழுப்

பெருமையையும் தட்டிக் கொண்டு போய்விடுவார். ஆனால் உங்கள் தோழர்களிடம் இவ்வாறு செய்வதற்கு இடமளிக்காதீர்கள். பொதுவாகக் கூட்டுச்சேர்வதைத் தவிருங்கள், அவர்கள் அதிக வேலையைச் சுமத்த ஆளைத் தேடுகிறார்கள்.

நிலையாமை: நம்முடைய முடிவுகள் காரண காரியத்துடன் எடுக்கப்பட்டதாகப் பெருமிதப்பட்டாலும், உண்மையில் பெரிதும் உணர்ச்சியால் உந்தப்பட்டே நமது முடிவுகள் அமைகின்றன. இதன் பொருள், உங்களைச் சுற்றியுள்ள மனிதர்கள் எப்போதும் அவர்களது உணர்ச்சிகளால் ஈர்க்கப்பட்டு, அவர்களுடைய எண்ணங்களைக் கணத்துக்கு கணம் மனநிலைக்கு ஏற்ப மாற்றிக் கொள்கின்றனர்.

மாறும் மனநிலை உள்ளவர்களிடமிருந்து, அவர்களுடைய உணர்ச்சி நிலையிலிருந்து சற்றுத் தூரம் தள்ளி நிற்கக் கற்பது நல்லது. அப்போதுதான் நீங்கள் அதில் சிக்கித் தவிக்கமாட்டீர்கள். மனிதர்கள் அளிக்கும் வாக்குறுதிகள் அல்லது உதவத் துடிப்பதைப் பெரிதாக நினைக்காதீர்கள். அவை நடந்தால் நல்லது. ஆனால் அடிக்கடி மனம் மாறும் என்பதைப் புரிந்து, தயாராக இருங்கள்.

மிதமான எதிர்ப்பு: மிதமான எதிர்ப்பிற்கான மூல காரணம் நேரிடையான மோதலைக் கண்டு பயப்படும் மனித பயம். உணர்ச்சிகளால் விளையும் சண்டைகளும் அதனால் கட்டுப்பாட்டை இழப்பதும், இந்தப் பயத்தினால் பல மனிதர்களும் மறைமுகமான வழிகளில் தங்களது தாக்குதலைத் தந்திரமாக, யாரும் யூகிக்க முடியாதவாறு அவர்களது கட்டுப்பாட்டில் செய்வார்கள். நாமனைவருமே ஓரளவு செயலற்ற எதிர்ப்புத்தன்மை உடையவர்களே. ஆனால் வெளியில் பாதுகாப்பின்றி இருக்கும் செயலற்ற எதிர்ப்பு வீரர்கள் உங்களை அழிக்கத் துடித்துக் கொண்டிருக்கின்றனர்.

நீங்கள் இவ்வகையினரிடம் சிக்கிப் போராடுவதற்கு முன்பாக, பிளேக் நோயைப் போல தவிர்த்து விடவும். மிகத்தெளிவான அறிகுறிகள் அவர்கள் கடந்து வந்த பாதையிலிருந்தே கிடைக்கும் - அவர்களுடைய புகழ், சிறுகலகங்கள் ஆகியவற்றைக் கேள்விப்படலாம். அவர்கள் உங்களைத் தவிர்க்கவோ, முக்கியச் செயலைத் தாமதம் செய்யவோ அல்லது உங்களுக்குக் குற்றவுணர்வு தோன்றும்படி செய்து, தெரியாது விட்டு விட்டாலோ அல்லது தீங்கு ஏற்படுத்தி விட்டு அதை விபத்துப் போலத் தோன்றச் செய்தாலோ, மிதமான எதிர்ப்பார்ப்பாளர்களால் நீங்கள் தாக்கப்படுகிறீர்கள் எனலாம். ஒருபோதும் அவர்களது ஜால வித்தைகள் மற்றும் போராட்டங்களில் உணர்ச்சி வசப்பட்டுச் சிக்கி விடாதீர்கள். உங்களைக் கட்டுப்படுத்துவதில் அவர்கள் வல்லவர்கள். அதனால் எப்போதுமே நீங்கள் தான் முடிவில் ஏமாறுவீர்கள்.

சமுதாயப் புத்திக்கூர்மை பெறுவதற்கான வழிமுறைகள்

மனிதன் தன் உயர்ந்த குணநலன்கள், மனிதர்களைத் தாண்டி அனைத்து உயிருள்ள ஜீவராசிகளிடம் கொண்டுள்ள கருணை, அன்பு, உயர்ந்த அறிவு இவற்றைப் பெற்றுள்ளதை நாம் அங்கீகரிக்க வேண்டும்... அதனால் சூரிய மண்டலத்தின் நகர்வுகளை ஊடுருவ முடிந்துள்ளது. இவ்வளவு உயர் சக்திகளைப் பெற்றிருந்தாலும்-மனிதன் உடலளவில் இன்னும் அவன் தாழ்ந்த தொடக்கத்திலிருந்து வந்தவன் என்பதற்கான அடையாளத்தை இழக்கவில்லை.

-சார்லஸ் டார்வின்

மனிதர்களோடு உள்ள பரிமாற்றங்களில் நீங்கள் அடிக்கடி குறிப்பிட்ட சிக்கலை எதிர் கொள்ளலாம். இது உங்களை உணர்ச்சி வசப்படுத்தி, வெகுளி கோணத்தில் கட்டுப்படுத்தலாம். எதிர்பாராத அரசியல் போராட்டங்கள் உங்களது பண்பின் தோற்றத்தை வைத்து மேலோட்டமான தீர்ப்புகள்அல்லது உங்கள் வேலையைப் பற்றிய அற்பத்தனமான விமர்சனங்களே இதுபோன்ற சிக்கல்களாகும். பழைய மற்றும் இன்றைய மேதைகள் உருவாக்கிய நான்கு முக்கிய வழிமுறைகள், தவிர்க்க முடியாத சவால்களை வெல்லப் பகுத்தறிவு, சமுதாய அறிவைப் பெறுவதற்குத் தேவையான மனநிலையைக் கொண்டிருக்க உதவும்.

1. உங்கள் வேலை பேசட்டும்

உங்களது சமுதாய அறிவை வெளிப்படுத்த உங்களிடமிருக்கும் மிகப்பெரிய வழி உங்களது வேலைதான். உங்கள் வேலையில் திறமையாகவும் விவரமாகவும் இருந்தால், நீங்கள் *குழுவைப்பற்றி எண்ணி*, அதன் வளர்ச்சிக்காகப் பாடுபடுவது தெளிவாகும், எளிதில் புரிந்துகொள்ளும்படியாக இருந்தால், நீங்கள் பொதுமக்களுக்காகக் கவலைப்படுகிறீர்கள் என்பதை *உணரலாம்*. பிறரை உங்களது திட்டத்தில் பங்கேற்கச் செய்து, அவர்களது கருத்தை நயமாக அறிந்து கொள்வது, உங்களுக்கும் குழுவினருக்கும் உள்ள சுகமான உறவைக் காட்டும். தரமான வேலை பிறரது அரசியல் மற்றும் பொறாமை உணர்விலிருந்து காப்பாற்றும். உங்களது முடிவுகளை எளிதில் விமர்சிக்க முடியாது உங்களது குழுவுக்குள் அரசியல் அழுத்தத்தை அனுபவித்தால் கலக்கமடையாதீர்கள். உங்களது கவனம் சிதறாது, வேலை வழியாகச் சமுதாயத்திடம் பேசினால், நீங்கள் தொடர்ந்து உங்களது திறனில் வளர்ச்சியடைவதோடு மற்றவர்களிடமிருந்து தனித்து நிற்பீர்கள்.

2. பொருத்தமான தனிநபர் இயல்பை உருவாக்குதல்

மனிதர்கள் உங்களது வெளித்தோற்றத்தைக் கண்டு எடைபோடுவார்கள். நீங்கள் கவனமாக, இயல்பாக இல்லாவிட்டால், உங்களுக்கு இல்லாத பலவகையான குணங்கள் உள்ளதாகக் கூறி அவர்கள் விரும்பிய நோக்கில் உங்களைக் காண்பார்கள். இவை உங்களைக் குழப்பி, பாதுகாப்பற்ற உணர்வைத் தந்து, கவனத்தைப் பெறலாம். அவர்களுடைய மதிப்பு உங்களுக்குள் புகுந்து, வேலையில் கவனம் செலுத்த முடியாது செய்யும். உங்களுக்குள்ள ஒரே பாதுகாப்பு இதனை உங்களது தோற்றத்தை உருவாக்க, உங்களுக்குப் பொருத்தமான உருவத்தைப் படைக்க, உங்களை குறித்த மக்களது எண்ணத்தை கட்டுப்படுத்தப் பயன் படுத்துவதேயாகும்.

சில நேரங்களில் சிறிது பொருத்தமான மர்மத்தையும் உங்களைச் சுற்றி உருவாக்கலாம். மற்ற நேரங்களில் நேரிடையாகக் குறிப்பிட்ட தோற்றத்தை ஏற்கலாம். பொதுவாக, நீங்கள் ஒரே உருவத்தில் இருக்கலாகாது, மனிதர்கள் உங்களை முழுவதுமாகப் புரிந்து கொள்ளும் சக்தியை அளிக்கக்கூடாது. நீங்கள் எப்போதும் பொது மக்களை விட ஓர் அடி முன்னால் இருக்க வேண்டும்.

சமுதாய அறிவியல் ஆளுமையை உருவாக்குவது முக்கியக் கூறாகும். அது தீங்கானது அன்று. நாமனைவரும் சமுதாயத்தில் பல முகமூடிகளை, நம்முடைய பல பதவிகளுக்கு, மாறுபட்ட சூழலுக்கு ஏற்ப அணிகிறோம். இதனை நாடக மேடையாக எண்ணுங்கள். மர்மமான, ஆர்வத்தைத் தூண்டும், தேர்ச்சியான ஆளுமையைப் பொது மக்கள் முன்னர் உருவாக்குவது, மகிழ்ச்சியான ஒன்றைக் காணச் செய்கிறது. உங்களைச் சுற்றி அவர்களது விநோதக் கற்பனைகள் படர்கின்றன. எனவே இது போன்ற ஆளுமைப் படைப்புகள் உங்களைப் பொதுமேடையில் நன்றாக நடிக்கச் செய்யும்.

3. பிறர் கோணத்திலிருந்து நீங்கள் உங்களைக் காணவும்

அநேகமாக நம் எல்லோருக்கும் ஒரு விதமான சமூகக் குறைகள் உள்ளன - பாதிக்காத சிறிய விஷயங்களிலிருந்து நம்மைச் சிக்கலில் மாட்ட வைப்பவையான பெரிய விஷயங்கள் வரை - ஒரு வேளை நாம் அதிகம் பேசுபவராக அல்லது மனிதர்களை மிக உண்மையாக விமர்சிப்பவராக அல்லது நம் கருத்துகளை மற்றவர்கள் உடனடியாக ஆக்கபூர்வமாக ஏற்கவில்லையெனில் குற்றப்படுத்துபவராக இருக்கலாம். இதுபோன்ற நடத்தையை அடிக்கடி செய்தோம் எனில், ஏன் என்று தெரியாமலே மற்றவர்களை நாம் அவமதித்தவர்கள் ஆவோம். இதற்கு இரண்டு காரணங்கள்; ஒன்று, மற்றவர்களது குற்றம், குறைகளை வேகமாகக் கண்டு

பிடிப்போம். ஆனால், நம்முடைய தவறுகள் என்று வரும்போது, உணர்ச்சி வசப்பட்டு, சரியாகக் காண்பதில்லை. இரண்டாவது, நாம் என்ன தவறு செய்கிறோம் என்ற உண்மையை பலசமயமும் யாரும் சொல்வதில்லை. அதனால் ஏற்படக்கூடிய சண்டை அல்லது தவறான எண்ணத்தைக் கண்டு அஞ்சுகிறார்கள். இதனால் நமது குறைகள் நமக்குத் தெரிவதில்லை, அதனால் திருத்திக் கொள்வதுமில்லை.

பிறருடைய கண்கள் வழியாக நம்மைக் காணும் சக்தி இருப்பது, சமுதாய அறிவிற்கு மிகப்பெரிய நன்மையாகும். நம்முடைய குறைகளைத் திருத்திக் கொள்ளத் தொடங்கலாம். நாம் எதிர்மறையாக எதையாவது உருவாக்குகிறோமா என்பதோடு நாம் யார் என்பதைக் குறித்த யதார்த்த மதிப்பீட்டையும் பெறலாம்.

நம் கடந்த கால வாழ்க்கையில் நிகழ்ந்த எதிர்மறை நிகழ்வுகளை-மனிதர்கள் நம் வேலையை நாசப்படுத்தியது, காரணமின்றி வேலையை விட்டு நீக்கியது, தோழர்களுடனான அசிங்கமான போராட்டங்கள், இவற்றிலிருந்து இப்போக்கினைத் தொடங்கலாம். இந்நிகழ்வுகளைப் பரிசோதிக்கும் போது, நாம் செய்த எது இதனைத் தொடங்கியது அல்லது மோசமாக்கியது என்பதில் கவனம் செலுத்த வேண்டும். இதுபோன்ற பல நிகழ்வுகளைக் காணும்போது, அதில் ஒத்த தன்மையைக் காணத் தொடங்கும் போது, குறிப்பிட்ட நமது குணத்தின் குறைபாட்டை அது சுட்டுவது தெரியும். இந்நிகழ்வுகளை அதில் சம்பந்தப்பட்ட மற்றவர்களது நோக்கில் காணும்போது, நமது பூட்டப்பட்ட உணர்ச்சிகள் நெகிழ்ந்து நம் சுயரூபத்தைக் குறித்து நம் தவறுகளில் நம் பங்கைப் புரிந்து கொள்ள உதவும். நமக்கு நம்பிக்கை உள்ளவர்களிடம், நம் நடத்தையைக் குறித்து அபிப்ராயம் கேட்கலாம். இவ்வழியில் மெல்ல சுயபற்றை விட்டுவிட முடியும். இது சமுதாய அறிவின் மற்றொரு பாதியை-நம்மை உள்ளது உள்ளபடி காணக்கூடிய திறமையை அளிக்கும்.

4. முட்டாள்களை மகிழ்வோடு பொறுக்கவும்

உங்கள் வாழ்வில் நீங்கள் தொடர்ந்து முட்டாள்களை எதிர்கொள்ள நேரும். எண்ணிக்கையில் இத்தகையவர்கள் அதிகமிருப்பதால் தவிர்க்க முடியாது. மனிதர்களை முட்டாள்கள் என்று வகைப்படுத்தப் பின்வரும் கருத்துகள் உதவும்: உலகரீதியிலான வாழ்க்கையில், நீண்டகால விளைவுகளே முக்கியமானவை. வேலையைத் திறமையாகவும் படைப்பாக்கத்தோடும் செய்து முடிப்பது நல்லது. இதுவே மக்களை வழிப்படுத்திச் செயல்படுத்தும் உயர்ந்த மதிப்பாக இருக்க வேண்டும். ஆனால் முட்டாள்கள் மதிப்பிற்கு வேறு அளவுகோல் வைத்துள்ளனர். அவர்கள் குறுகிய காலத்தில், பணத்தைப் பெற்று, மனிதர்கள் அல்லது ஊடகத்தின் கவனத்தைப் பெற விரும்புகின்றனர். அவர்கள் தன்

நலத்தாலும், பயத்தினாலும் ஆளப்படுகிறார்கள். நாடகத்தன்மை, அரசியல் சதிகளை, அவர்களுக்காகவே விரும்புகின்றனர். அவர்கள் விமர்சிக்கும்போது முழுமையான விஷயத்திற்குத் தொடர்பற்ற விவாதத்திற்குத் தேவையற்றவையையே வலியுறுத்துகின்றனர். அவர்கள் உண்மையை விட, அவர்களுடைய தொழில், பதவியிலேயே ஆர்வம் கொண்டுள்ளார்கள். எவ்வளவு குறைவாகச் செய்து முடிக்கிறார்கள் அல்லது மற்றவர்கள் விளைவுகளைப் பெறப்படும் கஷ்டத்தைக் கண்டு இவர்களைத் தெரிந்து கொள்ளலாம். அல்லது அவர்களுக்கு அடிப்படை பொது உணர்வில்லை. நீண்டகாலத்தில் அழிவைத்தரக் கூடிய சிக்கல்களைப் பற்றிக் கவலைப்படாது, முக்கியமற்றவைகளுக்கு முக்கியத்துவம் அளிப்பார்கள்.

முக்கியமாக முட்டாள்களின் இயல்பு உங்களை அவர்கள் நிலைக்குத் தாழ்த்துவது. அவர்கள் உங்களை வெறுப்படையச் செய்து, தொந்தரவு தந்து, வலிந்து சண்டைக்கு இழுப்பார்கள். இப்போக்கில் நீங்கள் சிறுமைப்பட்டுக் குழப்பமடைவீர்கள். எது உண்மையில் முக்கியம் என்ற உணர்வை இழந்து விடுவீர்கள். உங்களால் ஒரு விவாதத்தை வெல்லவோ அல்லது உங்கள் பக்கத்தைக் காணச்செய்யவோ அல்லது அவர்களது நடத்தையை மாற்றவோ முடியாது. ஏனெனில் பகுத்தறிவு மற்றும் முடிவுகள் அவர்களைப் பாதிப்பதில்லை. உங்களுடைய மதிப்பான நேரமும், உணர்ச்சிகரமான சக்தியும் வீணாவதே மிச்சம். முட்டாள்களைக் கையாளும்போது பின்வரும் சித்தாந்தத்தைப் பின்பற்றுவது நல்லது. அவர்கள் பாறை அல்லது நாற்காலிகளைப் போல வாழ்க்கையின் ஒரு பகுதி. நம் அனைவருக்கும் முட்டாள்தனமான பக்கமுண்டு. சில தருணங்களில் அறிவு செயல்படுவதில்லை. நாம் தன்னலம் கொண்டவர்களாக அல்லது குறுகியகால வெற்றிகளைத் தேடுகிறோம். இது மனித சுபாவம். உங்களிடம் இம் முட்டாள்தனத்தைக் காணும் போது மற்றவர்களிடத்தில் அது இருப்பதை ஏற்றுக்கொள்ளலாம். அவர்களுடைய கோமாளித்தனத்தைச் சிரிப்போடும், அவர்களைச் சிறு குழந்தையைப் போல பொறுத்துக்கொண்டும் அவர்களை மாற்றலாம் என்ற பைத்தியக்கார ஆசையைத் தவிர்க்கவும். இவை அனைத்தும் மனிதனின் நகைச் சுவையின் பாகம். இதற்காக வருத்தப்படவோ அல்லது உறங்காதிருக்கவோ தேவையில்லை. இம்மனபான்மை-முட்டாள்களை மகிழ்ச்சியுடன் பொறுத்துக் கொள்வது என்பதை உங்களது பயிற்சிகாலத்தில் உருவாக்கிக் கொள்ள வேண்டும், இக்காலத்தில் நீங்கள் நிச்சயம் இவ்வகையினரை எதிர்கொள்ளப் போவதால். அவர்கள் உங்களைத் தொந்தரவு செய்தால், நீங்கள் அத்தீங்கைப் போக்கி உங்களது வேலைக்கும் பயன்படுத்திக் கொள்ளுங்கள். இவ்வாறாக அவர்களது முட்டாள்தனத்தை நீங்கள் சாதிக்க நினைக்கும் செயல்முறை விளைவுகளுக்குப் பயன்படுத்தலாம்.

V

பரிணாம மனதை விழிப்படையச் செய்: படைப்பாக்கத்தைச் செயல்படுத்து

நீங்கள் கூடுதல் திறன்களைப் பெற்று, உங்களது துறை விதிகளை உங்களுடையதாக ஆக்கிக் கொள்ளும் போது, உங்கள் மனம் அதிகமாகச் செயல்பட விரும்பும். இவ்வறிவை உங்களது அறிவிற்குப் பொருந்தும் வழிகளில் பயன்படுத்தும். இந்த இயல்பான படைப்பாக்கத்திற்குத் தடையாக, வளர விடாது தடுப்பது திறமைக் குறைவல்ல, உங்களது மனப்பான்மையே. கவலையும், பயமும் உங்களைப் பழைமைவாதியாக்கி, நீங்கள் கற்ற முறைகளில் அதே குழுவில் பொருந்தி இருக்கச் செய்யும். இதற்கு மாறாக, நீங்கள் எதிர்த் திசையில் செல்ல வேண்டும். உங்களுக்குத்

தெரிந்ததைக் கொண்டு திருப்திப்படாது, தொடர்புள்ள துறைகளில் உங்கள் அறிவை விரிவுபடுத்திக் கொள்ள வேண்டும். மாறுபட்ட எண்ணங்களுடைய புதிய தொடர்புகளைக் கொண்டு உங்கள் மனதுக்கு தீனி போட வேண்டும். பரிசோதனைகள் செய்து, சிக்கல்கள் வருவதற்குச் சாத்தியமான அனைத்துக் கோணங்களையும் ஆராய வேண்டும். உங்கள் சிந்தனை ஆற்றோட்டமாகும்போது உங்கள் மனம் பரிணாமம் அடைந்து யதார்த்தத்தின் கூறுகளைக் காணும்.

இரண்டாவது உருமாற்றம்

உல்ஃப்காங் மோசார்ட் (1756-91) பிறந்த கணத்திலிருந்து இசையால் சூழப்பட்டார். அவருடைய தந்தை, லியோபோல்டு வயலின் வாசிப்பாளர், இசை அமைப்பாளராக, ஆஸ்திரியாவில் சால்ஸ்பக்கின் அவையில் இருந்தது மட்டுமல்ல, இசை ஆசிரியரும் கூட. நாள் முழுவதும் லியோபோல்டும், மாணவர்களும் வீட்டில் பயிற்சி செய்வதை உல்ஃப்காங் கேட்டுக் கொண்டிருப்பார். 1759-ல் அவரது ஏழு வயது தங்கை மரியா அன்னா, தந்தையிடமிருந்து பியனோ வாசிக்கப் பயிற்சி பெறத் தொடங்கினார். அவர் எப்போது வேண்டுமானாலும் பயிற்சி செய்தார், அவர் திறமை நம்பிக்கையளிப்பதாக இருந்தது. அவர் வாசித்த எளிய இனிய சங்கீதம் உல்ஃப்காங்கைப் பரவசப்படுத்தியது. அவர் அவ்விசைக்கு ஒப்ப முணுமுணுத்தார். அவர் சில நேரங்களில் குடும்பத்தின் யாழ் போன்ற தந்திகளாலான இசைக் கருவி (harpsichord)யை மீட்டி அவரது தங்கையைப் போல இசைத்தார். லியோபோல்டு, தன் மகனிடம் அசாதாரணமான ஏதோ ஒன்று உள்ளதை உணர்ந்தார். யாரும் சொல்லித் தராமலே மூன்று வயதுக் குழந்தைக்கு இனிய இசைக்குச் சிறப்பான ஞானமும், உயர்ந்த ஓசை நயமும் இருந்தது.

மிகச் சிறியவர்களுக்குக் கற்றுக் கொடுத்ததில்லை என்றாலும் உல்ஃப்காங்கிற்கு நான்கு வயதானபோது லியோபோல்டு பியானோ வாசிக்கக்கற்றுக் கொடுத்தார். சில வகுப்புகளுக்குள்ளேயே, தன் மகனிடம் வேறு பல சுவையான குணங்கள் இருப்பதை உணர்ந்தார். மற்ற மாணவர்களை விட உல்ஃப்காங் மிக ஆழமாகக் கவனித்தார், அவரது மனதும் உடலும் முழுவதுமாக இசையை உள்வாங்கிக் கொண்டது. இவ்வளவு தீவிரமான கவனத்தினால் மற்ற குழந்தைகளை விடவும் வேகமாகக் கற்றுக் கொண்டார். அவருக்கு ஐந்து வயதானபோது மரியா அன்னாவிற்கு வைத்திருந்த சற்று சிக்கலான பயிற்சிப் பாடத்தைத் திருடி, முப்பதே நிமிடங்களில் வெகு எளிதாக வாசித்தார். மரியா அப்பாடத்தைப் பயிற்சி செய்வதை அவர் கேட்டிருந்தார். அது தெளிவாக அவர் நினைவில் இருந்ததால், அவ்விசைக் குறிப்புகளைக் கண்டவுடன் வேகமாக அவ்விசையைத் திரும்ப வாசிக்க முடிந்தது.

இந்தக் குறிப்பிடத்தக்க கவனத்திற்கான வேர்கள் தொடக்கத்திலிருந்தே உள்ளதை லியோபோல்டு கவனித்தார். உல்ஃப்காங்கிற்கு இசை மீது தீவிரமான காதலிருப்பது அவருக்குப் புரிந்தது. லியோபோல்டு, சவாலான புதிய பயிற்சியை அவர் முன்பாக வைக்கும்போதே அவருடைய கண்கள் கிளர்ச்சியால் ஒளி பெறும். புதிய இசைப்பாடம் புரிந்துகொள்ளக் கடினமானதாக இருந்தால் அதை இரவு பகல் பாராது உறுதியோடு வேலை செய்வார். அது அவருடைய இசைப் பட்டியலின் பாகமாகிவிடும். இரவு நேரங்களில் அவரது பெற்றோர்கள்

வலுக்கட்டாயமாக அவரைத் தூங்கச் செய்தனர். பயிற்சிக்கான இந்தக் காதல் வருடந்தோறும் அதிகரிக்கவே செய்தது.

1762-ல் ஒரு நாள், லியோபோல்டு மொசார்ட் அவருடைய இரண்டு குழந்தைகளும் பியானோவில் வாசிப்பதைக் கேட்டார். அப்போது அவருக்கு ஓர் எண்ணம் தோன்றியது. அவருடைய மகள் மரியா அன்னா மிகத்திறமையாகப் பியானோ வாசித்தார். உல்ஃப்காங் உண்மையிலேயே ஓர் அதிசயம். இரண்டு பேரும் மதிப்புமிக்க பொம்மைகள் போலிருந்தனர். அவர்கள் இயல்பாகவே வசீகரமானவர்கள். உல்ஃப்காங்கிற்கு நாடகத்தன்மை மிகுந்திருந்தது. இசைக்கலைஞனாக லியோபோல்டு மிகக்குறைந்த வருவாயே பெற்றார். அவருடைய குழந்தைகள் மூலம் மிக அதிகமான செல்வத்தைப் பெற முடியும் என்று உணர்ந்தார். எனவே தன் குடும்பத்துடன் ஐரோப்பா முழுவதும் சுற்றுப்பயணம் மேற்கொண்டார். அரசர்களின் அவையில் மற்றும் பொது இடங்களில் இசை நிகழ்ச்சிகள் நடத்திக் கட்டணம் வசூலித்தார். நிகழ்ச்சிக்குக் கவர்ச்சியூட்ட மரியாவை இளவரசியாகவும், உல்ஃப்காங்கை மந்திரியாகவும் வேஷமிடச் செய்தார். தலைமுடி, பெரிய கோட், இடுப்பிலே கத்தி இவைகளையும் அணிவித்தார்.

வியன்னாவில், ஆஸ்திரியா அரசனும், அரசியும் அவர்களது நிகழ்ச்சியால் கவரப்பட்டனர். பின்பு பல மாதங்கள் பாரிஸில் செலவிட்டனர். அங்கு 15 ஆம் லூயிஸ் மன்னரின் முழங்காலில் உல்ஃப்காங் வீழ்ந்தெழுந்தார். பின்னர் லண்டனில் ஓராண்டு தங்கினர். அங்கு பலவகையான மக்கள் கூட்டத்தின் முன்பு இசை நிகழ்ச்சி நடத்தினர். குழந்தைகள் இருவரின் வேஷம் மக்களைக் கவர்ந்தது. உல்ஃப்காங்கின் வாசிப்பு அவர்களைத் திகைக்கச் செய்தது. அவருடைய சொந்தப் பாடல்களைப் பாடினார். ஏழு வயதுச் சிறுவன் சொன்னாட்டா வாசிப்பதைக் கேட்பது எவ்வளவு எளிமையானதாக, மனதில் பதியக்கூடியதாக இருந்தது. எல்லாவற்றையும்விட அற்புதம், உல்ஃப்காங் வாசித்த வேகம். அவருடைய விரல்கள் இசைப்பலகையின் மீது நம்ப முடியாத வேகத்தில் பறந்தது.

பயணம் தொடர்ந்த போது அவர்கள் சென்ற அரசவையிலே இருந்த மிகச் சிறந்த இசையமைப்பாளர்களோடு ஒட்டிக்கொள்ளும் பழக்கத்தை உல்ஃப்காங் உருவாக்கிக்கொண்டார். எடுத்துக்காட்டாக லண்டனில் மிகச்சிறந்த பாடலாசிரியர் அமைப்பாளர் ஜோகன் செபஸ்டியன் பாச்சின் மகன் ஜோகன் கிறிஸ்டியன் பாச்சை வசீகரித்தார். இவ்வகையில் அவர் பெற்ற இசை கல்வி எந்தக் குழந்தையாலும் பெற்றிருக்க முடியாததாக இருந்தது.

இப்போது மொசார்ட்டின் குடும்பம் குழந்தைகள் பயணம் செய்து பெற்ற பணத்தை நம்பி இருந்தது. வருடங்கள் செல்லச்செல்ல அழைப்புகள் குறையத் தொடங்கின. குழந்தைகள் வளர்ந்து விட்டதால்,

புதுமை மறைந்தது, மதிப்பும் குறைந்தது. எப்படியாவது பணம் ஈட்ட வேண்டும் என்று எண்ணிய லியோபோல்டு, வேறொரு திட்டம் வகுத்தார். அவருடைய மகன் நன்றாகப் பாடல்கள் எழுதத் தொடங்கிவிட்டார், பல மாறுபட்ட நடைகளில் எழுதும் திறமையுடையவர். அவருக்குத் தேவை நிரந்தரமான பதவி. இது வழியாகக் கச்சேரிகளுக்கும், குழு வாத்திய இசை நிகழ்ச்சிகளுக்கும் போகலாம். இந்த லட்சியத்தோடு 1770-ல் தந்தையும், மகனும் இத்தாலியில் பல பயணங்களை மேற்கொண்டனர். ஏனெனில் அன்று ஐரோப்பா இத்தாலியே இசை குறித்த அனைத்திற்கும் மையமாக இருந்தது.

பயணம் சிறப்பாகச் சென்றது. உல்ஃப்காங் இத்தாலியின் முக்கிய அவைகள் அனைத்திலும் பியானோவில் அவரது மந்திர வித்தையைக் காட்டினார். அவருடைய வாத்தியக்குழு இசைக்கும், இசை நிகழ்ச்சி பாடங்களுக்கும் பாராட்டுப் பெற்றார். காளைப் பருவத்தில் அவருக்கிருந்த திறமை வியக்க வைத்தது. அவர் மீண்டும் அவர் காலத்துப் புகழ்பெற்ற பாடலாசிரியர்களோடு பழகி, அவரது முந்தைய பயணத்தில் பெற்ற இசையறிவை வளர்த்துக் கொண்டார். அத்துடன் இசையில் அவருடைய பேரார்வமாக இருந்த இசைநாடகம் (opera) என்பதை மீண்டும் உணர்ந்தார். குழந்தையாக இருந்தபோதே, சிறந்த இசை நாடகங்கள் எழுதுவதே அவர் விதி என்று ஓர் உள்ளுணர்வு இருந்தது. இத்தாலியில் சிறந்த படைப்புகளைக் கண்டதும், அவருடைய கவர்ச்சிக்கான அடிப்படையை உணர்ந்தார்-நாடகத்தை இசையில் மொழி பெயர்த்திருந்தது, வரையறையற்ற மனிதக் குரலின் ஆற்றல், முழு அளவில் வெளிப்படுத்திய உணர்ச்சிகள் அது அளித்த மொத்தக்காட்சி அவரை ஈர்த்தது. எவ்வகை நாடகமும் அவரை அடிப்படையில் வசீகரித்தது. அவருக்கு அளிக்கப்பட்ட கவனம் மற்றும் அவர்பெற்ற உற்சாகம் மூன்று ஆண்டுகள் இத்தாலியின் பல அவைகளுக்குச் சென்றபோதிலும் அவர் தகுதிக்குக்கேற்ற ஒரு பதவியையோ, குழுவில் இடத்தையோ பெற்றுத் தரவில்லை. எனவே 1773-ல் தந்தையும் மகனும் சால்ஸ்பர்க் திரும்பினர்.

சால்ஸ்பர்கின் தேவாலயத்தின் தலைவரிடம் பேசி லியோபோல்டு ஒரு வழியாகத் தன் மகனுக்கு ஓரளவு வருமானமுள்ள அவை இசைக்கலைஞர் மற்றும் பாடலாசிரியர் பதவியைப் பெற்றுத் தந்தார். இந்த ஏற்பாடு பணம் உள்பட அனைத்து வகையிலும் திருப்திகரமாக இருந்தது. உல்ஃப்காங்கிற்குப் பாடல் எழுத நிறைய நேரம் கிடைத்தது. எனினும் தொடக்கம் முதலே உல்ஃப்காங் நிம்மதியின்றிச் சங்கடப்பட்டார். அவருடைய இளமைக்காலத்தில் பெரும் பகுதியை ஐரோப்பாவில் சுற்றுப்பயணத்தில் செலவழித்தது மட்டுமல்ல, சிறந்த இசைக் கலைஞர்களோடு உறவாடி, மிகப்பிரபலமான இசைநாடகங்களைக்

கேட்டு வளர்ந்தவர், இப்போது ஒரு சிறிய ஊரான சால்ஸ்பர்க்கில், ஐரோப்பிய இசை மையத்திலிருந்து தனிமைப்பட்ட நாடகமோ அல்லது இசை நாடக மரபோ இல்லாத நகரத்திற்குத் தள்ளப்பட்ட வாழ்க்கை வருத்தத்தைத் தந்தது.

இவையனைத்தையும் விட அதிக எரிச்சலைத் தந்தது பாடலாசிரியராக இருப்பது. அவருக்கு நினைத்துப்பார்க்கக் கூடிய காலம் தொட்டு பிறருடைய இசையே அவரிடம் நிறைந்திருந்தது. அவருடைய படைப்புகள் மற்ற பாடலாசிரியர்களது படைப்பின் போலி, தழுவல் என்பது அவருக்குத் தெரிந்தது. இளஞ்செடி வெறுமனே சுற்றுப்புறத்திலிருந்து சத்துக்களை உறிஞ்சிக் கொள்வதைப் போன்று அவர் பலபாணிகளைக் கற்றுத் தேர்ந்திருந்தார். ஆனால் அவருடைய மனதின் உள்ளிலிருந்து துடிப்பான ஏதோ ஒன்று மேலே எழும்புவதை உணர முடிந்தது, அது அவருடைய இசையை வெளிப்படுத்தி போலித்தனத்தை நிறுத்த விரும்பிய ஆசை. அவர் இப்போது செழிப்பான மண்ணைப் போன்றிருந்தார். வளரும் பருவத்தில் பலவிதமான முரண்பாடுகள் மற்றும் குதூகலம், உற்சாகமின்மை, பாலுறவில் மிகுந்த விருப்பம் போன்ற சக்திமிக்க உணர்ச்சிகளால் தாக்கப்பட்டார். இவ்வுணர்வுகள் அனைத்தையும் அவரது படைப்பில் கொண்டுவர விரும்பினார்.

அவரறியாமலே சோதனை செய்யத் தொடங்கினார். அவர் மெல்லிய அசைவுகள் அமைந்த, எழுச்சி ஏற்படும் நான்கு வாத்தியங்கள் கொண்டு அமையும் இசைப் படைப்புகள் பல எழுதினார். அவை நீண்ட விநோதமான உணர்வுகளின் கலப்பாக, கவலை தோய்ந்து படிப்படியாகச் சப்தம் உயர்ந்து உச்சத்தை அடையும் தன்மையில் அமைந்திருந்தன. இப்படைப்புகளை அவருடைய தந்தை கண்டபோது பயந்து போனார். அவர்களுடைய வருமானம் உல்ஃப்காங் அவைக்கு அளித்து மக்களை மகிழ்விக்கும் ரம்மியமான இசையைப் பொறுத்தே அமைந்தது. மக்கள் அல்லது தேவாலயத் தலைவர் இப்புதிய பாடல்களைக் கேட்டால், உல்ஃப்காங்கிற்குப் பைத்தியம் பிடித்து விட்டதாக நினைப்பார்கள். மேலும் அப்படைப்புகள் சால்ஸ்பர்க் அவை இசைக் கலைஞர்களுக்கு வாசிப்பதற்கு மிகவும் சிக்கலானவை. அவர், இம்மாதிரியான விசித்திர இசையமைப்பதை நிறுத்தும்படி கெஞ்சிக் கேட்டுக் கொண்டார். வேறு எங்காவது நல்ல பதவி கிடைக்கும் வரை காத்திருக்கச் சொன்னார்.

உல்ஃப்காங் எதிர்ப்பின்றி ஒத்துக்கொண்ட போதிலும், காலம் செல்லச்செல்ல அவர் மனச்சோர்வடைந்தார். வாழ்க்கையில் முதன் முதலாக இசை மீது அவருக்கிருந்த காதலை இழக்கத் தொடங்கினார். சிறைப்பட்டதைப் போல் உணர்ந்ததால் எளிதில் கோபப்பட்டார். அவருக்குள் இருப்பதாகக் கருதிய இசையை உலகம் கேட்காமலே

இளம் வயதிலேயே சால்ஸ்பர்க்கில் இறந்து போய் விடுவோம் என்று நம்பியவர், இது தான் தன்விதி என்று சமாதானமடையத் தொடங்கினார்.

1781-ல் உல்ஃப்காங், ஆர்ச் பிஷப்புடன் வியன்னாவிற்கு அழைக்கப்பட்டார். அங்கு தமது அவையின் பலவகை இசைக் கலைஞர்களின் திறமையை வெளிக்காட்ட நினைத்தார். வியன்னாவில், அவை இசைக் கலைஞனாக அவரது நிலை என்ன என்பது அவருக்குச் சட்டென்று தெளிவாயிற்று. ஆர்ச் பிஷப் அவரை அதிகாரம் செய்த தோடு ஒரு வேலைக்காரனைப் போல நடத்தினார். இத்தனை காலம் உல்ஃப்காங் உணர்ந்த வெறுப்பு மேலோங்கியது. அவருக்கு 25 வயதாகியிருந்தது. விலை மதிப்பான காலம் வீணாகிக் கொண்டிருந்தது. அவருடைய தந்தையும் ஆர்ச் பிஷப்பும் அவரை தடுத்துக் கொண்டிருந்தனர். அவரது தந்தை மீது அன்பும், குடும்பத்தின் உணர்ச்சி கரமான ஆதரவும் அவருக்குத் தேவைப்பட்டது. எனினும் அவரிருந்த சூழ்நிலையை அவரால் இனி மேலும் பொறுக்க முடியவில்லை. சால்ஸ்பர்க்கிற்குத் திரும்பும் நேரம் வந்தபோது, நினைத்துப் பார்க்க முடியாததை அவர் செய்தார்-திரும்ப மறுத்து விட்டார். தன் பதவியிலிருந்து தன்னை நீக்கும்படி கேட்டுக் கொண்டார். ஆர்ச் பிஷப் அவரை மிகக் கேவலமாக நடத்தினார், எனினும் முடிவில் ஒத்துக் கொண்டார். அவருடைய தந்தை ஆர்ச் பிஷப்பிற்கு ஆதரவாக இருந்து, எல்லாவற்றையும் மன்னிப்பதாகக் கூறி அவரைத் திரும்ப வரச்சொன்னார். ஆனால் உல்ஃப்காங் வியன்னாவிலேயே இனியுள்ள வாழ்நாளைக் கழிக்க முடிவு செய்து, அதில் உறுதியோடு இருந்தார்.

அவருடைய தந்தைக்கும் அவருக்குமிடையே ஏற்பட்ட பிளவு நிரந்தரமானதாக மிகுந்த வலி தந்தது. இருந்தபோதிலும், தனக்கு இனி அதிக காலமில்லை, என்பதையும் வெளிப்படுத்த அதிகம் இருந்தது என்பதையும் உணர்ந்த அவர், குழந்தைப் பருவத்தில் வெளிப்படுத்திய தீவிரத்தை விட அதி தீவிரமாக இசையில் ஈடுபட்டார். இசை வரலாற்றில் அதுவரை காணாத வகையில், மனதில் அடக்கி வைத்திருந்த படைப்பாக்கத்தை இனியும் தாங்கவியலாது என்பது போல் அவர் மனம் வெடித்துச் சிதறியது.

கடந்த இருபதாண்டுகள் அவர் பெற்றிருந்த பயிற்சி இத்தருணத்திற்குத் தயார் படுத்தியிருந்தது. அசாதாரணமான நினைவாற்றலை வளர்த்துக் கொண்டிருந்தார். கடந்த காலங்களில் அவர் உள்வாங்கியிருந்த அனைத்து ஒத்திசையும், இனிய சங்கீதத்தையும் அவரது மனம் ஒரு சேரத் தக்க வைத்திருந்தது. குறிப்புகள் அல்லது வாத்தியத்தின் தந்திகளுக்குப் பதிலாக அவர் கட்டங்களில் (Blocks) இசையை யோசித்து மனதில் கேட்டதை விரைவாக எழுதினார்.

அவருடைய பாடல்களுக்குத் துக்கம், அச்சம், தீய சகுனம், கோபம்,

உற்சாகம் மற்றும் பரவசத்தை வெளிப்படுத்தும் ஆற்றலைத் தந்தார். அவரது இசையைக் கேட்ட சபையோர், புதிய இழுத்துக்கொண்டு போகும் ஓசையில், திடீரென்று பல புதிய பரிணாமம் பெற்ற இசையில் கட்டுண்டு மெய் மறந்திருந்தனர். இப்புதிய மாற்றங்களுக்குப் பின்பு, இசையமைப்பாளர்களால் பழைய லகு, அவை இசைக்குத் திரும்புவது சாத்தியப்படவில்லை. ஐரோப்பிய இசை மாற்றமடைந்தது.

இப்புதிய மாற்றங்கள் வேண்டுமென்றே உள்ளார்ந்த ஆசையாலோ, யாரையும் தூண்டவோ அல்லது புரட்சிக்காகவோ அவரிடமிருந்து தோன்றியவையல்ல. அவருடைய மாற்றத்திற்கான ஆத்மா மிக இயல்பாகவும் அவரது கட்டுப்பாட்டிற்கு அப்பாற்பட்டதுமாக, தேனீயிடமிருந்து பசை சுரப்பது போலத்தோன்றியது. அவருடைய உயர்ந்த இசை உணர்வு அவர் பரீட்சித்த ஒவ்வொரு வகையிலும் அவருடைய தனித்துவத்தைப் பெற்றது.

1786-ல் டான் ஜுவான் பழைய கட்டுக்கதை ஒன்றினைக் காண நேர்ந்தது. அது அவரை உற்சாகப்படுத்தியது. அவர் உடனே சிறந்த மயக்குவிப்போன் ஆன அவருடைய கதையை அடையாளம் கண்டார். டான் ஜுவானுக்குப் பெண்களும், அவர்களது அன்பும் இடைவிடாது தேவைப்பட்டது, மொஸார்ட்டும் இது போல விரும்பினார். இருவருமே அதிகாரத்தில் உள்ளவர்களை அலட்சியமாகவே கண்டனர். சபையோரை, ஓர் இசையமைப்பாளராகத் தன்னால் மயக்க முடிவதும், இசையே கேட்போரின் உணர்ச்சிகளைத் தொட்டு மயக்கும் சக்தி பெற்றிருந்ததையும் மிக முக்கியமானதாக மொஸார்ட் கருதினார். இக்கதையை ஒப்ராவாக மாற்றி, தன்னுடைய இவ்வெண்ணங்களைத் தெரிவித்தார். அடுத்த ஆண்டு, அவரது ஒப்ரா *டான் ஜிஓ வானி* (டான் ஜுவானின் இத்தாலியப்பெயர்) தொடக்க வேலைகளைத் தொடங்கினார். அவர் கற்பனை செய்திருந்தபடி அக்கதை உயிர்பெற அவர் மீண்டும் அவரது உருமாற்றச் சக்தியை, இம்முறை ஒப்ரா என்ற வகையில் காட்டினார்.

அக்காலத்தில் ஒப்ரா நிலையான மாறும் சூத்திரப்படி இருந்தது. மனப்பாடம் செய்ததைக் கூறுவதும் (உரையாடலும் ஹார்பிஸ்கார்டு வாத்தியத்தில் கதையும், செயல்களும் தெரிவிக்கப்பட்டன) அரியாஸ் (பாடும் பகுதிகளில் பாடுவோன் கூறப்படும் தகவல்களுக்குப் பிரதி செயல்படுவது) மற்றும் இசைப்பகுதிகள் என அமைந்தன. பெரிய குழுவாகப் பலர் சேர்ந்து பாடினர். மோசார்ட் அவருடைய ஒப்ராவிற்கு முழுமையான தடங்களின்றி வரும் இசைஅருவி ஒன்றை உருவாக்கினார். டான் கியோவானியின் பாத்திரத்தை வார்த்தைகளால் அல்ல இசை வழி வெளிப்படுத்தினர். மேடையில் மயக்கும் அவரது இருப்பை, ஓயாத வயலினின் இசைப் பிரவாகத்துடன் சேர்ந்து வருவது போலச் செய்தார். இது கதைத் தலைவனது நடுக்கம், உணர்வுபூர்வமான சக்தியைப் பிரதிபலித்தது. அதுவரை நாடக மேடையில் யாரும் கண்டிராத வகையில் படிப்படியாக உயர்ந்து உச்சத்தை அடையும் இசையை

இதற்கு அமைத்தார். இசையின் வெளிப்பாட்டு மதிப்பைக் கூட்டுவதற்காக அவர் இசைக் கலைஞர்களைக் கூட்டமாக இசைக்கச் செய்தார். தூண்டுவதாகவும், உச்சகட்டத்தில் பல பாத்திரங்கள் பாடுவதாகவும், சில சமயத்தில் ஒன்றன் மீது ஒன்றாக, விரிவான இனிய இசையை எதிராகத் தந்து ஒப்ராவைக் கனவு போன்ற உணர்வை ஏற்படுத்தி வழங்கினார்.

தொடக்கத்திலிருந்து முடிவு வரை ***டான் கியோவானி*** சிறந்த மயக்குபவனின் தீய சக்தியின் இருப்பை எதிரொலித்தது. பிற பாத்திரங்கள் அனைத்தும் அவனைக் கண்டனம் செய்தாலும், கடைசி வரை வருந்தாது, நரகத்திற்குப் போகும் வரை சிரித்துக் கொண்டும், அதிகாரத்திற்கு அடிபணியாது இருக்கும் டான் கியோவானியை யாராலும் பாராட்டாது இருக்க முடியாது. ***டான் கியோவானி*** கதையமைப்பு அல்லது இசையில் அதுவரை யாரும் பார்த்திராத ஒப்ராவாக, அதன் காலத்திற்கு முன்பே தோன்றியதாக இருந்தது. பலரும், இவையெல்லாம் அசிங்கமாகவும் செவிக்குக் கடினமாக இருந்ததாகப் புகார் செய்தனர். அதன் வேகம் மிகவும் சக்தி வாய்ந்ததாகவும், அதன் ஸ்ருதி தெளிவற்றுப் பாதிப்பதாகவும் இருந்தது என்றனர்.

சித்தபிரமை கொண்ட படைப்பாக்க வேகத்துடன் வேலையைத் தொடர்ந்த மோசார்ட், சக்தியெல்லாம் வெளிப்பட்டு தளர்ந்து 1791-ல், அவரது கடைசி ஒப்ரா ***தி மேஜிக் ப்ளூட்டின்*** அரங்கேற்றம் முடிந்து இரண்டு மாதங்களில் இறந்தார். அவருக்கு அப்போது வயது முப்பந்தைந்து. அவர் இறந்து பல வருடங்களுக்குப் பின்பு சபையோர் அவர் தன் படைப்பில் உருவாக்கிய தீவிர ஓசையை, டான்கியோவானி, ஒப்ரா வரலாற்றிலேயே மிக அதிகமாக நிகழ்த்தப்பட்ட ஐந்தில் ஒன்றானது.

நிபுணத்துவத்திற்கான வழிகள்

> ***...... பல விஷயங்கள் சரியாகப் பொருந்தி என் மனதில் கட்டப்பட்டிருக்கிறது. என்ன குணங்கள் ஒரு மனிதனைச் சாதனையாளனாக, குறிப்பாக இலக்கியத்தில் ஆக்குகின்றது, அது ஷேக்ஸ்பியரிடம் அளவற்று இருந்தது. நான் சொல்வது எதிர்மறைத் திறமை, அதாவது, மனிதன் நிச்சயமற்ற நிலைகளில் இருக்கும் திறமை, புதிர்கள், சந்தேகங்கள், உண்மையை அடைவதற்கு எந்த வெறுப்பும் இல்லாது, காரணம்...***
>
> -ஜான் கீட்ஸ்.

நமது குழந்தைக்கால நினைவுகளை அல்லாது, குழந்தைக்காலத்தை ஆழமாக நினைத்துப் பார்க்கும் போது, உலகை நாம் அப்போது எவ்வளவு மாறுபட்ட தன்மையில் அனுபவித்தோமென்பதை உணர்கிறோம். அப்போது, திறந்த மனதுடன் வியப்பிற்குரிய அசலான

பலவகை எண்ணங்களைக் கொண்டிருந்தோம். இன்று நாம் இயல்பாக எடுத்துக்கொள்ளும், காட்சிகள் பலசமயங்களில் வியப்பையளித்தது. நம்மைச் சுற்றியுள்ள உலகைப் பற்றிய பல கேள்விகள் நம்முள் எழுந்தன. மொழிப் புலமையில்லாததால் நாம் உருவங்களாகவும் உணர்வுகளாகவும் எண்ணினோம். சர்க்கஸ்சுக்கு, விளையாட்டு நிகழ்வுக்கு அல்லது ஒரு சினிமாவிற்குச் சென்றபோது, நம் கண்களும், காதுகளும் அனைத்தையும் தீவிரமாக உள்வாங்கிக் கொண்டன. நிறங்கள் அதிக ஒளியுடனும் உயிர்ப்போடும் தோன்றின. நம்மைச் சுற்றியுள்ள அனைத்தையும் ஒரு விளையாட்டாக மாற்றும் பலமான ஆசை, சூழலோடு விளையாடும் ஆசை இருந்தது.

இந்தக் குணத்தை *அசல் மனமென்றழைப்போம்*. இம் மனம் உலகை வார்த்தைகளாலோ, கிடைத்த எண்ணங்களாலோ காணாது, புதிய தகவல்களை ஏற்பதற்கும், நெகிழ்ந்து கொடுப்பதாகவும் இருந்தது. இந்த ***அசலான மனதை***ப் பற்றிய நினைவை வைத்திருக்கும் நம்மால் நாம் இவ் உலகைத் தீவிரமாக அனுபவித்த பழைய நினைவை உணராது இருக்க முடியாது. வருடங்கள் செல்லச் செல்ல இந்த தீவிரத் தன்மை குறைந்து போகிறது. நாம் உலகைச் சொற்கள் மற்றும் அபிப்ராயங்கள் என்ற திரையினூடே காண்கிறோம். நம்முடைய முந்தைய அனுபவங்கள், இப்போதையவற்றின் மேலாக இருந்து அளிக்கும் நிறத்தையே நாம் பார்க்கிறோம். பொருட்களை பற்றிய தகவல்கள் அல்லது அவை ஏன் உள்ளன என்ற வியப்போடு இப்போது நாம் காண்பதில்லை. நம் மனம் மெல்ல இறுகுகிறது. நாம் இயல்பாக எடுத்துக் கொண்ட உலகை இப்போது ஆதரவு தந்து, நமது நம்பிக்கைகள் அல்லது நினைத்தவை தாக்கப்பட்டால் வருந்துகிறோம்.

இவ் வழியில் சிந்திப்பதை *மரபு சார்ந்த மனம்* எனலாம். வாழ்வதற்காகவும், சமூகத்தோடு பொருத்தப்படவுமுள்ள அழுத்தத்தில், நம் மனதை வலுகட்டாயமாக, இறுகிப்போகும் பள்ளங்களில் தள்ளுகிறோம்.

நிபுணர்கள் மற்றும் உயர் மட்ட படைப்பாக்கச் சக்தியை வெளிப்படுத்தும் மனிதர்கள், வளர்ந்து விட்ட நிலையிலுள்ள அழுத்தங்கள், எதிர் பார்ப்புகளையும் மீறி அவர்களுடைய குழந்தைப் பருவத்து உணர்வுகளின் குறிக்கத்தக்க அளவைத் தக்க வைத்துக் கொள்ள முடிந்தவர்கள். இவ்வுணர்வு அவர்களுடைய வேலையிலும், சிந்திக்கும் முறையிலும் வெளிப்படுகிறது. குழந்தைகள் இயல்பாகவே படைப்பாக்கமுடையவர்கள். அவர்களைச் சுற்றியுள்ளவற்றை மாற்றுவதோடு, எண்ணங்கள் மற்றும் சந்தர்ப்பங்களோடு விளையாடி புதிய விஷயங்களைச் செய்து அல்லது கூறி நம்மை வியப்பிலாழ்த்துகிறார்கள். ஆனால் குழந்தைகளுடைய இயல்பான படைப்பாக்கம் வரையறுக்கப்பட்டது. அவை புதிய கண்டு பிடிப்புகள், அல்லது குறிக்கதக்க கலைப்படைப்புகளை உருவாக்க வழிபடுத்துவதில்லை.

நிபுணர்கள் *அசல் மனதின்* உணர்வுகளைத் தக்க வைத்துக் கொள்வதோடு, பயிற்சி ஆண்டுகளில், அதனை அதிகரித்துச் சிக்கல் அல்லது எண்ணங்களில் கவனத்தைக் குவிக்கும் திறமை பெற்றுள்ளனர். இது உயர்மட்டப் படைப்பாக்கத்திற்கு அழைத்துச் செல்கிறது. அவர்களுக்கு ஒரு விஷயத்தில் சிறந்த அறிவு இருந்தாலும், அவர்களது மனம் மாற்று வழிகளில் நெருங்கும் சிக்கல்களைக் காணத் திறந்திருக்கிறது. அவர்களுடைய துறையைக் குறித்து குழந்தைத்தனமான உற்சாகத்தையும், விளையாட்டுத்தனமான, அணுகுமுறையையும் கடைசிவரை தக்கவைத்துக் கொள்கின்றனர்.

சில மனிதர்கள் குழந்தை போன்ற உணர்வுடன், இயல்பான தன்மையைக் கொண்டிருப்பார்கள், ஆனால் அவர்களது படைப்பாற்றலுக்கான சக்தி ஓராயிரம் திசைகளில் சிதறுண்டு, அவர்களால் நீட்டித்த பயிற்சியைப் பொறுமையோடும் ஒழுக்கத்துடனும் பொறுத்துக்கொள்ள முடிவதில்லை. மற்றவர்கள் ஒழுக்கத்துடன் அளவற்ற அறிவைப் பெற்று அவர்கள் துறையில் சிறந்தவர்களாகின்றனர். எனினும் அவர்களுக்கு வளைந்து கொடுக்கும் தன்மையில்லை, எனவே அவர்களது எண்ணங்கள் மரபுதாண்டிச் செல்வதில்லை, உண்மையான படைப்பாக்கமும் நிகழ்வதில்லை. நிபுணர்கள், ஒழுக்கம் மற்றும் குழந்தைத்தனம் இரண்டையும் கலந்து, ஒன்றாக, நாம் அதனைப் ***பன்முகமானது*** என்று அழைக்கலாம். இம் மனது வரையறுக்கப்பட்ட அனுபவம் அல்லது பழக்கங்களால் இறுகுவதில்லை. அனைத்துத் திசைகளிலும் கிளைவிட்டு யதார்த்தத்துடன் ஆழமான தொடர்பு கொள்ள அதனால் முடியும். உலகின் பன்முகப் பரிமாணத்தை அதனால் கண்டறிய முடியும். அது உள்வாங்கிப் புரிந்து கொண்டவற்றை ஏதாவது புதிய மற்றும் அசலாகப் ***படைக்கிறது*** அல்லாது ***எடுத்துக்கொள்வதில்லை***.

நாம் அனைவருமே படைப்பாக்கச் சக்தியுடன் பிறந்திருக்கிறோம், என்பதைப் புரிந்து கொள்ளுங்கள். அது செயல்படவே விரும்புகிறது. இது நமது *அசலான மனதின்* வரம், அதுவே இத்தகைய ஆற்றலை வெளிப்படுத்துகிறது. மனித மனம் இயல்பாகவே படைப்பாக்கமுடையது. எப்போதும் எதனோடு தொடர்பு கொண்டு, பொருட்களையும் எண்ணங்களையும் இணைக்கலாம் என்று பார்க்கிறது. படைப்பாக்கத்தை அழிப்பது வயதோ அல்லது, திறமையின்மையோ அல்ல, நமது சொந்த உயிர்ப்பு, நமது மனப்பான்மை பயிற்சியில் பெற்ற அறிவால் மிகவும் சுகப்படுகிறோம். புதிய எண்ணங்களை அறியவோ, அதற்கான முயற்சியைச் செய்யவோ அஞ்சுகிறோம்.

இதன் பொருள், நமக்குள்ளே உள்ள படைப்பாக்கச் சக்தியை தூண்டி மீண்டும் உயிர் பெறச் செய்யும் சக்தி எவ்வளவு வயதனாலும் நம்மிடம் உள்ளது. ***பன்முகமனம்*** எவ்வாறு செயல்படுகிறது என்று புரிந்து கொண்டு, எது அது வளர உதவுகிறது என்றறிந்தால் நமது மனதின் நெகிழ்வுத் தன்மையைப் புதுப்பிக்கலாம், அது அழியுந்தன்மையை

மாற்றலாம். ***பன்முக மனம்*** கொண்டுவரக் கூடிய சக்தி வரம்பற்றது. அது நாம் அனைவரும் அடையும் தூரத்திலேயே உள்ளது.

உல்ஃப்காங் அமடியஸ் மோசார்டினைப் பாருங்கள். குழந்தை அறிவாளியின் சிகரம் மற்றும் விளக்க வியலாத மேதை. இயற்கையின் விநோத சிருஷ்டி. வேறெப்படி இளமையிலேயே இவ்வளவு சிறப்பான திறமைகளையும், பத்தாண்டுகள் நீண்ட அவரது படைப்பாக்கச் செயல்பாடுகளையும் விளக்குவது? அவரது புதிய கண்டுபிடிப்புகள், உலகமே விரும்பிய அவரது படைப்புகள் இதன் விளைவு தானே. உண்மையில் அவரது மேதைமை மற்றும் படைப்பாக்கத்தைச் சிறப்பாக விளக்க முடியும்? அவரது சாதனைகளை அது குறைக்கவில்லை.

அவரது வாழ்க்கையின் தொடக்கத்திலிருந்தே அவர் இசையில் மூழ்கி அதனால் பரவசமடைந்தவர், அவரது ஆரம்பக் கற்றலிலேயே உயர்வான கவனத்தையும் ஆழத்தையும் கொண்டிருந்தார். நான்கு வயதான குழந்தையின் மனம், அதை விட சில ஆண்டுகள் கூடுதல் வயதான குழந்தையின் மனதைவிட திறந்ததாகவும், பதிவு படுத்தக் கூடியதுமாகும். அவருக்கு இசை மீதிருந்த ஆழமான காதலே அவரது சக்தி வாய்ந்த கவனத்தைத் தோற்றுவித்தது. அதனால் பியானோ பயிற்சி அவருக்கு ஒருவகையான வேலையோ அல்லது கடமையோ அல்ல, மாறாக அவரது அறிவை விரிவுபடுத்துவதற்கான வாய்ப்பாகவும், இசையின் சாத்தியக்கூறுகளை ஆராயவும் உதவியது. அவருக்கு ஆறு வயதானபோது, அவர் பயிற்சி செய்த நேரம், அவரை விட இரு மடங்கு வயதானவருடையதாக இருந்தது. பயணம் செய்த காலத்தில், அவரது காலத்தில் வழக்கிலிருந்த இசைமுறைகள், கண்டுபிடிப்புகள் ஒவ்வொன்றையும் அவர் அறிந்து கொண்டார். அவரது மனதில் மிக அதிகமான வடிவங்களும், பாணிகளும் நிறைந்திருந்தன.

அவருடைய வளரும் பருவத்தில் மொஸார்ட் படைப்பாக்கச் சிக்கலை அனுபவித்தார், போராடுபவராக, இல்லையென்றால் அழித்துவிடக் கூடியதாக இருந்தது. அவருடைய சக்தியான படைப்பாக்க உந்துதலை, ஏறக்குறைய எட்டாண்டுகள் அவருடைய தந்தை தந்த அழுத்தத்தால், அதனைக் கட்டுப்படுத்த வேண்டி இருந்தது. இச்சிக்கலான கட்டத்தில், அவருடைய உயிர்ப்பைச் சோர்வு படுத்திய சூழலுக்குப் பலியாகித் தொடர்ந்து சாதாரண இசைப் படைப்புகளை அவைக்கு எழுதியிருக்கலாம். மாறாக அவர் எதிர்த்துத் தனது குழந்தை போன்ற உயிர்ப்புடன் மறுதொடர்பு கொண்டு, அசலான அவருடைய பழைய ஆசையான, இசையை மாற்றி அவருடைய குரலாக்கி, ஒப்ராவில் அவரது நாடக உந்துதல்களை நிறைவேற்றவும் செய்தார். அவருடைய குடும்பத்தினரிடம் இருந்து விடுபட்டவுடன், அவருடைய நீண்ட பயிற்சி, ஆழமான அறிவு இவற்றால் இயல்பாகவே அவரது படைப்பாக்கம் வெடித்துக் கிளம்பியது. அவர் எழுதிய வேகம், அவருடைய தலைசிறந்த படைப்புகள் ஏதோ

தெய்வ அருளால் நடந்தது இல்லை, அவரது மனம் எவ்வளவு சக்தியுடன் இசையை நினைத்ததோ, அதை அவரால் எளிதாக எழுத்தில் கொண்டு வர முடிந்தது என்பதே. அவர் ஒரு விநோதம் அல்ல. ஆனால் நம் அனைவருக்குமுள்ள இயல்பான வெளியேயுள்ள படைப்பாக்கச் சக்தியின், எதிர்காலத்தில் நிகழவுள்ளதைக் காட்டியது.

பன்முக மனத்திற்கு இரண்டு அடிப்படைத் தேவைகள் உள்ளன. ஒன்று, துறை அல்லது விஷயத்தைக் குறித்த உயர்நிலை அறிவு, இவ்வறிவைப் புதிய மற்றும் சுயமான வழிகளில் திறந்த மனதோடும், வளைந்து கொடுக்கும் தன்மையோடும் பயன்படுத்துவது. படைப்பாக்கச் செயல்பாடுகளுக்குத் தயார் படுத்தும் அறிவு, கடினமான பயிற்சியால் வருகிறது. இப்பயிற்சியில் நாம் அடிப்படைகள் அனைத்திலும் நிபுணர்களாக உள்ளோம். இவ்வடிப்படைகளைக் கற்பதிலிருந்து மனது விடுவிக்கப்பட்ட பிறகு, உயர்ந்த, மேலும் படைப்பாக்கமுள்ள விஷயங்களில் அதனால் கவனம் செலுத்த முடியும். நம் அனைவருக்கு முள்ள பிரச்சனை என்னவென்றால் பயிற்சிக் காலத்தில் பெறும் அறிவு, பலவிதிகள், செய்முறைகளையும் உள்ளடக்கியது, இது மெல்ல நம்மைச் சிறைபடுத்தலாம். அது நம்மைக் குறிப்பிட்ட சில முறைகளிலும், வடிவத்திலுள்ள சிந்தனையிலும் பூட்டி வைக்கிறது-இது ஒரு பக்கமானது. இதற்கு மாறாக மனதை அதனுடைய மரபு சார்ந்த இடத்திலிருந்து கட்டாயப்படுத்தி, செயல்படவும்,ஆராயவும் செய்ய வேண்டும்.

பன்முக மனதை விழிப்படையச் செய்யவும், படைப்பாக்கச் செய்முறையை நிகழ்த்தவும் மூன்று முக்கிய நிலைகள் தேவை. முதலாவது எந்தச் செயல் நமது திறன்களையும், அறிவையும் அதிக பட்சமாக்குமோ அந்தச் சரியான *படைப்பாக்க வேலையைத்* தேர்வு செய்வது. இரண்டாவது, குறிப்பிட்ட *படைப்பாக்க வழிமுறைகள்* வழியாக மனதைத் தளரச் செய்து திறக்கச் செய்வது. மூன்றாவது *உள்பார்வை அல்லது சிக்கலிலிருந்து விடுபடுவதற்கான* சாதகமான மனநிலையை உருவாக்குவது. முடிவாகச் செயல்முறை முழுவதும் ஏற்படக்கூடிய *உணர்ச்சிப் படுகுழிகளை* அறிந்திருத்தல், திருப்தியடைதல், போர் அடித்தல், ஆடம்பரம் மற்றும் அது போன்றவை-இவை நமது வளர்ச்சியைத் தொடர்ந்து தடுக்கிறது அல்லது தடை செய்கிறது. இது போன்ற சிக்க வைக்கும் பொறிகளைத் தவிர்த்து இந்நிலைகளைக் கடக்க முடிந்தால், நமக்குள்ளிருந்து வரும் சக்தி வாய்ந்த படைப்பாக்கத்தைத் தடை செய்ய முடியாது.

முதல் நிலை: படைப்பாக்க வேலை

படைப்பாக்கத்தைப் பற்றிய உங்களது கண்ணோட்டத்தை மாற்றிக் கொண்டு அதை வேறு கோணத்தில் காணத் தொடங்க வேண்டும்.

ஒன்றைக் கண்டுபிடிப்பது, புதிதாய்ப் பொது மக்களோடு தொடர்பு கொள்ளும் ஒன்றைச் செய்வது, இவற்றிற்கு அர்த்தமுள்ள கலைப் பொருள் ஒன்றை வடிவமைப்பது ஆகிய இவற்றிற்கு நேரமும் முயற்சியும் தேவை. இதற்குப் பல ஆண்டுகள் பரிசோதனை தேவை, பின்னடைவுகளும் தோல்விகளும் ஏற்படலாம். என்றாலும் உயர்ந்த நிலை, கவனத்தை எப்போதும் கொண்டிருக்க வேண்டும். உங்களது முயற்சி முக்கியமான ஒன்றைத் தரும் என்ற பொறுமையும் நம்பிக்கையும் உங்களுக்கிருக்க வேண்டும். உங்களுக்குச் சிறப்பான மூளை அறிவு சார்ந்த எண்ணங்கள் நிறைந்திருக்கலாம், ஆனால் நீங்கள் தவறான விஷயத்தை அல்லது சிக்கலைத் தேர்வு செய்தால், சக்தியும், ஆர்வமும் இல்லாது போகலாம். இது போன்ற சுழலில் உங்களது மேதைமை எதையும் சாதிக்காது.

நீங்கள் தேர்வு செய்த வேலையைச் செய்யும்போது, அதில் உங்களைப் பிடித்து நிறுத்தும் தன்மை இருக்க வேண்டும். வாழ்க்கையின் கடமையைப் போல, உங்களுக்குள் உள்ள எதோ ஒன்றுடன் அது தொடர்பு கொள்ள வேண்டும்.

புரிந்து கொள்ளுங்கள்: ஒருவருடைய படைப்பாக்கச் சக்தியை எங்கு செலுத்த வேண்டுமென்று தீர்மானிப்பதே நிபுணர்களை உருவாக்குகிறது.

இதுதான் *படைப்பாக்கச் சக்தியின் அடிப்படை விதி*. இதை நீங்கள் உங்கள் மனதில் ஆழமாக எழுதி வைத்துக் கொள்வதுடன் ஒருபோதும் மறக்கக்கூடாது. நீங்கள் செய்யும் வேலையில் உங்களுக்குள்ள உணர்வு சார்ந்த உறுதிப்பாடே உங்கள் வேலையில் நேரிடையாக வெளிப்படும். நீங்கள் அரை மனதாக வேலை செய்தால் அது சிறப்பில்லாத வேலை முடிவுகள், நீங்கள் முடிவை இழுத்தடிக்கும் விதத்தில் தெரியும். நீங்கள் பணத்திற்காக, உண்மையான உணர்ச்சிப் பங்களிப்பின்றி ஒன்றைச் செய்தால், அது ஆத்மாவின்றி உங்களுக்கும் அதற்கும் தொடர்பின்றி முடியும். நீங்கள் இதைக் காணாது இருக்கலாம், ஆனால் மக்கள் அதை உணர்வார்கள், உங்களது படைப்பை அது உருவாக்கப்பட்ட சிறப்பற்ற உணர்வுடனேயே அவர்களும் பெறுவார்கள். நீங்கள் தேடலில் தீவிரமாகவும், உற்சாகமாகவுமிருந்தால் அது விவரங்களில் வெளிப்படும். உங்கள் படைப்பு ஆழ்மனதிலிருந்து வெளிப்பட்டால் அதன் உண்மைத் தன்மை தெரியவரும். இது அறிவியல், கலைகள் மற்றும் வணிகத்திற்கும் பொருந்தும். நீங்கள் வெறுமனே முயலக் கூடாது, உங்களது அறிவில் நம்பிக்கை வைத்து முடிக்க வேண்டும். உங்களது சக்தி, ஆர்வத்திற்கு மிகப் பொருத்தமான சரியான தேர்வைச் செய்ய வேண்டும்.

இச்செய்முறையில் உதவ, உங்களுக்குப் பிடித்த மரபு சாராத மற்றும் புரட்சி செய்யும் உங்களது உள்ளுறை உணர்வுகளையும் கவரும் ஒன்றைத் தேர்வு செய்யுங்கள். நீங்கள் கண்டுபிடிக்க அல்லது புதிதாக

உண்டாக்க நினைப்பதை மற்றவர்கள் ஒதுக்கலாம், கேலி செய்யலாம். உங்களுக்குத் தனிப்பட்ட வகையில் விருப்பமான ஒன்றைத் தேர்வு செய்வதால், இயல்பாகவே நீங்கள் ஏற்கப்பட்ட பாதையிலிருந்து விலகிச் செல்வீர்கள். இதைத் தவிர்க்க முயலுங்கள், ஏற்கப்பட்ட மாதிரிகளைச் சற்று மாற்றி வழக்கத்திற்கு எதிராகச் செல்லுங்கள். எதிரிகள் அல்லது ஐயப்படுவோர் இருப்பதாக உணர்வது, தூண்டுதல் சக்தியாக அமைந்து, உங்களுக்குக் கூடுதலான படைப்பாக்கச் சக்தியையும் கவனத்தையும் ஊட்டும்.

இரண்டு விஷயங்களை மனதில் கொள்ளுங்கள். முதலாவது நீங்கள் தேர்வு செய்துள்ள வேலை யதார்த்தமானதாக இருக்க வேண்டும். நீங்கள் பெற்றுள்ள அறிவு மற்றும் திறன்கள் அதைச் செய்து முடிக்கச் சிறப்பாக பொருந்தியிருக்க வேண்டும்.

இரண்டாவது, சுகம், பாதுகாப்பு போன்ற தேவைகளை விட்டுவிட வேண்டும். படைப்பாக்க முயற்சிகள் இயல்பாகவே நிச்சயமற்றவை. உங்களுடைய வேலையை அறிந்திருக்கலாம் ஆனால் உங்களது முயற்சி எங்கு முடியுமென்பது உங்களுக்கே நிச்சயமாகத் தெரியாது. வாழ்க்கையில் அனைத்தும் எளிமையாகவும், பாதுகாப்பாகவும் இருக்க வேண்டும் என்று விரும்பினால் உங்கள் வேலையின் இந்த முடிவு அறியாத தன்மை உங்களைக் கவலையில் ஆழ்த்தும். பிறர் என்ன சொல்வார்கள் என்று கவலைப் படுபவராக இருந்தால் நீங்கள் உண்மையில் எதையுமே உருவாக்க மாட்டீர்கள். தோல்வியைப் பற்றியும் கவலைப்படுபவராகவோ அல்லது மனம் மற்றும் நிதி நிலைமை பாதிக்கப் படுமென்று பயந்தால் நீங்கள் படைப்பாக்கச் சக்தியின் அடிப்படை விதியை மீறுகிறீர்கள், உங்களது கவலை முடிவுகளில் தெரியும்.உங்களை ஓர் ஆய்வாளராகக் கருதுங்கள். கரையை விட்டுக் கடலுக்குள் போக விரும்பாவிட்டால் நீங்கள் புதிதாக எதையும் கண்டுபிடிக்க முடியாது.

இரண்டாவது நிலை: படைப்பாக்க வழிமுறைகள்

வேலை செய்யாவிட்டால், காலத்தால் இறுகிப் போகும் ஒரு தசையாக மனதை நினையுங்கள். இவ்விறுக்கத்திற்குக் காரணம் இரு நிலைகள். முதலாவது, பொதுவாக நாம் ஒரே எண்ணங்களையும், சிந்திக்கும் முறைகளையும் பின்பற்றுகிறோம், ஏனெனில் அவை நமக்கு ஒரே போலவும் தெரிந்த உணர்வையும் அளிக்கிறது. ஒரே முறைகளைப் பயன்படுத்துவது முயற்சியையும் குறைக்கிறது. நாம் பழக்கத்திற்கு அடிமைப்பட்டவர்கள். இரண்டாவது ஏதேனும் சிக்கலை அல்லது எண்ணத்தைக் குறித்து வேலை செய்யும்போது, நமது மனம் இயல் பாகவே அதன் கவனத்தை அதற்கான சிரமம் மற்றும் முயற்சி காரணமாக குறுக்கிக் கொள்கிறது. இதனால் நாம் நம்முடைய படைப்பாக்க வேலையில் முன்னேறும் போது, சிலமாற்று சாத்திய கூறுகள் அல்லது

காணும் கோணங்களை மட்டுமே நாம் பரிசீலிக்கிறோம்.

இவ்விறுக்கும் முறை நம் அனைவரையும் பாதிக்கிறது. இதற்கான மருந்து, மனதை நெகிழச்செய்யும் வியூகங்களைச் செயல்படுத்தி, மாற்று வழிகளில் சிந்திப்பதே. பின்வரும் ஐந்து வியூகங்கள், இந்நெகிழ்வை ஏற்படுத்த உருவாக்கப் பட்டுள்ளன. மனதை அனைத்துத் திசைகளிலும் பரப்பி. நெகிழ வைக்க, இவ்வைந்தினையும் ஏதோ ஒரு கட்டத்தில் பயன்படுத்துவதே விவேகமான செயல்.

அ. எதிர்மறை திறமையை வளர்த்துக் கொள்வது

இயல்பாகவே நாம் அச்சம், பாதுகாப்பற்ற படைப்புகள், தெரியாதவை, பழக்கமில்லாதவற்றை விரும்புவதில்லை. இதற்கு ஈடாக நம் எண்ணங் களையும் அபிப்பிராயங்களையும் வலிமைப்படுத்தி அதுவழி நம்மைப் பலமானவராகவும், நிச்சயத்தன்மை உடையவர்களாகவும் காட்ட முயல்கிறோம். இந்த அபிப்பிராயங்களில் பலவும் நம்முடைய ஆழமான சிந்தனையிலிருந்து தோன்றியவை அல்ல. மாறாக அவை மற்றவர்கள் என்ன நினைக்கிறார்கள் என்பதைக் கொண்டமைந்தது. மேலும் இவ்வெண்ணங்களைக் கொண்ட பிறகு, அவை தவறானவை என்று ஒத்துக்கொள்வது நமது ஆணவம் மற்றும் தற்பெருமையைச் சேதப்படுத்துகிறது. உண்மையில் அனைத்துத் துறையிலுமுள்ள படைப் பாக்கமுள்ள மனிதர்கள் தங்களுடைய ஆணவத்தைத் தற்காலிகமாக விட்டு விட்டு அவர்கள் காண்பதை மட்டும், அதைப் பற்றி எந்த விதமான தீர்ப்பையும் தராது, எவ்வளவு காலம் வேண்டுமானாலும் அனுபவப்படலாம். உண்மைக்கு மாறான அபிப்ராயத்தை மிக விரும்பி அவர்கள் கூறலாம். மர்மங்கள் மற்றும் நிச்சயமற்றவைகளைப் பொறுத்துக் கொள்ளவும் அவற்றைத் தழுவும் திறமையையே கீட்ஸ் ***எதிர்மறைத் திறமை*** என்றார்.

எல்லா நிபுணர்களிடமும் இந்த எதிர்மறைத் திறமையுள்ளது. அதுவே அவர்களது படைப்பாக்கச் சக்திக்கான மூலம். இத்தன்மை பரந்த எண்ணங்கள் மற்றும் பரிசோதனைகளைச் செய்ய உதவுகிறது. இது அவர்களது படைப்பை வளமிக்கதாகவும், மேலும் புதிய கண்டுபிடிப்பைத் தருவதாகவுள்ளது.

எதிர்மறைத் திறமையைச் செயல்படுத்த, உங்கள் பாதையில் வருவன அனைத்தைக் குறித்தும் தீர்ப்புகள் கூறும் பழக்கத்தை நீங்கள் விட்டு விட வேண்டும். உங்களது பார்வைக்கு நேர் எதிரான பார்வையையும் ஒரு நிமிடம் கணக்கில் கொள்ள வேண்டும். ஒரு மனிதன் அல்லது நிகழ்வை நீண்ட நேரம் கவனித்து வேண்டுமென்றே உங்களது எண்ணத்தை, உருவாக்கப் பயன்படுத்தாதிருக்க வேண்டும். உங்களுக்குப் பழக்கமில்லாதது எவை என்று பிரித்துப் பாருங்கள்,

உங்களது சாதாரணச் சிந்தனையை அறுக்கக் கூடிய எதையும், மற்றும் உங்களுக்கு ஏற்கெனவே உண்மை தெரியுமென்ற உணர்வையும் மாற்றுங்கள்.

எதிர்மறைத் திறமை நிரந்தரமான மனநிலையாக இருக்கக் கூடாது. எத்தகைய படைப்பை உருவாக்க நினைத்தாலும், நாம் எதைக் கணக்கில் கொள்கிறோம் என்பதற்குக் குறிப்பிட்ட வரையறை வேண்டும். நமது எண்ணங்களைத் தொடர்புடைய மாதிரிகளாக அமைத்துக் கொண்டு முடிவுகளை அடைய வேண்டும். முடிவில் சில தீர்ப்புகளை முடிவு செய்ய வேண்டும். எதிர்மறைத் திறமை என்பது மனதை, அதிக சாத்தியக் கூறுகளுக்காகத் திறக்கப் பயன்படுத்தும் ஒரு கருவியாகும்.

ஆ. தற்செயலாக நிகழும் இனிய நிகழ்வுகளை அனுமதியுங்கள்

மூளை, தொடர்புகள் ஏற்படுத்துவதற்கான கருவி. அது இரட்டைச் செயலாக்க அமைப்பில் செயல்படுகிறது, இதில் கிடைக்கும் ஒவ்வொரு தகவலும் பிற தகவல்களுடன் ஒப்பு நோக்கப்படுகிறது. மூளை இடைவிடாது ஒப்புமையை, வித்தியாசங்கள் மற்றும் உறவுடையவற்றை அது செயல்படும்போது தேடுகிறது. உங்கள் வேலை இந்த இயல்புக்குத் தீனிபோடுவது, அது புதிய மற்றும் அசலான சேர்க்கைகளை எண்ணங்களுக்கும் அனுபவத்திற்குமிடையே ஏற்படுத்துவதற்கான சரியான சூழலை உருவாக்குவதாகும். இதற்கான சிறந்தவொரு வழி, சுய உணர்வுக் கட்டுப்பாட்டை விடுத்து வாய்ப்பை இச்செயல்முறையில் அனுமதிப்பதே.

இதற்கான காரணம் எளிதானது. குறிப்பிட்ட ஒரு திட்டத்தில் நாம் மூழ்கி இருக்கும்போது, நாம் ஆழமாகக் கவனம் செலுத்துவதால் நம் கவனிப்புக் குறுகுகிறது, நாம் பதட்டமடைகிறோம். இந்நிலையில், நாம் செயல்படுவதற்கான தூண்டு சக்தியைக் குறைக்க மனம் முயல்கிறது. நாம் முழுமையான கவனத்தைச் செலுத்துவதால் ஒரு வகையில் உலகையே மறக்கிறோம். இதில் நினைத்திராத விளைவாக வேறு சாத்தியங்களைக் காண்பது கடினமாகிறது. நம் எண்ணங்களோடு அதிக படைப்பாக்கத்துடனும் திறந்த மனதுடனும் செயல்பட முடிவதில்லை. நாம் தளர்வாக (Relax) உள்ள போது நமது கவனிப்பு இயல்பாகவே பரந்து, நாம் அதிகத் தூண்டுதலைப் பெறுகிறோம்.

சுவையான மற்றும் சிறந்த பெரும்பாலான அறிவியல் கண்டு பிடிப்புகள், சிந்தனையாளர் நேரிடையாகப் பிரச்னை மீது கவனத்தைக் குவிக்காத போது, அதிலிருந்து அகன்று உறங்க அல்லது, பேருந்தில் ஏறும்போது அல்லது ஜோக் கேட்கும்போது-கஷ்டப்பட்டு கவனம் செலுத்தாத தருணங்களில், எதிர்பாராத எதோ ஒன்று மன வட்டத்திற்குள் நுழைந்து, புதிய, வளமான தொடர்பைத் தூண்டுகிறது. இது போன்ற, எதிர்பாராத சேர்க்கை மற்றும் கண்டுபிடிப்புகளே *தற்செயலான இனிய*

நிகழ்வுகள் எனப்படுகிறது-நாம் எதிர்பாராது நிகழும் ஒன்று, அதன் தன்மைப்படி அதை வற்புறுத்தி நிகழச் செய்ய முடியாது, இந்தத் தற்செயல் நிகழ்வை, படைப்பாக்கச் செயல்முறைக்கு இரு எளிய நிலைகள் வழி அழைத்து வரலாம்.

முதல் நிலையில் உங்களது தேடுதலை எவ்வளவு விரிவு படுத்த முடியுமோ, அவ்வளவு விரிவுபடுத்த வேண்டும் உங்களது திட்டம் ஆய்வு நிலையில் உள்ள போது, தேவைக்கு மேலேயே நீங்கள் அதனைக் கவனிக்கிறீர்கள். உங்கள் தேடலை மற்ற துறைகளுக்கும் விரிவு படுத்துகிறீர்கள், தொடர்பான செய்திகளைப் படித்தும், கவனித்தும் அறிவு பெறுகிறீர்கள்.நீங்கள் குறிப்பிட்ட ஒரு கொள்கை அல்லது அனுமானத்தை ஒரு அற்புதம் குறித்துக் கொண்டிருக்கிறீர்கள் என்றால் உங்களால் இயன்றளவிற்குப் பல எடுத்துக்காட்டுக்கள் மற்றும் சாத்தியமுள்ள மாறான எடுத்துக்காட்டுகளையும் பரிசோதிக்கிறீர்கள். இந்தச் சோர்வு தரக்கூடிய திறமையற்ற செயல்முறையை நீங்கள் நம்ப வேண்டும். பலவிதமான தகவல்களால் உங்கள் மூளை அதிகக் கிளர்ச்சியடைந்து தூண்டுதல் பெறுகிறது. ஒரு விதமான மன வேகம் உற்பத்தியாகிறது, அதில் சிறிய எதிர்பாராத நிகழ்வு கூட வளமான கருத்தைத் தோற்றுவிக்கும்.

இரண்டாவது நிலை தைரியத்துடனும் திறந்த மனதோடும் நெகிழ்வோடுமிருப்பது. பதட்டமான மற்றும் தேடுதல் தருணங்களில், உங்களைச் சில கணம் விடுவித்துக் கொள்ள அனுமதிக்கிறீர்கள். நடப்பது, அன்றாட வேலைக்கு அப்பாற்பட்ட நடவடிக்கைகளில் ஈடுபடுவது அல்லது சிறு விஷயமானாலும் வேறு எதையாவது குறித்து எண்ணுவது. புதிய, எதிர்பாராத எண்ணங்கள் உங்கள் மனதில் தோன்றும்போது, அதை ஒதுக்கி விடாதீர்கள். அது காரண காரியமற்றதாக இருக்கலாம் அல்லது உங்களது முந்திய வேலையின் குறுகிய சட்டத்திற்குள் அடங்காது போகலாம். மாறாக அதன் மேல் முழு கவனத்தைச் செலுத்தி, உங்களை அது எங்கே அழைத்துப் போகிறதென்று பாருங்கள்.

தற்செயல் நிகழ்வைப் பயிற்சி செய்ய நீங்கள் ஒரு நோட்டுப் புத்தகத்தை எப்போதும் வைத்திருக்க வேண்டும். ஒரு எண்ணம் அல்லது ஒன்றைக் கவனிக்கும் தருணத்தில் அதைக் குறித்துக் கொள்ள வேண்டும். இந்த நோட்டில் உங்களுக்குத் தோன்றும் எந்த எண்ணத்தையும் குறித்து வையுங்கள். படங்கள், நூல்களிருந்து சிறந்த வரிகள், என்று அனைத்தும் இதிலடங்கும். இவ் வழியில் எந்த விதமான எண்ணத்தையும் முயன்று பார்க்கலாம். தற்செயலான பல எண்ணத்துண்டுகள் பக்கத்தில் பக்கத்தில் இருப்பது, பல வகையான சேர்க்கையைத் தூண்டும்.

மனதின் சேர்க்கைச் சக்தியை அனுகூலமாகக் கொண்டு நீங்கள் பொதுவாகக் கூடுதல் ஒத்த தன்மையுடனான எண்ணங்களை எண்ண வேண்டும். உருவகம், உவமையில் எண்ணுவது படைப்பாக்கச் செயல்முறைக்கு மிகவும் உதவியாக இருக்கும்.

இந்த ஒத்த தன்மைகள் செறிவாகவும், காரணத்தோடும் இருக்கலாம், ஐசக் நியூட்டன் மரத்திலிருந்து விழும் ஆப்பிளை, வானில் நிலவு வீழ்வதற்கு ஒப்பிட்டதைப் போன்றும் அல்லது நெகிழ்வாகவும் காரண காரியமில்லாமலும், ஜாஸ் கலைஞன் ஜான் கோல்ட்ரன்ஸ், தேவாலயத்தின் சப்தங்களாக எண்ணி அவருடைய சொந்தப் படைப்புகளை உருவாக்கிக்கொண்டிருந்தது போன்றிருக்கலாம். எவ்வாறாயினும் இது போன்ற ஒத்த தன்மைகளை எப்போதும் காண உங்களைப் பழக்கிக் கொள்ள வேண்டும், அப்போது உங்களது எண்ணங்களை மாற்றிப் பார்க்கவும், விரிவாக்கவும் முடியும்.

இ. 'கரண்ட்' மூலம் மாற்று வழியில் மனதை மாற்றிச் செலுத்துதல்

'கரண்ட்' என்பது மனதின் மின்சாரம் போன்றது, அது எப்போதும் மாறிக் கொண்டேயிருப்பதன் வழி சக்தியைப் பெறுகிறது. நாம் உலகில் கவனிக்கும் ஏதோ ஒன்று நமது கவனத்தை ஈர்த்து அது என்னவாக இருக்குமென்று வியக்க வைக்கிறது. அதனைப்பற்றிச் சிந்திக்கும் போது, நாம் பல சாத்தியமான விளக்கங்களை அளிக்கிறோம். நாம் மீண்டும் அந்த அதிசயத்தைக் காணும்போது நாம் அதனை வேறு மாதிரி காண்கிறோம். ஏனெனில் பல எண்ணங்கள் நமக்குள் வட்டமடித்து நாம் அதனைக் கற்பனை செய்து, பதிலளிக்கிறோம். ஒரு வேளை நாம் பரிசோதனைகள் நிகழ்த்திப் பரிசோதிக்கலாம் அல்லது நம்முடைய யூகங்களை மாற்றிக் கொள்ளலாம். இப்போது அந்த அதிசயத்தைப் பல மாதங்கள் வாரங்கள் கழித்து மீண்டும் காணும்போது, அதனுடைய மறைந்துள்ள உண்மைகளை மேலும் காண்கிறோம்.

நாம் கவனித்ததன் பொருளை யூகிக்கத் தவறியிருந்தால் நாம் வெறுமனே ஒன்றைக் கவனித்து இருப்போம். அது நம்மை எங்கும் கொண்டு சென்றிருக்காது. தொடர்ந்து கவனித்து, சோதித்துப் பார்க்காது யூகித்திருந்தால், தற்செயலாக ஏதேனும் எண்ணம் நம் தலையில் தோன்றியிருக்கும். ஆனால் தொடர்ந்து யூகத்தையும், கவனித்தல் பரிசோதனையில் செலுத்தும்போது நம்மால் உண்மைக்குள் ஆழமாகச் செல்லமுடிகிறது. துளையிடும் கருவி மரத்துண்டிற்குள்ளே செல்வதைப் போன்று. கரண்ட் என்பது நம் மனதுக்கும், உண்மைக்கும் இடையே ஓயாது நிகழும் உரையாடல். இதனுள் நாம் ஆழமாகச் சென்றால், நாம் ஒரு கொள்கையோடு தொடர்பு கொள்கிறோம். அது வரையறுக்கப்பட்ட நமது புலன்களின் ஆற்றலை விட மிக அதிகமாக ஏதோ ஒன்றினை விளக்குகின்றது.

பண்பாட்டில் பலசமயங்கள் கரண்ட்டைக் *குறைந்த மின்னோட்டப்* பாதையில் கொண்டு செல்லும் மனிதர்களைக் காண்கிறோம். அவர்கள்

பண்பாட்டில் ஏதேனும் அதிசயத்தைக் கவனிக்கின்றனர் அல்லது இயற்கையில் இது அவர்களை உணர்ச்சி வசப்படுத்துகிறது. அவர்கள் யூகங்களோடு துள்ளி ஓடுகின்றனர். கவனிப்பதாலும், சரிபார்ப்பதாலும் பெறக்கூடிய சாத்தியமான விளக்கத்திற்கான நேரத்தை எடுத்துக் கொள்வதில்லை. மாறாக, கல்வித்துறை அல்லது அறிவியலில் குறிப்பாக நாம் பலரைக் காண்கிறோம், அவர்கள் குன்று போலத் தகவல்களைப் பெற்றாலும், இத்தகவல்களின் பெரிய அளவு பாதிப்புகள் அல்லது இவற்றை ஒரு கொள்கையில் இணைத்து யூகிக்கத் தைரியப்படுவதில்லை.

மாறாக நீங்கள் அனைத்துப் படைப்பாக்கச் சிந்தனையாளர்களின் வழிகளைப் பின்பற்றி, எதிர்த் திசையில் செல்ல வேண்டும். அப்போது நீங்கள் யூகிப்பது மட்டுமல்ல, தைரியமாக, பயமில்லாது உங்கள் கருத்துக்களைக் கொண்டு செல்வீர்கள். இவையனைத்தும் உங்களைக் கடினமாக வேலை செய்ய வைத்து நிச்சயப்படுத்த அல்லது உங்களது கொள்கையை நிச்சயமற்றதாக்கும், அவ்வாறு செய்யும்போது உண்மையை ஊடுருவிச் செல்லும். மிகச்சிறந்த பௌதிக விஞ்ஞானி மேக்ஸ் ப்ளாங்க் கூறுவது போல, “விஞ்ஞானிகளுக்குத் தெளிவான உள் கற்பனை வேண்டும், ஏனெனில் புதிய கருத்துகள் ஒன்றிலிருந்து குறைந்து உண்டாவதில்லை, கலையுணர்வுடனான படைப்பாக்கக் கற்பனையிலிருந்து உருவாகிறது.”

கரண்ட்டை எந்த வகையான புதிய கண்டுபிடிப்புகள் அல்லது வியாபார எண்ணத்திற்கும் பயன்படுத்தலாம். இதனை ஆர்ட்பாக்ஸ் அல்லது மாதிரிகளில் செய்துபார்க்களாம்.

உங்களுக்குப் புதியபொருள் ஒன்று செய்ய ஓர் எண்ணம் உள்ளதாக வைத்துக் கொள்வோம். நீங்களே அதை வடிவமைத்து வெளியிடலாம். ஆனால் பல சமயத்தில் உங்களது உற்சாக அளவிற்கும் பொதுமக்கள் உங்கள் பொருளுக்கு அளிக்கும் ஆதரவிற்கும் வித்தியாசம் காணப்படும். நீங்கள் யதார்த்தத்தோடு உரையாடவில்லை, ஆனால் கரன்ட்டின் சாரம் இது தான். இதற்குப் பதிலாக மாதிரிகளை உண்டாக்குவது நல்லது. ஒரு வகையான யூகத்தின் வடிவமாக இருக்கும், அதுவழி மக்கள் என்ன சொல்கிறார்கள் என்றறியலாம். என்ன மதிப்பீடு என்று புரிந்து கொண்டு, மீண்டும் மாற்றிச் செய்து, முழுமையாகும் வரை பலமுறை திருத்தியமைக்கலாம். மக்களின் ஆதரவு, உங்களை ஆழமாகச் சிந்திக்கவைத்து, உருவாக்கச் செய்யும். சாதாரணமாக உங்கள் கண்ணுக்குப் புலனாகாதது, இது போன்ற கருத்தறிவால் புலனாகும். உங்களது வேலையின் உண்மையான சிறப்பு மற்றும் அதன் குறைகள் மக்களின் கண்களின் வழி பிரதிபலிக்கும். எண்ணங்கள் மற்றும் சிக்கல்களில் மாறிமாறி ஈடுபடுவது சிறப்பான, திறமையான ஒன்றைப் படைக்க உதவும்.

ஈ. உங்களது காணும் கோணத்தை மாற்றுங்கள்

நம்முடைய பார்வை, விரிந்து உலகை அதிகமாகக் காணுவதைப் படைப்பாக்கத்தை இப்பார்வையை ஏற்கப்பட்ட எல்லைகளுக்கப்பால் விரிவுபடுத்தும் திறமையாக எண்ணுங்கள்.

நாம் ஒரு பொருளைக் காணும்போது, நமது கண்கள், அதன் ஒரு பகுதி அல்லது அதனுடைய எல்லைக் கோட்டினை மட்டுமே நம் மூளைக்கு அனுப்புகிறது. எஞ்சியதை நமது மனம் நிறைவு செய்கிறது. நமக்குத் துல்லியமான மதிப்பீட்டை நாம் காணும் பொருள் குறித்து அளிக்கிறது. நம் கண்கள் ஆழமாக அனைத்து விவரங்களையும் கவனிப்பதில்லை, ஆனால் மாதிரிகளைக் கவனிக்கிறது. பார்வையால் கண்டதை நமது எண்ணப்போக்கு அதே போல குறுக்குவழியில் உணர்த்துகிறது. ஒரு நிகழ்வு நடக்கும் போது, அல்லது நாம் புதிதாக ஒருவரைச் சந்திக்கும் போது, நாம் அனைத்துக் கூறுகளையும் அல்லது விவரங்களையும் எண்ணுவதில்லை. மாறாக அதன் எல்லைக் கோடுகளை அல்லது நமது கடந்த கால அனுபவம் மற்றும் எதிர்பார்ப்பிற்குப் பொருந்துவது போலக் காண்கிறோம். நிகழ்வுகள் அல்லது நபர்களை வகைப்படுத்துகிறோம்.

படைப்பாக்கமுள்ள மனிதர்களுக்கு, குறுக்கு வழியை எதிர்க்கும் திறமையுண்டு. அதிசயமான ஒன்றை மாறுபட்ட பல கோணங்களில் காண்பவர்கள், நாம் நேராகப் பார்த்துத் தவற விடுபவற்றை, அவர்கள் பார்த்து விடுவார்கள். இச்சக்திகள் இயல்பானவையா? அல்லது கற்று வந்தனவா என்பது ஒரு விஷயமல்ல, மனதை நெகிழ்வதற்குப் பயிற்சியளித்துக் குறுகிய பள்ளத்திலிருந்து வெளிவரச் செய்யலாம். இதைச் செய்வதற்கு உங்கள் மனது எம்மாதிரியானது என்பதை அறிந்து, அவ் வகையிலிருந்து வெளிப்பட்டு உங்களது பார்வையை மாற்றிக் கொள்ள நீங்கள் ஈடுபட்டவுடன், அது வழி வெளிப்படும் எண்ணங்கள் மற்றும் படைப்பாக்கச் சக்தியைக் கண்டு திகைத்துப் போவீர்கள். பின்வருவன வற்றில் மிகப் பொதுவான பல மாதிரிகள் அல்லது குறுக்கு வழிகளும், அவற்றை நீங்கள் எப்படி அழிக்கலாமென்றும் கூறப்பட்டுள்ளன.

'எப்படி' என்பதற்கு மாறாக 'என்ன' என்பதைக் காண்பது

ஒரு திட்டத்தில் ஏதேனும் தவறு நிகழ்ந்ததாக வைத்துக் கொள்வோம். நமது மரபு, ஏதேனும் ஒரு காரணத்தைத் தேடுவது அல்லது ஒரு எளிய விளக்கம் தருவது இது அதனை எப்படிச் சரி செய்ய வேண்டு மென்பதை நமக்குக் காட்டுகிறது. நாம் உருவாக்கும் நூல் சரியாக அமையவில்லையெனில், தூண்டுதலில்லாத எழுத்தை அல்லது அதன் பின்னுள்ள தவறான கருத்து வழிகாட்டலை உற்று நோக்குகிறோம் அல்லது நாம் வேலை செய்யும் கம்பெனி நன்றாகச் செயல்படாவிட்டால், நாம்

வடிவமைத்துச் சந்தைப்படுத்தும் பொருட்களைப் பார்க்கிறோம். நாம் இவ்வாறு எண்ணுவது விவேகமானது என்று நினைத்தாலும், சிக்கல்கள் பல சமயங்களில் சிக்கலானவையாகவும், முழுமையாகவும் உள்ளன. நாம் அவற்றை, மனம் எப்போதும் குறுக்கு வழிகளைத் தேடுகிறது என்ற விதியின் அடிப்படையில் எளிமைப்படுத்துகிறோம்.

'என்ன' என்பதற்குப் பதிலாக 'எப்படி' என்று பார்ப்பது, அதன் அமைப்பை உற்று நோக்குவது - அதன் பாகங்கள் எப்படி முழுமையுடன் தொடர்பு கொள்கின்றன என்பது போலாகும். சரியாக அமைக்காததால் புத்தகம் சரியாக அமையாது இருக்கலாம், இந்தத் தவறான அமைப்பு முறை எண்ணங்கள் சரியாக எண்ணப்படவில்லை என்பதைப் பிரதிபலிக்கிறது. அமைப்பைச் சரிபடுத்தினால்,எழுத்தும் சரியாகும். கம்பெனி என்றால் நிறுவனத்தையே ஆழமாகப் பார்க்க வேண்டும்., மக்கள் எந்த அளவிற்குச் சிறப்பாக ஒருவருடன் ஒருவர் தொடர்பு கொள்கிறார்கள், எவ்வளவு விரிவாகவும் வேகமாகவும் தகவல்கள் பரிமாறிக் கொள்ளப்படுகிறது. மக்கள் தகவல்களைப் பரிமாறிக் கொள்ளாது, ஒரே மட்டத்தில் இல்லையெனில் பொருளை அல்லது சந்தைப்படுத்துவதை எவ்வளவு சிறப்பாக்கினாலும் அவர்களது செயலில் முன்னேற்றமிருக்காது.

பொதுத் தன்மைகளைக் காண விரைதலும் விவரங்களைப் புறக்கணித்தலும்

நம் மனம் எப்போதும் பொருட்களின் பொதுத் தன்மைகளைக் காண விரைகிறது, இது பல சமயங்களில் மிகச் சிறிய அளவிலான தகவல்களின் அடிப்படையிலமைகிறது. நாம் முந்தைய அபிப்ராயங்களோடு ஒத்த அபிப்ராயங்களை விரைவாக உருவாக்கிக் கொள்கிறோம். விவரங்கள் மீது கவனம் செலுத்துவதில்லை. இம் மாதிரியோடு போராடச் சில நேரங்களில் நம்முடைய கவனக் குவிப்பை ***பெரியவையிலிருந்து சிறியவைகளுக்கு*** மாற்றி, விவரங்களுக்கு அதிக முக்கியத்துவமளிக்க வேண்டும்.

பொதுவாக, ஒரு சிக்கல் அல்லது எண்ணத்தைச் சற்று திறந்த மனதுடன் அணுகப் பாருங்கள். விவரங்களைப் பற்றிய கற்றல் உங்களது சிந்தனையை வழிப்படுத்தி உங்களது கொள்கைகளை உருவாக்கட்டும். இயற்கையில் உள்ள அனைத்தையும் அல்லது உலகிலுள்ளவற்றை ஒரு வகைப் பன்முகப்படமாக-முழுவதையும் பிரதிபலிக்கும் முக்கியமான எதோ ஒன்றாக எண்ணுங்கள். விவரங்களில் மூழ்குவது, பொதுமைப்படுத்தும் மூளையின் போக்கைத் தடுத்து, உங்களை யதார்த்தத்தை நெருங்கச் செய்யும். எனினும் விவரங்களில் உங்களைத் தொலைத்து விடாது, எப்படி அவை முழுமையானதைப் பிரதிபலிக்கின்றன, பெரிய எண்ணத்திற்குப் பொருந்துகின்றன என்று கவனிக்கவும். அதுவே ஒரே நோயின் மற்றொரு பக்கம்

மாதிரிகளை உறுதிப்படுத்துவது மற்றும் முரண்பாடுகளைக் கவனியாதிருத்தல்

எந்தத் துறையிலும் தவிர்க்கவியலாத மாதிரிகள்-யதார்த்தத்தை விளக்க ஏற்கப்பட்ட விதிகள் உள்ளன. இது அவசியம் இம் மாதிரிகள் இல்லாது நம்மால் உலகை உணர முடியாது. எனினும் சில நேரங்களில் இம் மாதிரிகள் நம்முடைய சிந்திக்கும் முறையை அதிகப்படியாக ஆக்கிரமித்து விடுவதுண்டு. நாம் ஏற்கெனவே நம்பும் மாதிரிகளை வழக்கமாக உலகில் பார்த்து உறுதிப் படுத்திக் கொள்கிறோம். மாதிரிகளுக்குப் பொருந்தாத பொருட்களை-முரண்பாடுகளைக் கவனியாது அல்லது விளக்கமளித்து விடுகிறோம். உண்மையில் முரண்பாடுகளே மிக உயர்ந்த தகவல்களைக் கொண்டிருக்கின்றன. அடிக்கடி அவை நம் மாதிரிகளிலுள்ள குறைகளை வெளிப்படுத்தி உலகைக் காண்பதற்குப் புதிய வழிகளைக் காட்டுகின்றன. உங்களை ஒரு துப்பறிவாளனாக மாற்றிக்கொண்டு, வேண்டுமென்றே மக்கள் ஒதுக்கிய அதே மாதிரிகளை வெளியிலெடுத்துக் காண வேண்டும்.

சார்லஸ் டார்வினுக்கு அவருடைய கொள்கையின் உண்மையான பிரச்சனை, மாறுதல்களைக் (mutations) கண்டபோது தோன்றிற்று. அது இயற்கையின் விசித்திரமான, தற்செயலான மாறுபாடு. இது ஓரினத்தைப் பல சமயங்களில் புதிய பரிணாம திசையில் செலுத்தியது. இவ்வகை மாறுதல்களின் படைப்பாக்க வடிவமே முரண்பாடுகள் என்று எண்ணுங்கள். அவை பலசமயங்களில் எதிர்காலத்தின் பிரதிநிதிகள். ஆனால் நம்முடைய கண்களுக்கு அவை விசித்திரமாகத் தோன்றுகின்றன. அவற்றை ஆராய்ந்தால் வேறு எவர்க்கும் முன்பாக இந்த எதிர்காலத்தை நீங்கள் விளக்கலாம்.

உள்ளதைப் பிடிப்பது இல்லாததைக் கவனியாதிருத்தல்

ஆர்தர் கானன் டோயலின், "சில்வர் ப்ளேஸ்" என்ற கதையில், ஷெர்லக் ஹோம்ஸ் நிகழாததைக் கவனித்து ஒரு குற்றத்தைக் கண்டு பிடிக்கிறார்-குடும்ப நாய் குரைக்காதிருந்தது. இதன் பொருள், கொலைகாரன் நாய்க்குத் தெரிந்தவனாக வேண்டும். இக்கதை விளக்குவது என்னவென்றால், சராசரி மனிதன் பொதுவாக, **எதிர்மறை நினைவுச்** சொற்களில் கவனம் செலுத்துவதில்லை, நடக்க வேண்டியது நடக்கவில்லை. உடன்பாடான தகவல்களை, காணுகின்ற, கேட்கின்றவற்றையே கவனிப்பது நம்முடைய இயல்பு. ஹோம்ஸைப் போன்ற படைப்பாக்கமுள்ள ஒருவராலேயே பரந்து மற்றும் கடினமாக யோசித்து, நிகழ்வில் காணாத தகவலைக் குறித்து எண்ணி, அதை இருக்கும் ஒன்றைக் காண்பதைப் போலக் கற்பனை செய்து காண முடியும்.

வியாபாரத்தில், சந்தையிடத்தில் ஏற்கெனவே உள்ளதைக் காண்பதே இயல்பான போக்கு, அதனை நாம் எப்படி மேலும்

சிறப்பாக்குவது அல்லது விலை குறைப்பது என்று எண்ணுவதாகும். சந்தையில் தீர்க்காத தேவை ஏதெனும் உள்ளதா எனக் கவனம் செலுத்துவதே உண்மையான உத்தி. இதற்குச் சிந்தனை தேவை மற்றும் ஆலோசனை செய்வதும் கடினம், ஆனால் பூர்த்தியாகாத தேவையைச் சரிசெய்தால் அதற்குக் கிடைக்கும் பரிசுகள் அதிகம். இது போன்ற சிந்தனை முறைத் தொழில்நுட்பத்தைக் கண்டு, அதனை எப்படி மிகவும் மாறுபட்ட வழியில் பயன்படுத்தலாமென்பதே, வெளிப்படாத ஆனால் தேவை உள்ளதாக உணர்வதைப் போக்குவது. தேவை மிகவும் வெளிப்படையாக இருந்தால் மற்றவர்கள் அது குறித்து வேலை செய்யத் தொடங்கியிருப்பார்கள்.

உ. அடிப்படை மதிநுட்ப வடிவத்திற்குத் திரும்புதல்

மொழி பெரிதும் சமுதாய தகவல் பரிமாற்றத்திற்காக வடிவமைக்கப் பட்டது. அது சம்பிரதாயங்களை அடிப்படையாகக் கொண்டு அனைவரும் ஏற்றுக் கொள்வது. அது ஓரளவு கடினமாகவும் நிலையாகவும் இருப்பது. இதனால் நாம் குறைந்தபட்ச உரசலோடு பரிமாறிக் கொள்ள அனுமதிக்கிறது. எனினும் வாழ்க்கையின் சிக்கலான மற்றும் நிலையற்ற தன்மையைக் குறித்து வரும்போது நம்மைத் தோல்வியடையச் செய்கிறது.

கடந்த சில நூற்றாண்டுகளில், அறிவியல் தொழில்நுட்பம் மற்றும் கலைகளின் அதிவேகமான வளர்ச்சியில், மனிதர்களாகிய நாம், நமது மூளையை அதிகரிக்கும் சிக்கலான பிரச்சனைகளைத் தீர்க்கப் பயன்படுத்த வேண்டியிருந்தது. உண்மையாகவே படைப்பாக்கம் உடையவர்கள் மொழிக்கு அப்பால் சிந்திக்கும் திறமையை உருவாக்கிக் கொண்டுள்ளனர். தாழ்வான உணர்வு அறைகளை அடைந்து மீண்டும் மில்லியன் ஆண்டுகள் பயன்பட்ட ஆதிகாலத்து மதிநுட்ப வடிவத்திற்குத் திரும்பியுள்ளனர்.

உயர்ந்த கணிதவியல் மேதை ஜாக்குஸ் ஹடாமர்ட், கூற்றுப்படி பெரும்பாலான கணிதவியலாளர்கள் உருவங்களையே எண்ணுகின்றனர். காட்சிக்குச் சமமான கொள்கையை உருவாக்க அவர்கள் முயன்று வருகின்றனர்.மைக்கேல் பாரடே சக்தி வாய்ந்த காட்சிச் சிந்தனையாளர். அவர் மின்சார காந்த சக்தியின் ஆற்றலைக் கண்டுபிடித்து இருபதாம் நூற்றாண்டின் இத்துறைக் கொள்கைகளை எதிர்பார்த்து இதனைக் கொண்டு வந்தார். அவர் உண்மையில் அப்படியே இதை எழுதுவதற்கு முன்பு மனக்கண்ணில் கண்டார்.

காட்சி வடிவங்களில் சிந்திப்பதற்கான இந்த "பின்னோக்கிச் செல்லலுக்"கான காரணம் எளிதானது. மனிதனின் செயல்படும் நினைவாற்றல் வரையறுக்கப்பட்டது. ஒரே நேரத்தில் பல துண்டு தகவல்களை மனதில் வைத்துக் கொள்ள முடியும். உருவத்தின் ஊடே

ஒரே சமயம் பலவற்றை ஒரு நோட்டத்தில் கற்பனை செய்யலாம். உலகைக் குறித்த உணர்வை ஏற்படுத்த உருவத்தைப் பயன்படுத்துவது. நமது மிகப் பழைமையான மதிநுட்ப வடிவாகும். இது எண்ணங்களைக் காணவும், பின்பு சொற்களில் கூறவும் உதவும். சொற்களும் மனதில் உள்ளவையே. உருவம் அல்லது மாதிரி நம் எண்ணத்தைச் சட்டென்று அதிக வலுவுடன், நமது தேவையை திருப்திப்படுத்தி நம் புலன்களால் காணவும், உணரவும் செய்கிறது.

இவ்வாறு சிந்திப்பது உங்களுடைய இயல்பில்லை என்றாலும், படங்கள் மற்றும் மாதிரிகளைப் பயன்படுத்தினால் படைப்பாக்கச் செயல்முறை மிகவும் ஆக்கப்பூர்வமாக இருக்கும். சார்லஸ் டார்வின், அவருடைய ஆய்வின் தொடக்கத்தில், அவர் சாதாரணமாக காட்சிப் படுத்தி எண்ணுகிறவர் இல்லையென்றாலும், பரிணாமத்தைப் பற்றிய ஓர் உருவத்தின் உதவியாலேயே கருத்தாக்கம் செய்தார்-ஒழுங்கற்ற கிளைகளைக் கொண்ட மரம், அது அனைத்து உயிர்களும் ஒரு விதையிலிருந்து தொடங்கின என்று உணர்த்தியது. மரத்தின் சில கிளைகள் முடிந்திருந்தன, மற்றவை இன்னும் வளர்ந்து, புதிய கிளைகளைப் பரப்பின. அவர் இது போன்ற ஒரு மரத்தைத் தன் நோட்டில் வரைந்தார். இந்தப் படம் மிகவும் உதவியது. அவர் அதனை மீண்டும் மீண்டும் கண்டார்.

கூட்டுக் கலவை, ஓர் உணர்ச்சி தூண்டப்படும் கணத்தில் அது வேறொன்றைத் தாக்குகிறது என்பது கலைஞர்களிடமும் உயர்நிலைச் சிந்தனையாளர்களிடமும் அதிகம் காணப்படுகிறது என்று ஆய்வுகள் சுட்டுகின்றன. சிலர் கூட்டுக்கலவை உயர்நிலையில் மூளையின் உள் கட்டமைப்பு உள்ளதைக் காட்டுவதாக ஊகிக்கின்றனர். மதிநுட்பத்தில் இதற்குப் பங்குண்டு. படைப்பாக்க மனிதர்கள் வார்த்தைகளில் மட்டும் எண்ணுவதில்லை, அவர்களுடைய அனைத்துப் புலன்களையும், அவர்களது உடல் முழுவதையும் இச்செய்முறையில் பயன்படுத்துவர். அவர்கள் உணர்வைச் சைகைககள் வழியே காண்கிறார்கள். அவை அவர்களுடைய சிந்தனையைப் பலமட்டத்தில் தூண்டுகிறது. அது, ஏதாவது பலமான வாசனையாகலாம் அல்லது ரப்பர் பந்தை தொடும் உணர்வாகலாம். இதன் பொருள் அவர்கள் மாற்று வழிகளில் உலகைப்பற்றிச் சிந்திப்பதற்குப் படைப்பதற்கு உணர்வதற்குத் தயாராக உள்ளனர். அவர்கள் பரந்த புலன் அனுபவத்தை அனுமதிக்கின்றனர். நீங்கள் உங்களது எண்ணம் மற்றும் படைப்பாக்கத்தைச் சொற்களுக்கும், மதிநுட்பத்திற்கு அப்பாலும் விரிவுபடுத்த வேண்டும். உங்களது மூளை மற்றும் புலன்களை அனைத்துத் திசைகளிலும் தூண்டுவது, உங்களது இயல்பான படைப்பாக்கத்தைக் கட்டவிழ்ப்பதோடு, உங்களது அசலான மனது புத்துயிர் பெற உதவும்.

மூன்றாம் நிலை: படைப்பாக்க வெற்றிக்கான நிலை-பதட்டம் மற்றும் நுண்ணறிவு

எல்லா நிபுணர்களின் படைப்பாக்க வாழ்க்கையிலும் பின்வரும் மாதிரி குறித்துக் கேட்கிறோம். அவர்கள் தொடக்கத்தில் உள்ளுணர்வால் ஒரு திட்டத்தைத் தொடங்குகின்றனர். அதன் மறைந்துள்ள சக்தியின் வெற்றி கிளர்ச்சியளிக்கிறது. அவர்களுடைய திட்டம் தனிப்பட்ட ஏதோ ஒன்றினோடு ஆழமாகத் தொடர்பு கொண்டது; பழைமையானது; அவர்களுக்கு உயிருள்ளது போல் தோன்றுகிறது.

அவர்களது ஆரம்ப நிலை, ஒடுக்கத்துடனான கிளர்ச்சி அவர்களுக்குச் சில திசைகளில் தூண்டுதலளிக்கிறது. அவர்களுடைய சக்தியை வழிப்படுத்தி எண்ணங்களைக் கூடுதல் தெளிவடையச் செய்கின்றனர். அவர்கள் மேலும் உற்றுக் கவனிக்கும் கட்டத்தில் நுழைகின்றனர். நிபுணர்கள் தவிர்க்க முடியாத இன்னொரு பண்பைப் பெற்றுள்ளனர். அது வேலையின் செயல் முறையைச் சிக்கலாக்குகிறது. அவர்கள் செய்வதில் அவர்களுக்கு எளிதில் திருப்தி ஏற்படுவதில்லை. கிளர்ச்சி ஏற்பட்டாலும், அவர்களுக்கு உயர்ந்த வேலையின் தரம் குறித்த ஐயமும் ஏற்படுகிறது. அவர்களுக்கு உயர்ந்த உள் மதிப்பீடு உள்ளது. அவர்கள் முன்னேறும் தோறும், குறைகளை மற்றும் மூல எண்ணத்தில் சிக்கலையும் காண்கிறார்கள். இதை அவர்கள் முன்கூட்டியே காண்பதில்லை.

செயல்முறை அதிக உணர்வுள்ளதாகவும், குறைவான உள்ளுணர் வுடனும் ஆகிறது. ஒரு சமயம் அவர்களுக்குள் உயிரோட்டமாக இருந்த எண்ணம், மறைந்ததாக அல்லது புளித்துப் போனதாகிறது. இது தாங்கிக் கொள்வதற்குக் கஷ்டமான உணர்வு. எனவே அவர்கள் இன்னும் அதிகமாக வேலை செய்து ஒரு தீர்வை வலுகட்டாயமாக வரவழைக்கின்றனர். புளித்துப் போன உணர்வு வளர்கிறது. தொடக்கத்தில் அவர்களது மனது சிறந்த சேர்க்கைகளோடு இணைந்திருந்தது. இப்போது குறுகிய எண்ணப் போக்கில், அதே தொடர்பில் சுடர் விடாது சபிக்கப்பட்டது போல் தோன்றுகிறது. இச்செயல் முறையின் சில கட்டங்களில், வலுவற்ற மனிதர்கள் செய்வதை விட்டுவிடுவர் அல்லது என்ன உள்ளதோ அதை ஏற்பர்-சாதாரண மற்றும் பாதி நிறைவேறிய திட்டம். ஆனால் நிபுணர்கள் பலமுடையவர்கள். அவர்கள் இதை முன்பே அனுபவித்துள்ளனர். உணர்வற்ற நிலையில், இதனைத் தொடர்ந்து கொண்டு செல்ல வேண்டுமென்று புரிந்து கொள்கின்றனர். வெறுப்பு அல்லது தடை செய்யப் பட்டதாக உணர்வதற்கு ஒரு நோக்கம் உள்ளதாகக் கருதுவர்.

குறிப்பிட்ட கட்டத்திலான அதிக பதட்டத்தை அவர்கள் அக்கணத்தில் சும்மா விட்டு விடுகின்றனர்.இது வேலையை நிறுத்தி விட்டு உறங்கச் செல்வதைப் போல் எளிதாகலாம். அல்லது சிறிது காலம்

நிறுத்தி வைக்க நினைக்கலாம் அல்லது தற்காலிகமாக வேறு ஏதேனும் வேலை செய்யலாம். இது போன்ற தருணங்களில் என்ன நிகழும் என்றால் வேலையை முடிப்பதற்கான சரியான எண்ணம், தீர்வு அவர்களுக்குக் கிடைக்கிறது.

இது போன்ற கதைகள் சாதாரணமானவை, மூளையின் தேவையான ஒன்றை சுட்டி, அது எப்படி சில படைப்பாக்கச் சிகரத்தை அடைகிறது என்று உணர்த்துகிறது. இம்மாதிரியைப் பின்வருவது போல் விளக்கலாம். திட்டத்தின் தொடக்கத்திலிருந்த அதே கிளர்ச்சியோடு நாமிருந்தால், அதை ஏற்படுத்திய உள்ளுணர்வின் பொறியை அவ்வாறே வைத்துக்கொண்டு இருந்தால்,நம்மால் ஒரு போதும் தேவையான தூரத்தை ஏற்படுத்தி நம் வேலையைச் சார்பில்லாது காண முடியாது, சிறப்பாக்கவும் இயலாது. அந்த தொடக்க உணர்வு தொலைந்ததால் நாம் மீண்டும் மீண்டும் நம் எண்ணத்தைச் செயல்படுத்திப் பார்க்கிறோம். மிக விரைவில் எளிதான தீர்வை ஏற்கவிடாது அது தடுக்கிறது. ஒரு சிக்கல் அல்லது எண்ணத்தின் மீதான ஈடுபாடு சலிப்பையும் இறுக்கத்தையும் தந்து நம்மை மனம் உடைந்து போகும் நிலைக்கு ஆளாக்குகிறது. நாம் எங்கும் சென்றடையவில்லை என்று உணர்கிறோம். இது போன்ற தருணங்கள் மூளையிலிருந்து விட்டுவிட்டுச் செல்வதற்கான அறிகுறிகளாகும். இது எவ்வளவு காலத்திற்கு வேண்டும், என்பதைப் பெரும்பான்மையான படைப்பாக்க மனிதர்கள் உணர்வோடு அல்லது உணர்வில்லாது இதை ஏற்கின்றனர்.

நாம் விட்டு விடும்போது, உணர்விற்குக் கீழே நாம் உருவாக்கிய எண்ணங்களும் சகவாசங்களும் தொடர்ந்து நீர்குமிழ்களாக அடை காக்கப் படுகின்றன என்பதை நாம் அறிவதில்லை. இறுக்கமான உணர்வு நீங்கியவுடன், மூளை தற்காலிகமாகத் தொடக்கத்திலிருந்த கிளர்ச்சி மற்றும் உயிர்ப்பு நிலைக்குத் திரும்புகிறது, நம்முடைய கடினவேலை இப்போது அதை ஏற்கிறது. மூளையால் இப்போது வேலை செய்வதற்குச் சரியான கூட்டுச் சேர்க்கை, இது வரை கிடைக்காதது, காரணம் நாம் அணுகுமுறையில் மிகுந்த இறுக்கம் கொண்டிருந்தோம்.

இதற்கான வழி, செயல் முறையை அறிந்திருத்தல், உங்கள் ஐயங்களை எவ்வளவு தூரம் செல்ல முடியுமோ, அந்த அளவிற்கு ஆதரித்தல், நீங்கள் மீண்டும் செய்து பார்த்தல் மற்றும் உங்களது சிரமப் பட்ட முயற்சிகள். நீங்கள் எதிர்கொள்ளும் எரிச்சல் மற்றும் படைப்பாக்கத் தடைகளின் மதிப்பு, காரணத்தைத் தெரிந்து கொள்ளல். உங்களுடைய சென் வழிகாட்டி நீங்களே என்று எண்ணுங்கள். இது போன்ற வழிகாட்டிகள் அடிக்கடி தங்களது மாணவர்களை அடிப்பார்கள், வேண்டுமென்றே அதிகபட்ச ஐய நிலைக்கும், பதட்டத்திற்கும் கொண்டு செல்வார்கள். இத்தருணங்கள் தெளிவு பெறுவதற்கு முந்தியவை என்று அறிவார்கள்.

மனக்கிளர்ச்சி எனும் படுகுழிகள்

நம் தொழிலில் படைப்பாக்கச் செயல்படும் கட்டத்தை அடையும் போது, புதிய சவால்களை எதிர்கொள்கிறோம். அவை மனம் அல்லது மதிநுட்பம் குறித்தவை. வேலை மிகவும் கடினமாக உள்ளது. நம் வேலை இப்போது அனைவருமறிந்தது, மிகவும் கண்காணிக்கப்படுகிறது. நாம் மிகச்சிறந்த புத்திக் கூர்மையான எண்ணங்களைப் பெற்றிருக்கலாம், நம் மனம் மிகப்பெரிய அறிவுச் சவால்களைக் கையாளும் திறமை யுடையதாகலாம், எனினும் நாம் கவனமாக இல்லாவிட்டால் நாம் பாதுக்காப்பற்று, அளவுக்கதிகமாக மனிதர்களது அபிப்பிராயங்களைக் குறித்துக் கவலைப்பட்டு அல்லது, அளவுக்கு மீறி சுயநம்பிக்கை பெறுவோம். அல்லது சலிப்பு ஏற்பட்டு, கடின உழைப்பிற்குத் தேவையான ஆர்வத்தை இழந்து விடுவோம். இது போன்ற படுகுழிகளைக் குறித்து முன்னதாகவே அறிந்திருத்தல் நல்லது. அதனுள் ஒருபோதும் கால் வைக்காதீர்கள். பின்வருகின்ற ஆறு படுகுழிகளே நம் பாதையை அச்சுறுத்துகின்றன.

திருப்தி: குழந்தைப் பருவத்தில் உலகம் வசீகரமான இடமாகத் தோன்றியது. நாம் எதிர்கொண்டவை அனைத்திலும் ஒரு தீவிரம் இருந்தது, நம் மனதில் அதிசய உணர்வை ஏற்படுத்தியது. இப்போது முதிர்ச்சியடைந்த நம்முடைய பார்வையில், இந்த அதிசயத்தை நாம் குழந்தைத்தனமாகக் காண்கிறோம். விந்தையான இப்பண்பிலிருந்து நம் செயற்கைத்தனம் மற்றும் உண்மையான உலகில் நீண்ட அனுபவத்தால் வளர்ந்து வெளிவந்து விட்டோம்.

ஆனால் நம்முடைய தவறான,நம்பிக்கையற்ற மனப்பான்மை நம்மைப் பல சுவையான கேள்விகள், யதார்த்தத்திலிருந்தே அப்புறப் படுத்திவிடுகிறது.

நமக்குத் தெரியாமலே மனம் மெல்லக் குறுகி, இறுகுகிறது, நம் ஆத்மாவிற்குள் திருப்தி நுழைகிறது. நம் படைப்பிற்காகப் பொது மக்களிடம் பாராட்டுப் பெற்றிருந்தாலும், நம்முடைய சொந்தப் படைப்பாக்கத்தை அடக்குகிறோம், அது திரும்பக் கிடைப்பதேயில்லை. இந்த சரிவுப் போக்கை எவ்வளவு முடியுமோ அவ்வளவு எதிர்க்க வேண்டும். இதைச் செயல்படும் அதிசயத்தின் மதிப்பால் செய்யலாம். எப்போதும் உங்களுக்கு உண்மையில் எவ்வளவு குறைவாகத் தெரியுமென்றும் இந்த உலகம் எவ்வளவு மர்மமானதுதென்றும் எப்போதும் உங்களை நினைவு படுத்தியவாறு இருங்கள்.

பாதுகாத்தல்: இக்கட்டத்தில் உங்கள் வேலைக்காக நீங்கள் ஏதாவது வகையில் கவனமோ அல்லது வெற்றியோ பெற்றால் நீங்கள் பாதுகாப்பு உள் நுழைவதற்கான ஆபத்தைச் சந்திக்கிறீர்கள். இந்த ஆபத்து பல

வடிவங்களில் வருகிறது. கடந்த காலத்தில் உங்களுக்குச் சரியாக அமைந்த எண்ணங்கள் மற்றும் வியூகங்களை விரும்பத் தொடங்குகிறீர்கள். மெல்ல நீங்கள் பெற்றுள்ள உலகியல் சுகத்திற்கு அடிமையாகி, நீங்கள் அறிவதற்கு முன்பே நீங்கள் நம்புவதாக நினைக்கும் எண்ணங்களை உயர்த்திப் பிடிக்கிறீர்கள். ஆனால் அவை உண்மையில் உங்களுடைய தேவைகளோடு கட்டப்பட்டு அவை உங்களது ஆதரவாளர்கள் (sponsors) அல்லது வேறு யாராக இருந்தாலும் அவர்களைத் திருப்திப் படுத்துவதாகிறது.

படைப்பாக்கமென்பது இயல்பாகவே தைரியமும், புரட்சியுமான செயல். நீங்கள் இருப்பதையோ அல்லது மரபான விவேகத்தையோ ஏற்றுக் கொள்வதில்லை. நீங்கள் கற்ற விதிகளோடு விளையாடுகிறீர்கள், பரிசோதனை செய்து, எல்லைகளைச் சோதிக்கிறீர்கள். உலகம் யூகிக்கவும், விசாரிக்கவும் அஞ்சாத மனிதர்களுக்காக, தைரியமான எண்ணங்களுக்காக ஏங்குகிறது.

சார்ந்திருத்தல்: பயிற்சிக் கட்டத்தில் நீங்கள் வழிகாட்டிகளையும், உங்களுக்கு மேலிருந்தவர்களையும், தேவையான தீர்ப்புகளை உங்கள் துறையில் அளிக்க நம்பினீர்கள். ஆனால் நீங்கள் கவனமாக இல்லாவிடில், இந்த அங்கீகரிக்கும் தேவையை அடுத்த கட்டத்திற்கும் கொண்டு செல்வீர்கள். உங்களுடைய வேலையை மதிப்பீடு செய்வதற்காக நிபுணர்களைச் சார்வதற்குப் பதிலாக நீங்கள் பொது மக்களின் அபிப்பிராயங்களைச் சார்ந்திருக்கிறீர்கள். இந்த அபிப்பிராயங்களை நீங்கள் புறக்கணிக்க வேண்டிய அவசியம் இல்லை. இந்த அபிப்பிராயங்களை நீங்கள் தரத்தை மேம்படுத்துவதற்கும், உயர்ந்த நிலையில் சுதந்திரத் தன்மையை அடையவும் பாடுபடவேண்டும். உங்களது வேலையை சிறிது தூர இருந்து பார்க்கும் திறமை உங்களுக்குண்டு. பொது மக்கள் கருத்துத் தெரிவிக்கையில், எதை ஏற்றுக் கொள்ள வேண்டும், எதைப் புறக்கணிக்க வேண்டும் என்பது தெரிந்திருக்க வேண்டும்.

பொறுமையின்மை: இது அனைத்திலும் மிகப்பெரிய ஒரு படுகுழி. நீங்கள் எவ்வளவு ஒழுக்கமானவர் என்று உங்களைக் கருதிக் கொண்டாலும் இந்தப் பண்பு உங்களை எப்போதும் அச்சுறுத்துகிறது. உங்கள் வேலை நன்றாக முடிந்து விட்டதாக உங்களை நீங்கள் நம்ப வைத்தாலும், யதார்த்தத்தில் உங்களது பொறுமையின்மையே பேசி, உங்களது தீர்ப்பைத் திரித்து விடுகிறது. துரதிர்ஷ்டவசமாக படைப்பாக்கச் செயல்முறைக்குத் தொடர்ந்து தீவிரமும் சுறுசுறுப்பும் தேவை. ஒவ்வொரு பயிற்சி அல்லது சிக்கல் அல்லது திட்டம் வித்தியாசமானது. முடிவை நோக்கி விரைவது அல்லது பழைய எண்ணங்களை மீண்டும் பயன்படுத்துவது சாதாரண முடிவையே அளிக்கும்.

நம்முடைய இயல்பான பொறுமையின்மையை நடுநிலைப்

படுத்துவதற்கான சிறந்த வழி, வேதனையில் இன்பத்தைக் காணப் பழகுவது-ஓட்டப் பந்தைய வீரரைப் போல கடினமான பயிற்சியை நீங்கள் மகிழ்வோடு அனுபவிப்பது, உங்கள் எல்லையைத் தாண்டி எளிதாக வெளியேறுவதை தவிர்ப்பது.

டாம்பீகம்: சில சமயங்களில் விமர்சனத்தை விட, வெற்றி மற்றும் பாராட்டுதல்களால் மிகப்பெரிய ஆபத்துக்கள் வருகின்றன. விமர்சனத்தைச் சரியாகக் கையாளத் தெரிந்தால், அது நம்மைப் பலப்படுத்தி, நம் வேலையிலுள்ள குறைகளை அறிந்து கொள்ள உதவும். பாராட்டுக்கள் பொதுவாகவே தீங்கு செய்வன. படைப்பாக்கச் செயல்முறை தரும் சந்தோஷத்திலிருந்து மெல்லக் கவனம் பெறுவதை விரும்பி நமது எப்போதும் வீக்கமடையும் தன்னலத்திற்கும் செல்கிறது. இவ்விதியைத் தவிர்க்க, உங்களுக்கு ஏதேனும் அறியும் சக்தி வேண்டும். உங்களை விடச் சிறந்த மேதைகள் எப்போதும் வெளியில் இருக்கிறார்கள். அதிர்ஷ்டம் தன்பங்கைச் செய்தது, அதே போல உங்கள் வழிகாட்டி மற்றும் அனைவரும் கடந்த காலத்தில் பாதை அமைத்துத் தந்தனர். வேலையும், செயல்முறையுமே உங்களை இறுதியாக ஊக்குவிக்க முடியும். பொதுக்கவனம் என்பது உண்மையிலே தொந்தரவு மற்றும் திசை திருப்புவது.

படைப்பாக்கம் செயல்படும் கட்டத்திற்கான வழிமுறைகள்

வருங்கால நிபுணர்கள், அவர்களது பயிற்சி முடிந்து வெளிவரும்போது, அவர்கள் அனைவரும் இந்த தர்ம சங்கடத்தை எதிர் கொள்கின்றனர். படைப்பாக்கச் செயல்முறை குறித்து யாரும் அவர்களுக்குச் சொல்லித் தரவில்லை, சரியான நூல்களோ அல்லது ஆசிரியர்களோ இல்லை. அவர்கள் பெற்ற அறிவைக் கொண்டு, அதிகமாகச் செயல்பட, கற்பனை செய்யப் போராடி, அவர்களே சொந்தமாக ஒரு செயல்முறையை, அவர்களது மனநிலை மற்றும் வேலை செய்யும் துறைக்குப் பொருத்தமானதை உருவாக்கிக் கொள்கின்றனர். இந்த படைப்பாக்க பரிணாமத்தில் நம் அனைவருக்குமான அடிப்படை மாதிரிகள் மற்றும் பாடங்களைக் காணலாம். பின்வரும் ஏழு மாறுபட்ட வியூக அணுகுமுறைகள் படைப்பாக்கக் கட்டத்திற்கு மாறுவதற்கானவை. இவை சிறந்த படைப்பாளர்களாக வாழ்ந்த, வாழ்ந்துக்கொண்டிருப்பவர்களின் கதைகளை நுணுகிப் பார்த்துப் பெற்ற உண்மைகள். இதனை எந்தத் துறைக்கும் பயன்படுத்தலாம். ஏனெனில் அவை நம் அனைவருக்குமுள்ள மூளையின் படைப்பாக்கச் சக்திகளோடு தொடர்பு கொண்டவை. இவை ஒவ்வொன்றையும் உள்வாங்கிக் கொள்ள முயலுங்கள், நிபுணத்துவம் பெறுவதற்கான வழிமுறை குறித்து உங்கள் அறிவு பெருகுவதோடு உங்களது படைப்பாக்க ஆயுத உற்பத்திச் சாலையும் பரந்துபடும்.

1. உண்மையின் குரல்

இசைத்துறையைப் பாருங்கள். சிறந்த படைப்பாளர்கள் அல்லது ஜாஸ் கலைஞர்களின் படைப்புகளில் நம்மால் ஓர் அபூர்வமான குரலை உணரமுடிகிறது. ஆனால் இது என்ன குரல்? இதைச் சொற்களில் சரியாக வடிக்க முடியாது. இசைக்கலைஞர்கள் அவர்களுடைய ஆழமான இயல்பு குறித்து, அவர்களுடைய குறிப்பிட்ட மனோபாவம், அவர்களது உணர்ச்சி அற்ற நிலை என எதையோ வெளிப் படுத்துகின்றனர். அவர்களுடைய பாணியில், ஓசை நயத்தில் சொற்களின் அமைப்பில் வெளி வருகின்றன. எனினும் இந்தக் குரல் ஒருவரி டமிருந்தோ அல்லது அவரிடமிருந்து வெளிப்பட்டோ வருவதல்ல. ஓர் இசைக்கருவியை எடுத்துக் கொண்டு உடனே ஒருவர் இப்பண்பை வெளிப்படுத்துகிறேன் என்று முயன்றால், வெறும் சப்தம்தான் வெளிவரும். ஜாஸ், அல்லது வேறு இசைவடிவமானாலும், மொழி வடிவம் கொண்டது, அதற்கான மரபுகள், சொற் கூட்டமுண்டு. எனவே இதனுடைய மிக முடிவான முரண்பட்ட உண்மை எதுவெனில், தங்களுடைய தனித்துவத்தால் யார் மிக அதிகமாக மனதில் பதியச் செய்கிறார்களோ அவர்களே தங்களது பண்பை நீண்ட பயிற்சிகாலத்தில் முதலில் மூழ்கடித்துவிடுகிறார்கள்.

இசைக்குப் பொருந்தும் இவ்வுண்மை அனைத்துத் துறைக்கும் பொருந்தும். இவ்வளவு நீண்ட காலம் அமைப்புகளைக் கற்க, தொழில் நுட்பத்தை வளர்க்க, மேலும் ஒவ்வொரு பாணி மற்றும் வாசிக்கும் முறையை உள்வாங்கிக் கொள்ள, இசைக்கலைஞர்களால் பெரிய சொற்குவியலை உருவாக்கிக்கொள்ள முடியும். இவையனைத்தும் அவர்களுடைய நரம்பியல் அமைப்பில் கடினமாகக் கட்டப்பட்ட பின்பு, அவர்களது மனம் உயர் பொருட்களை உற்று நோக்கத் தொடங்கும். அவர்கள் கற்ற அனைத்து வித்தைகளையும் இணைத்து அவர்களால் தனிப்பட்ட, அவர்களுக்கே உரிய ஒன்றை உருவாக்க முடியும்.

புரிந்து கொள்ளவும்: படைப்பாக்கத்திற்கான மிகப்பெரிய இடையூறு உங்களது பொறுமையின்மை, செயல்முறையை வேகமாக்க நினைக்கும் தவிர்க்க முடியாத ஆசை, எதையாவது வெளிப்படுத்திக் கவனத்தைப் பிடிப்பது. இது போன்ற நிலையில் என்ன நிகழ்கிறதென்றால் நீங்கள் அடிப்படைகளைச் சரிவரக் கற்பதில்லை. உங்களிடம் உண்மையான சொல் பிரயோகம் இல்லை. நீங்கள் படைப்பாக்கத்திறன் கொண்டும், தனிப்பட்டும் இருப்பதாகத் தவறாக நினைக்கிறீர்கள், அது உண்மையில் மற்றவர்களுடைய பாணியைப் போலச் செய்வது அல்லது ஒழுங்காக எதையும் உணர்த்தாமல் கூச்சலிடுவது. இருப்பினும் பார்வையாளர்களை எளிதாக ஏமாற்ற முடியாது. உணர்ச்சியற்ற, மற்றவர் பாணியைப் பின்பற்றுகிற, கவனத்தை ஈர்க்க முயற்சிக்காத செயல்பாடு என்பதை உணர்கின்றனர். அவர்கள் கவனியாது அல்லது மிகக்

குறைவான, விரைவில் மறைந்து போகும் பாராட்டைத் தருகின்றனர். பின்பற்றுவதற்கான சிறந்த வழி, கற்றலை, கற்றலுக்காகவே விரும்புதல். தொழில் நுட்பங்கள் மற்றும் துறையின் மரபுகளை அறிய, அவற்றில் நிபுணனாக, ஆய்வு செய்து அவற்றைத் தனித்துப் பெற பலஆண்டுகளைச் செலவழித்த ஒருவர், நிச்சயமாக அவர்களுடைய உண்மையான குரலைக் கண்டு கொள்வதோடு, தங்கள் அபூர்வமான மற்றும் அழுத்தமான குரலை உருவாக்குவார்கள்.

2. சிறந்த உற்பத்தியின் உண்மை

விலங்குகளின் உலகை இருவகையாகப் பிரிக்கலாம்-தனிப்பட்டவை மற்றும் சந்தர்ப்பவாதியானவை. பருந்து அல்லது கழுகு போன்றவை தனிப்பட்டவை, அவை ஒரு சிறந்த குணத்தை உயிர் வாழ்வதற்கு நம்பி இருக்கிறது. வேட்டையாடாத நேரத்தில் அவை முற்றிலுமாகத் தங்களைத் தளர்வு படுத்திக் கொள்ள முடிந்தவை. சந்தர்ப்பவாதியான அவைகளுக்கு, குறிப்பிட்ட எந்தத் தனிப்பட்ட தன்மையுமில்லை. முகர்ந்து பார்க்கும் திறனை நம்பியே சுற்றுசூழலில் ஏதாவது சந்தர்ப்பத்தை எதிர்பார்த்திருக்கிறது. கிடைப்பதைப் பிடித்துக் கொள்கிறது. அவை எப்போதும் பதற்றத்துடனேயே உள்ளன. சதா உந்துதல் தேவைப்படுகின்ற நிலையில் உள்ளன. மனிதர்களாகிய நாம்தான் விலங்குகளின் உலகில் மிகுந்த சந்தர்ப்பவாதிகள். உயிரினங்களிலேயே தனித்தன்மை அற்றவர்கள். நம்முடைய மூளை மற்றும் நரம்பியல் மண்டலம் ஏதாவது வழி திறக்காதா என்று தேடுகிறது. நம்முடைய மூதாதையர்கள் ஏதேனும் கருவியின் உதவியுடன் சுத்தப்படுத்தவோ மற்றும் கொல்லவோ செய்யலாம் என்ற எண்ணத்தைக் கொண்டிருக்க வில்லை. மாறாக வழக்கத்தை விடக் கூர்மையான பாறைக் கற்களைக் கண்டனர், அவற்றைப் பயன்படுத்தினர். அதனைக் எடுத்து, கையில் பிடித்துப் பார்த்தபோது அதனைக் கருவியாகப் பயன்படுத்தும் எண்ணம் வந்தது. இந்த சந்தர்ப்பவசமான போக்குக் கொண்ட மனித மூளைதான் நமது படைப்பாக்கச் சக்திக்கான ஆதாரம். இந்த மூளையின் வழியில் செல்வதால் தான் இச்சக்தியை அதிகபட்சமாகப் பெற முடிகிறது.

எனினும் படைப்பாக்க முயற்சிகள் வரும்போது மனிதர்கள் அடிக்கடி தவறான பக்கத்திலிருந்து அவற்றைச் செய்கின்றனர். அனுபவமில்லாதவர்கள் மற்றும் இளைஞர்களை இது பொதுவாக வேதனைப் படுத்துகின்றது. அவர்கள் லட்சியத்துடன் ஒரு வியாபாரத்தை அல்லது ஒரு புதிய கண்டுபிடிப்பை அல்லது ஒரு சிக்கலைத் தீர்க்க விரும்புகின்றனர். இது பணத்தையும் கவனத்தையும் பெற்றுத்தரும் என்று நம்புகின்றனர். அந்த இலக்கை அடைவதற்கான வழிகளைத் தேடுகின்றனர். அது போன்ற தேடல் ஆயிரம் திசைகளில் செல்லலாம். ஒவ்வொன்றும் அதனதன் வழியில்

முடிவடையலாம். இதில் அவர்களும் எளிதில் தங்களது சக்தி முழுவதையும் இழந்து, இலக்கை அடைவதற்கான வழியைக் காணாமலே போகலாம். மிக அதிகமான வேறுபாடு உடையவை வெற்றிக்குக் காரணமாகின்றன. அதிக அனுவபமுள்ள, விவேகமுடைய வகையினர்-சந்தர்ப்பவாதிகள். தொடக்கத்தில் விரிவான இலக்குடன் தொடங்குவதற்கு மாறாக, அவர்கள் அதிக விளைச்சலைத் தரக்கூடிய உண்மையைத் தேடிச் செல்கின்றனர்-சற்று அனுபவ அடிப்படையிலான சான்று, விநோதமாகவும், மாதிரிக்குள் பொருந்தாமலும் அதே சமயம் ஆர்வத்தைத் தூண்டுவதாகவும் உள்ளது. இந்தச் சான்று வெளிப்பட்டு நிற்கவே நீண்ட பாறையைப் போல் இது அவர்களது கவனத்தைக் கவர்கிறது. அவர்களுடைய இலக்கு பற்றி நிச்சயமில்லை. அவர்கள் மனதில் இன்னும் அவர்கள் கண்டுபிடித்த உண்மையைப் பயன்படுத்துவது குறித்து எண்ணமில்லை, எனினும் அது அவர்களை எங்கு கொண்டு செல்லும் என்பதை அறிந்துள்ளனர். அவர்கள் ஆழமாகத் தோண்டும் போது, நிலவிலுள்ள மரபுகளுக்கு அறைகூவலாக உள்ளவற்றைக் கண்டுபிடிக்கின்றனர். அறிவிற்கான கணக்கற்ற வாய்ப்புக்களை, பயன்பாட்டை அளிக்கின்றனர்.

சிறந்த விளைச்சலுக்கான உண்மைகளைத் தேடும்போது, நீங்கள் சில வழி முறைகளைப் பின்பற்ற வேண்டும். உங்களுக்கு நன்கு புரியக் கூடிய குறிப்பிட்ட துறையில் தொடங்கினாலும், உங்களுடைய மனதை இந்தத் துறையிலே மட்டுமே கவனம் செலுத்தும்படி விடக்கூடாது. அனைத்து துறை இதழ்கள் மற்றும் நூல்களைப் படிக்க வேண்டும். சில வேளைகளில் தொடர்பில்லாத துறையில் சுவையான முரண்பாட்டைக் காணலாம், அது உங்களுடைய விஷயத்தோடு சம்பந்தப்பட்டிருக்கலாம். உங்கள் மனதை முழுமையாகத் திறந்து வைத்திருக்க வேண்டும். உங்கள் கவனத்தில் படாத எந்தப் பொருளும் மிகச் சிறியதோ முக்கியமற்றதோ அல்ல. ஒரு முரண்பாடு உங்களது நம்பிக்கையை அல்லது ஊகத்தைக் கேள்வி கேட்பதாக இருந்தால், அது நல்லதே. அதன் பொருள் என்னவாக இருக்கும் என்று நீங்கள் யூகிக்க வேண்டும். இந்த யூகம் உங்களது அடுத்த ஆய்வை வழிப்படுத்தலாம், ஆனால் உங்களது முடிவைக் கட்டுப்படுத்தாது. உங்களது கண்டுபிடிப்பு ஆழமான பிரிவுகளைக் கொண்டிருக்கலாம், அதனை நீங்கள் மிகத் தீவிரமாக தொடர்ந்து ஆராய வேண்டும். இருபது எண்ணங்களைக் கண்டு அவை மிகச் சிறிய தொடர்பை ஏற்படுத்துவதை விட பத்து, உண்மைகளைக் கண்டு, அதில் ஒன்று மிகப்பெரிய கண்டுபிடிப்பைத் தருவதே நன்று. ஒருகாலத்தில் மறைக்கப்பட்ட உண்மையை, மிக ஆழமான விளைவுகளை ஏற்படுத்தக்கூடிய உண்மையைக் கண்டுபிடிக்கக்கூடிய எப்போதும் விழிப்புடன், கண்கள் நிலத்தைச் சோதனையிட்டுக் கொண்டேயிருக்கும் சிறந்த வேடன் நீங்களே.

३. இயல்பான சக்திகள்

படைப்பாக்கச் செயல்முறை என்பது நழுவும் விஷயம், அதற்கென நாம் எந்தப் பயிற்சியும் பெறுவதில்லை. நமது முதல் படைப்பாக்க முயற்சிகளை, நம்முடைய வழிகளிலேயே செய்கிறோம், மூழ்கிப் போவதும், நீந்திக்கரை சேர்வதும் நம் திறமையே. இச்சூழலில், நம்முடைய தனிப்பட்ட ஆர்வம், தொழிலுக்கேற்ற முறை ஒன்றினை உருவாக்கிக் கொள்ள வேண்டும். பல நேரங்களில் இதைத் தவறாக உருவாக்கி விடலாம். குறிப்பாக முடிவுகளைப் பெற வேண்டுமென்ற அழுத்தத்தில், அது ஏற்படுத்தும் அச்சத்தில் தவறு ஏற்படலாம். இவ்வாறு உருவாகும் செயல்முறையில், பல கலைஞர்கள் அடிப்படை மாதிரியைப் பாகுபடுத்தி, அதன் கொள்கைகள் பல வழிகளில் பயன்பாடு உடையதாக ஆக்குவதைக் காணலாம். மனித மூளையின் இயல்பான ஆர்வங்கள், மற்றும் பலத்தில் அவை உருவாக்கப்பட்டவை.

முதலில் படைப்பாக்கச் செயல்முறைக்கான தொடக்ககாலத்தில் திறந்த நிலையை உருவாக்குவது முக்கியம். கனவு காணவும், அலைந்து திரிவதற்குமான நேரத்தை நீங்கள் எடுத்துக் கொள்ளலாம். நெகிழ்வாகவும், குறிப்பான கவனமில்லாதும் தொடங்கலாம். இந்தக் காலத்தில் திட்டத்தைச் சில சக்திமிக்க உணர்ச்சிகளோடு தொடர்பு படுத்துங்கள், இயல்பாக உங்களுக்கு உள்ளிருந்து வெளிவருபவையாக, உங்களுடைய கூர்ந்த கவனத்தை உங்கள் எண்ணத்தில் செலுத்து பவையாக இருக்கட்டும். பின்னர் உங்கள் எண்ணங்களின் மீது இறுக்கம் செலுத்துவது எளிது. உங்கள் திட்டத்தை அதிகம் யதார்த்தத்தோடும், பகுத்தறிவோடும் அமையுங்கள். நீங்கள் இறுக்கத்தோடும், அழுத்ததோடும் தொடங்கினால், நிதி பெறுவதிலான கவனம், போட்டி அல்லது மக்களது அபிப்பிராயங்கள், மூளையின் தொடர்புச் சக்தி ஆகியவற்றை நீங்கள் திணறச் செய்வீர்கள். இதனால் வேலை மகிழ்ச்சியற்றதாக அல்லது ஜீவனற்றதாக மாறும். இரண்டாவது உங்களது துறை குறித்தும், மற்ற துறைகளிலும் அறிவு பெறுவது நல்லது. இதனால் உங்களது மூளைக்கு இயன்ற அளவு அதிக தொடர்புகளும், சேர்க்கையும் கிடைக்கும் சாத்தியமுண்டு. மூன்றாவது இச்செயல் முறை தொடர்ந்து இருக்க, நீங்கள் ஒரு போதும் திருப்தியடையாது இருக்க வேண்டும். உங்கள் வேலையில் திருப்தியின்மையை அதிகம் வளர்த்துக் கொள்ள வேண்டும். இதனால் எப்போதும் உங்கள் எண்ணங்களைச் சீர்படுத்தியவாறு, நிச்சயமற்ற உணர்வோடு இருக்க வேண்டும். அடுத்தது எங்கு செல்ல வேண்டுமென்ற நிச்சயமில்லாது இருக்க வேண்டும், இந்த நிச்சயமற்ற தன்மை படைப்பாக்கத்தை ஊக்குவித்து, அதனைப் புதிதாக வைத்திருக்கிறது. உங்கள் வழியில் எதிர்கொள்ளும் எதிர்ப்பு அல்லது

தடைகளை உங்கள் வேலையைச் சிறப்பாக்கக் கிடைத்த இன்னொரு வாய்ப்பாகக் காணவேண்டும்.

முடிவாக மெல்லச் செயல்படுவதை ஒரு நற்குணமாக ஏற்றுக் கொள்ள வேண்டும். படைப்பாக்க முயற்சிகள் மேற்கொள்ளும் போது காலம் எப்போதும் தொடர்பானது. உங்களுடைய திட்டத்தை முடிக்க மாதங்கள் அல்லது வருடங்கள் ஆனாலும் நீங்கள் எப்போதும் பொறுமையற்ற ஓர் உணர்வை அனுபவிப்பதுடன் முடிவை அடைவதற்கு ஆசைப்படுவீர்கள். படைப்பாக்கச் சக்தியைப் பெறுவதற்காக நீங்கள் செய்ய வேண்டிய ஒரே செயல், இயல்பான பொறுமையின்மையை மாற்றியமைப்பது, நீண்ட சோதனை ஆய்வைச் செய்வதில் நீங்கள் மகிழ்கிறீர்கள். அவ்வெண்ணம் மெல்ல வளர்வதை ரசிக்கிறீர்கள். இயற்கையான வளர்ச்சி இயல்பான அதன் காலத்தில் உருப்பெறுகிறது. நீங்கள் இயல்பிற்கு மாறாகச் செயல்முறையை மாற்றவில்லை. அப்படிச் செய்தால் அதுவே அதற்கான சிக்கல்களை உருவாக்கும் (நம் அனைவருக்கும் முடிக்க வேண்டிய கெடு தேவை) எனினும் உங்களது மனசக்தி எவ்வளவு காலம் திட்டம் உள்வாங்குகிறதோ, அவ்வளவிற்கு அது சிறப்படையும். நீங்கள் செய்த வேலை பல ஆண்டுகளுக்குப் பின்பு எப்படி இருக்கும் என்று கற்பனை செய்து பாருங்கள். அந்த எதிர்கால கட்டத்திலிருந்து காணும்போது நீங்கள் செலவிட்ட கூடுதல் மாதங்கள், வருடங்கள், வேதனை அளிப்பதாகவோ அல்லது கடினமாகவோ, தோன்றவே தோன்றாது. அது நிகழ்காலப் பொய்த்தோற்றம், மறைந்து போகும். காலம் தான் உங்களுடைய சிறந்த நண்பன்.

4. திறந்தவெளி

மனிதப் படைப்பாக்கத்திற்கான மிகப்பெரிய தடை, எந்த வகையான ஊடகம் அல்லது தொழிலானாலும் காலத்தினால் இயல்பாகவே ஏற்படும் அழிவுதான். அறிவியல் அல்லது வியாபாரத்தில் நிச்சயமான ஓர் எண்ணம் அல்லது செயல்பாடு ஒரு சமயம் வெற்றியடைந்திருந்தால், அது உடனே ஒரு மாதிரியாகிறது, ஏற்கப்பட்ட செயல்முறையாகிறது. வருடங்கள் சென்ற பின்பு, மக்கள், இது மாதிரியானதற்கான தொடக்க காரணத்தை மறந்து வெறுமனே உயிரற்ற நுட்பத்தைப் பின்பற்றுகின்றனர். கலைகளில் யாரோ ஒருவர் ஒருபாணியை உருவாக்குகிறார், அது புதுமையாகவும், துடிப்போடும், குறிப்பிட்ட காலத்தின் தன்மைக்கு ஏற்ப, வெளிப்படுகிறது. அது மாறுபட்டிருப்பது அதற்கொரு அனுகூலமாகிறது. விரைவிலேயே அதுபோலச் செய்பவர்கள் எங்கும் தோன்றுகின்றனர். அது ஒரு நாகரிகமாக, கடைப்பிடிக்க வேண்டியதாக, புரட்சிகரமானதாக, ஏற்கமுடியாததானாலும் ஏற்கப்படுகிறது. இது பத்து, இருபதாண்டுகளுக்குச் செல்லலாம், பின்பு

எப்போதும் பின்பற்றப்படுவதாக, எந்த வித உணர்ச்சியுமில்லாத அல்லது தேவையில்லாத தூய பாணியாகலாம். பண்பாட்டில் இந்த அழிவிலிருந்து எதுவும் தப்புவதில்லை.

நாம் இதை அறியாதிருக்கலாம். ஆனால் நம்முடைய பண்பாட்டில் இறந்த வடிவங்கள் மாறும் உறவுகளினால் துன்பப்படுகிறோம். எனினும் இந்தச் சிக்கல் படைப்பாக்க வகைகளுக்கு, மிகப்பெரிய வாய்ப்புள்ளதைக் சுட்டுகிறது. இதன் செயல்முறை பின்வருமாறு அமைகிறது. உள் நோக்கிக் காண்பது வழியாகத் தொடங்குகிறது. ஏதோ ஒன்றை, உங்களிடம் தனித்துவமானதை வெளிப்படுத்த விரும்புகிறீர்கள். அது உங்களது ஆர்வத்தோடு தொடர்புடையது. அது ஏதோ நவநாகரிகத்தால் அல்லது போக்கால் ஏற்பட்ட பொறியாக இருக்கக் கூடாது. அது உண்மையானதாக உங்களுக்குள்ளிருந்து வர வேண்டும். ஒரு வேளை இசையில் நீங்கள் கேட்காத ஓசையாக இருக்கலாம். கூறப்படா, ஒரு வகையான கதை சாதாரணமான வகையில் சேராத நூலாக இருக்கலாம். ஒரு வேளை அது புதிய முறையில் செய்யப்படும் வியாபாரமாகலாம். அந்த எண்ணம், ஓசை, உருவம் உங்களுக்குள் வேர்பிடிக்கட்டும். புதியமொழி அல்லது செயல்படும் வழிக்கான சாத்தியங்களாகலாம். நீங்கள் அழிந்து போனதாகக் காணும் விடுபட நினைக்கும் மரபுகளுக்கு எதிரான முடிவுகளைச் சுயவுணர்வுடன் எடுக்கவேண்டும். நீங்கள் வெற்றிடத்திலிருந்து உங்களுடைய படைப்பை உருவாக்கவில்லை.

நீங்களும் புதியதை, ஆவேசமான இயல்போடு தவறாகக் காணக்கூடாது. ஒழுக்கத்திலும், யதார்த்தத்திலும் வேர்கொள்ளாத சுதந்திர வெளிப்பாடு மிக விரைவில் திரும்பத்திரும்ப வந்து சலித்துவிடும், உங்களுடைய புதிய எண்ணத்திற்கு நீங்கள் பெற்றுள்ள துறை அறிவு முழுவதையும் கொண்டு வந்து, அதனை நீங்கள் செய்வது யாதெனில் சிதறிக்கிடக்கும் பண்பாட்டிற்கு இடம் உண்டாக்குவது. உங்களுக்காகத் திறந்தவெளியைப் பெற்று, அதில் இறுதியாக நீங்கள் புதிதாக எதையேனும் நடவேண்டும். மனிதர்கள் புதுமைக்காகச் சாகின்றார்கள், எந்தந்தக் காலத்தின் உணர்வை அசலான வழியில் வெளிப்படுத்த வேண்டும். புதிதாக ஒன்றை உருவாக்கும்போது நீங்கள் உங்களுக்கான அவையோரையும் உருவாக்கிக் கொள்கிறீர்கள். அந்த வழியில் முடிவான அதிகார இடத்தைப் பண்பாட்டில் பெறுகிறீர்கள்.

5. உயர்ந்த முடிவு

பலதுறைகளிலும் இதே மனநோயை நம்மால் கண்டறிய முடியும். இதனை நாம் ***தொழில்நுட்பத்தடை*** என்றழைக்கலாம். இதன் பொருள் பின்வருமாறு அமைகிறது. நாம் ஒரு விஷயத்தை அல்லது திறனை, குறிப்பாக, சிக்கலான ஒன்றைக் கற்க வேண்டுமானால் நாம் பல

விவரங்களை, தொழில்நுட்பத்தை, மற்றும் சிக்கலைத் தீர்ப்பதற்காக ஏற்கப்பட்ட செயல்முறைகளை அறிந்திருக்க வேண்டும். நாம் கவனமாக இல்லாவிட்டால் ஒவ்வொரு சிக்கலையும் நாம் ஒரே மாதிரியாகக் காண்பதில் ஒரே தொழில் நுட்பத்தைப் பயன்படுத்துவதில், மற்றும் நமக்குள் படிந்து போன வியூகங்களில் சிக்கிக்கொள்கிறோம் அல்லது பூட்டப்படுகிறோம். இது போன்ற வழியைப் பின்பற்றுவது எப்போதும் எளிது. இப்போக்கில் நாம் முக்கியமானதைக் காணாது, நாம் செயல்படுவதின் நோக்கத்தை அறியாது, நாம் சந்திக்கும் ஒவ்வொரு சிக்கலும் வேறுபட்டது. அதற்கு வேறுபட்ட அணுகுமுறை தேவை என்பதை உணரவேண்டும். நாம் ஒரு வகையான சுரங்கப் பார்வையை ஏற்கிறோம்.

தொழில்நுட்பத்தடை அனைத்துத் துறையிலுள்ளவர்களையும் பாதிக்கிறது. ஏனெனில் வேலையின் ஒட்டு மொத்த நோக்கைக் குறித்த உணர்வை, எது அவர்களை இவ்வாறு வேலை செய்ய வைத்தது என்பதை அவர்கள் தவறவிட்டு விடுகின்றனர்.

இதனைத் தவிர்க்க உங்களுடைய திட்டம் அல்லது நீங்கள் தீர்வு காணும் சிக்கல் எப்போதும் ஏதேனும் பெரிய ஒன்றினோடு தொடர்பு படுத்தப்பட வேண்டும், மிகப்பெரிய எண்ணமாக ஊக்குவிக்கின்ற இலக்காக இருக்க வேண்டும். உங்களுடைய வேலை பழகிப்போனதாகத் தோன்றும் போதெல்லாம், நீங்கள் பெரிய நோக்கிற்கு உங்களை முதலில் ஈடுபடச் செய்த இலக்கிற்குத் திரும்ப வேண்டும். இந்தப் பெரிய கருத்து உங்களது சிறிய ஆய்வு வழிகளைக் கட்டுப்படுத்தி, மேலும் புதிய பலவழிகளை உங்களுக்காகத் திறக்கிறது. உங்களது நோக்கை எப்போதும் நினைவில் கொண்டால் சில தொழில் நுட்பங்களைத் தேவைக்கு மேல் மதிப்பளித்துப் போற்றுவதைத் தவிர்க்கலாம் அல்லது விவரங்களுக்கு அதிக அளவு முக்கியத்துவமளிக்கும் தன்மையிலிருந்து விடுபடலாம். இவ்வழியில் மூளையின் இயல்பான சக்தியோடு நீங்கள் செயல்படலாம், அது மேலும் மேலும் உயர் மட்டத்திற்கான தொடர்புகளைக் காணச் செய்யும்.

6. பரிணாமத்தின் கடத்தல்

பொதுவாக மனித மனத்தின் புதிய கண்டுபிடிப்பு மற்றும் படைப்பாக்கச் சக்தியைக் குறித்துத் தவறான கருத்துள்ளது. படைப்பாக்கம் உள்ளவர்களிடம் சுவையான எண்ணங்கள் உள்ளதாக நாம் கற்பனை செய்கிறோம். அதைப் பின்னர் அவர்கள் விரிவுபடுத்தி, சீராக்கி ஒருவித ஒழுங்கு முறையில் செயல்படுகின்றனர். உண்மையில் இது மிகக் குழப்பமாகவும், சிக்கலாகவும் உள்ளது. படைப்பாக்கம், உண்மையில் அறியப்படும் பரிணாமக் கடத்தல் என்னும் செயல்முறையை

ஒத்திருக்கிறது. பரிணாமத்தில் விபத்துக்கள் மற்றும் தற்செயலாக ஏற்படுபவை மிகப்பெரிய பங்கு பெறுகின்றன. எடுத்துக்காட்டாக இறகுகள், ஊர்வன (Reptiles) வற்றின் செதிலிலிருந்து தோன்றியது. இதன் நோக்கம், பறவைகளை வெப்பமாக வைத்திருத்தலாகும். (பறவைகள் ஊர்வனவற்றிலிருந்து தோன்றின) எனினும் இந்த இறகுகள் பறப்பதற்கு ஏற்றவையாக, சிறகு இறகுகளாக மாறின. நம்முடைய ஆதிகாலத்து முன்னோர்கள் மரங்களில் வாழ்வதற்காக, கையின் வடிவம் பெரிதும் உருவாகக் காரணம் கிளைகளை வேகமாகவும் சுறுசுறுப் பாகவும் பிடித்துக் கொள்வதற்காகவே. நம்முடைய ஆதிகாலத்துக் குடும்ப முன்னோர்கள், தரையில் நடந்த போது மிக சிறப்பாக உருவாகியிருந்த கையை, பாறைகளைக் கையாள, கருவிகள் உண்டாக்க, தகவல் பரிமாற்றத்தில் சைகை கொண்டு உணர்த்த மிகப் பயனுடையதாகக் கண்டனர். மொழியே ஒரு வேளை சமுதாயக் கருவியாக உருவாகி, பின்பு ஏதோ காரணத்தால் கடத்தப்பட்டு, மனித சுய உணர்வைத் தற்செயலாக உருவாக்கியிருக்கலாம்.

மனிதப் படைப்பாக்கம் ஒரே மாதிரியான பாதையைப் பின்பற்றுகிறது. இது ஒரு வகையான அழிவு. எந்தப் படைப்பிலும் உள்ளதைச் சுட்டுகிறது. கருத்தாக்கம் வெற்றிடத்திலிருந்து உருவாகவில்லை. மாறாக ஒரு விபத்துபோல ஏற்படுகிறது. உதாரணமாக, காதில் விழும் ஒரு தகவல் அல்லது வானொலியில் வரும் ஒரு விளம்பரம் ஆகலாம். நமக்குப் போதுமான அனுபவமிருந்தால், அந்தக் கணம் சரியானதாக அமைந்தால், எதிர்பாராத இந்த எதிர்கொள்ளல் ஏதேனும் சுவையான இணைப்புகளை மற்றும் எண்ணங்களை நம் மனதில் பொறியாகத் தோற்றுவிக்கும். நம்மால் வேலை செய்யக்கூடிய குறிப்பிட்ட பொருட்களை, நாம் வேறு வழியில் பயன் படுத்தலாமென்று காண்கிறோம். செயல்படும் போக்கில், பலதற்செயல் நிகழ்வுகள் நாம் செல்வதற்கான வேறுபட்ட பாதைகளை வெளிப்படுத்தலாம். அவை நம்பிக்கை அளிப்பவையாக இருந்தால் நாம் அவற்றைப் பின்பற்றுகிறோம், ஆனால் அவை எங்கு கொண்டு செல்லும் என்பது நிச்சயமில்லை. நேர்கோட்டிற்குப் பதிலாக, வளர்ச்சி எண்ணத்தில் இருந்து பழமாகக் கனியும் வரை, படைப்பாக்கச் செயல் முறை என்பது தாறுமாறாகக் கிளைவிடும் மரத்தைப் போன்றது.

மிக எளிமையான பாடம்-உண்மையான படைப்பாக்கம் என்பது வெளிப்படையான மற்றும் அனுசரித்துப் போகும் நம்முடைய இயல்பு. நாம் எதையாவது காணும்போது அல்லது அனுபவிக்கும்போது, நம்மால் அதைப் பல கோணங்களில் காண முடியவேண்டும். தெரியும் ஒன்றைவிட, அதைத் தாண்டி உள்ள சாத்தியங்களைக் காண வேண்டும். நம்மைச் சுற்றியுள்ள பொருட்களைப் பயன்படுத்தவும், அவற்றை வேறு நோக்கங்களுக்குப் பயன்படுத்தவும் முடியுமென்று நாம் கற்பனை செய்து

கொள்கிறோம். நம்முடைய முதல் எண்ணத்தையே பிடிவாதமாகப் பிடித்துக் கொண்டிருப்பதில்லை. அல்லது நம்முடைய தன்முனைப்பு அதனுடைய சரியான தன்மையோடு கட்டபட்டிருப்பதாலும் அன்று. மாறாக அந்தக் கணம் நமக்கு முன்னால் உள்ளதைக் கண்டு அதனோடு செல்கிறோம். பலகிளைகள் மற்றும் தற்செயல் நிகழ்வுகளை ஆராய்ந்து சுயநலத்திற்குப் பயன்படுத்துகிறோம். இப்படி இறகுகளைப் பறக்கும் பொருட்களாக மாற்றுகிறோம். அப்போது வித்தியாசமென்பது மூளையின் ஏதோ தொடக்கப் படைப்பாக்கச் சக்தியில் இல்லை. நாம் உலகைக் கண்டு அந்த ஒழுக்கில் நாம் காணுவதை மறுசட்டம் இடலாம். படைப்பாக்கமும், அனுசரித்துப்போகும் தன்மையும் பிரிக்க முடியாதவை.

7. படைப்பாக்க ரசவாதம் மற்றும் உணர்வின்மை

நமது பண்பாடு பல வழிகளிலும், படைப்பாக்கத் தரத்தையும், நாம் பின்பற்ற வேண்டிய மரபுகளையும் சார்ந்தே உள்ளது. இம்மரபுகள் பலநேரங்களில் எதிரானவைகளாலேயே வெளிப்படுத்தப்படுகிறது- நன்றும் தீதும், அழகும் அழகின்மையும், வலியும் மகிழ்ச்சியும், அறிவு சார்ந்ததும் அறிவற்றதும் மதிநுட்பமும் மற்றும் உடல் சார்ந்ததும் ஆகும். இந்த எதிரானவைகளை நம்புவது நம் உலகிற்கு ஒருவித ஒட்டுறவையும் சுகத்தையும் தருகிறது. ஒன்று புத்தியுடையதாகவும், உணர்வின்பமும், சுகமும், வலியும், உண்மையாகவும், உண்மையற்றதாகவும், நன்றும், தீதாகவும், ஆண்மை, பெண்மையாகவும், இருப்பது மோதல்களும், நம்மைச் சஞ்சலப்படுத்துவதாகவும் உள்ளன. எனினும் வாழ்க்கை அதிக ஓட்டமும் சிக்கலாகவுமுள்ளது. நமது விருப்பங்களும் அனுபவங்களும் சரியாக இந்த ஒழுங்கான பகுப்புகளுக்குள் பொருந்துவதில்லை.

இரண்டாக நினைப்பவர்களுக்கு ' உண்மை' யென்று ஒன்றிருப்பதாகவும் 'உண்மையல்லாதது' என்று ஒன்று இருப்பதாகவும் நம்புவார்கள், அவை வேறுவேறு பொருள்களாகவும், அவற்றை ஒரு போதும் சேர்த்து மூன்றாவதொன்றாக, ரசவாத அடிப்படைப் பொருளாக, வரையறுக்கப்பட்ட படைப்பாக்கத்துடன் அதனுடைய வேலை விரைவிலேயே அழிந்து, என்னவாகும் என்று கணிக்கக் கூடியது. வாழ்க்கையை இந்த அணுகுமுறையில் காண, பல கவனிக்கக் கூடிய உண்மைகளை அடக்கும் தேவை ஏற்படுகிறது. ஆனால் நம்முடைய நினைவற்ற மற்றும் நம் கனவுகளில், நாம் பலசமயங்களிலும் ஒவ்வொன்றையும் வகைப்படுத்துவதற்கான அவசியத்தை வற்புறுத்துவதில்லை. வேறுபட்ட கருத்துக்கள் மற்றும் முரண்பாடாகத் தோன்றுவதை உணர்வுகளோடு சேர்த்துத் தயங்காது கலக்க முடிகிறது.

ஒரு படைப்பாக்கச் சிந்தனையாளராக உங்களது வேலை சுறுசுறுப்

போடு, உணர்வற்ற மற்றும் முரண்பட்ட உங்களது தனிப்பட்ட ஆளுமைப் பகுதிகளை ஆராய்வதே. உலகில் இதே போன்ற முரண்பட்ட மற்றும் அடக்கப்பட்டவற்றைப் பரிசோதிப்பதுமாகும். இந்த அடக்கப்பட்ட உணர்வுகளை உங்களுடைய படைப்பில் எந்த ஊடகத்தின் ஊடேயும் உருவாக்கினால், அது பிறரிடம் சக்திவாய்ந்த தாக்கத்தை ஏற்படுத்தும். அவர்கள் உணர்வற்ற உண்மைகளை உணர்வார்கள் அல்லது மறைக்கப்பட்ட உணர்ச்சிகளை அல்லது அடக்கப்பட்டதை உணர்வார்கள். சமுதாயத்தைப் பாருங்கள், பல முரண்கள் கிளை விட்டுள்ளன. எடுத்துக்காட்டாக ஒரு பண்பாட்டில் பேச்சுரிமைக்கு ஆதரவு அளிக்கப்படுகிறது. ஆனால் அரசியல் சரி நோக்கில் அது எதிர்க்கப் படுகிறது, பேச்சுரிமை மறுக்கப்படுகிறது. அறிவியலில், இருக்கும் மாதிரிக்கு எதிரான எண்ணங்களைத் தேடுகிறீர்கள் அல்லது அவை முரண்பட்டதாக உள்ளதால் விளக்க முடியாதவைகளாக உள்ளன. இந்த முரண்பாடுகள் அனைத்தும் ஆழமான உண்மையைப் பற்றிய தகவல் சுரங்கமாக, நினைத்ததை விடச் சிக்கலானதாக உள்ளது. உணர்வற்ற நிலைக்குக் கீழே உள்ள மோதல் மற்றும் நெகிழ்வுப் பகுதியைக் காணும் போது, அங்கு எதிரானவை சந்திக்கின்றன, கிளர்ச்சி மற்றும் வளம் தரும் கருத்துக்கள் குமிழிட்டு மேலேழும்புவதைக் கண்டு நீங்கள் வியப்படைவீர்கள்.

VI

பகுத்தறிவோடு உள்ளுணர்வை ஒன்றுபடுத்துதல்: நிபுணத்துவம்

நம் அனைவராலும், உலகை, அதிகமாகக் காணச் செய்யக்கூடிய மதிநுட்பத்தைப் பெறமுடியும். என்ன போக்குகள் ஏற்படும் என்பதை யூகிக்க, எந்த சூழலுக்கும் விரைவாகவும், சரியாகவும் செயல்பட முடியும். இந்த மதிநுட்பத்தை நாம் சார்ந்த துறையில் ஆழமான கல்வி மற்றும் நம்முடைய ஆர்வங்களுக்கு உண்மையாக இருப்பதன் வழிவளர்த்துக் கொள்ளலாம். நம்முடைய அணுகுமுறை பிறர்க்கு மரபுசாராததாகத் தோன்றினாலும் கவலை இல்லை. நம் துறையில் தீவிரமாகப் பல

ஆண்டுகள் மூழ்கிப் போகும்போது, நமக்குள் ஒரு பகுதியாகி, சிக்கலான விஷயங்கள் குறித்து ஓர் உள்ளுணர்வைப் பெறுகிறோம். இந்த உள்ளுணர்வைப் பகுத்தறிவுச் செயல்முறை யோடு இணைக்கும் போது, நம் மனதை நம் சக்தியின் வெளிப்புற வரையறையைத் தாண்டி விரிவுபடுத்தி வாழ்க்கையின் அடிப்படை இரகசியத்தையே நம்மால் காண முடிகிறது.

மூன்றாவது மாற்றம்

எழுத்தாளர் மார்செல் ப்ரவுஸ்ட் (1871-1922) பிறந்த போதே அவருடைய விதி நிச்சயிக்கப்பட்டு விட்டதோ என்று தோன்றுகிறது. அவர் நம்ப முடியாத அளவிற்கு மிகச் சிறியவராகவும் பலவீனமானவராகவும் பிறந்தார். பிறந்த முதல் இரண்டு வாரங்கள் அவர் சாவுடன் போராடினார். என்றாலும் முடிவில் பிழைத்துக் கொண்டார். குழந்தையாக இருந்த போது அடிக்கடி நோய்வாய்ப்பட்டு, பல மாதங்கள் வீட்டிலேயே இருந்தார். அவருக்கு ஒன்பது வயதானபோது, முதல் ஆஸ்துமா தாக்குதலில் செத்துப் பிழைத்தார். அவருடைய தாயார் ஜென்னி அவருடைய உடல்நலம் குறித்து ஓயாது கவலைப்பட்டார், அவரைப் பின்தொடர்ந்து, அவர் எப்போதும் ஓய்வெடுக்கக் கிராமப் புறத்திற்குச் செல்லும் போது கூடவே சென்றார்.

இது போன்ற பயணங்களில் அவரது வாழ்க்கை அமைந்தது. பல சமயங்களில் தனியாக இருந்ததால் அவர் புத்தகங்கள் படிப்பதில் பேரார்வம் கொண்டார். வரலாறு குறித்துப் படிப்பதில் அவருக்கு விருப்பமிருந்தது என்றாலும் அவர் எல்லா வகை இலக்கியத்தையும் படித்தார். உடலுக்கான விடுதலையாக அவர் நீண்ட தூரம் நடந்தார். அங்கு சில காட்சிகள் அவரை வசீகரித்தன. ஆப்பிள்கள் காய்த்துத் தொங்குவதை அல்லது ஹவார்தான் பூக்கள் அல்லது மயக்கும் பலவகையான செடிகளைப் பலமணி நேரம் நின்று கவனித்தார். எறும்புகள் ஊர்வது அல்லது எட்டுக்கால் பூச்சிகள் பற்றிய கல்வி நூல்களைத் தன் பட்டியலில் சேர்த்துக் கொண்டார். அவருடைய ஆரம்ப காலத்தில் அவருக்கு மிக நெருக்கமான நண்பனாக அவருடைய தாய் இருந்தார். தாய் மேல் அவருக்கிருந்த பற்றுதல் விரைவிலேயே எல்லா எல்லைகளையும் கடந்தது. அவர்கள் ஒரே மாதிரியாகத் தோற்றமளித்த தோடு, கலைகளிலும் ஒரே மாதிரியான ஆர்வம் கொண்டிருந்தனர். தாயைவிட்டு அவரால் ஒரு நாளைக்கு மேல் பிரிந்திருக்க முடியவில்லை. மேலும் அவர், தாயை விட்டுப் பிரிந்திருந்த சிலமணி நேரத்திற்குள் அவருக்குக் கணக்கற்ற கடிதங்களை எழுதுவார்.

1886-ல் அவர் படித்த ஒரு நூல் நிரந்தரமாக அவரது வாழ்க்கைப் போக்கை மாற்றியது. அது, இங்கிலாந்தை நார்மன் வென்றது பற்றிய வரலாற்று நூல். அகஸ்டின் தியர்ரி எழுதியது. மிக தத்ரூபமாக நிகழ்ச்சிகளை விவரித்திருந்ததால், மார்செல் அந்தக் காலத்திற்கே சென்று விட்டதைப்போல் உணர்ந்தார். எழுத்தாளர் சில காலத்தால் மாறாத மனித விதிகளைக் கதையில் வெளிப்படுத்தி ஜாடையாகக் குறிப்பிட்டிருந்தார். அந்த விதிகளைக் கண்டுபிடிக்க முனைந்தபோது மார்செல்லின் தலை கிளர்ச்சியால் சுற்றியது. பூச்சி வல்லுனர்களால், பூச்சிகளின் நடத்தையைக் கட்டுப்படுத்தும்

மறைந்திருக்கும் கொள்கைகளைக் கண்டுபிடிக்க முடியும். ஒரு எழுத்தாளனால் அதையே சிக்கலான இயல்புடைய மனிதர்களிடம் செய்து காட்ட முடியுமா? தியர்ரியின், வரலாற்றை உயிர் பெறச் செய்யும் திறமையால் கவரப்பட்டார், ஒரு மின்னல் போல மார்செல்லிற்கு இதுவே அவரது வாழ்க்கையின் கடமையாக, வேலையாக இருக்கு மென்று உணர்ந்தார். எழுத்தாளராக மனித விதிகளைத் தெளிவு படுத்த விரும்பினார்.

பாரிசில் அவர் படித்த பள்ளியில் அவருடைய வகுப்புத் தோழர்களை மார்செல் விநோதத் தன்மையால் கவர்ந்தார். அவர் மிக அதிகமாகப் படித்திருந்ததால், அவருடைய தலைக்குள் கருத்துக்கள் நிறைந்திருந்தன. அவர் வரலாறு, பண்டைய ரோம இலக்கியம், தேனீக்களின் சமூக வாழ்க்கை என அனைத்தையும் ஒரே உரையாடலில் பேசுவார். அவருடைய இயல்பு தனியாக இருப்பதென்றாலும் அவர் அனைவரிடமும் நன்றாகப் பழகக் கூடியவர், உண்மையிலேயே எல்லோரையும் மயக்கக் கூடியவர். அவருக்குத் தன்னை எப்படிப் புகழ்வது மற்றும் பணிவன்பாக நடப்பது என்று தெரியும். யாராலும் அவரைப் புரிந்து கொள்ளவோ, அல்லது வித்தியாசமான அவருடைய இயல்பிற்கு அவரது எதிர்காலம் எப்படி அமையுமென்று தீர்மானிக்கவோ இயலவில்லை.

1888-ல் மார்செல் முப்பத்தியேழு வயதான லாரே ஹேமன் என்ற நடனப் பெண்ணைச் சந்தித்தார். அவருடைய மாமாவின் பல ஆசை நாயகிகளில் ஒருவராக அவர் இருந்தார். அவருக்குக் கண்டவுடனே ஆசை உண்டானது. நாவலில் உள்ள ஒரு பாத்திரம் போலிருந்தாள் அவள். அவளுடைய ஆடைகள், ஆசை கொள்வது போன்ற தன்மை, ஆண்கள் மீது அவளுக்கிருந்த சக்தி,. அவரை மயக்கியது. அவளை தன்னுடைய நகைச்சுவை உரையாடல் மற்றும் கனிவான நடத்தையால் கவர்ந்தார். விரைவில் இருவருமே நெருங்கிய நண்பர்களானார்கள். பிரான்சில் வெகு காலமாகவே அனைவரும் சந்தித்துப்பேசும் (Salons) அறைகள் இருந்தன. ஒத்த மனமுடையவர்கள், இலக்கியம் மற்றும் வேதாந்தக் கருத்துக்களை விவாதித்தனர். லாரேயும் அவளுடைய சொந்த புகழ் பெறாத அறையை வைத்திருந்தாள். அங்கு அடிக்கடி கலைஞர்கள், மாறுபட்ட விருப்பமுடையவர்கள் (Bohemians), நடிகர்கள் மற்றும் நடிகைகள் அடிக்கடி வந்தனர். விரைவிலேயே மார்செல் அங்கு தவறாது செல்லத் தொடங்கினார்.

பிரெஞ்சுச் சமுதாயத்தின் உயர்மட்டச் சமூக வாழ்க்கை அவரை முடிவில்லாது பிரமிக்கச் செய்தது. அது நுட்பமான சைகைகள் கொண்ட உலகாக-நடனமாட அழைப்பு அல்லது உணவு மேஜையில் குறிப்பிட்ட இடத்தில் அமருவதே ஒருவரின் அந்தஸ்த்தில் அவர்கள் உயர்கின்றனரா

இல்லை கீழே செல்கின்றனரா என்பதைக் குறிப்பதாக இருந்தது. அவர் இப்பகுதியை ஆராய்ந்து அதனுடைய அனைத்துச் சிக்கல்களையும் படிக்க விரும்பினார். அவர் வரலாற்றிற்கும், இலக்கியத்திற்கும் தந்த கவனத்தை இப்போது உயர்ந்த சமூகத்தின் உலகத்திற்குத் தந்தார், பிற சலூன்களுக்கு அவர் செல்வதற்கும் வழி கண்டார். விரைவிலேயே அவர் உயர்மட்டச் சமுதாயத்தோடு பழகத் தொடங்கினார்.

மார்செல் எழுத்தாளராக ஆக முடிவு செய்தபோதிலும் எதைப்பற்றி எழுதுவது என்பதை ஒருபோதும் அவரால் அறிய முடியவில்லை. இது அவரைத் துன்புறுத்தியது. இப்போது அவருக்கு விடை கிடைத்தது. இந்தச் சமுதாய உலகமே எறும்பு காலனி, அதை ஒரு பூச்சியியல் நிபுணர் இரக்கமில்லாது அலசி ஆராய்வதைப் போல அவர் ஆராய்வார். இதற்காக அவரது நாவல்களுக்கான பாத்திரங்களைச் சேகரிக்கத் தொடங்கினார். அவர் இப்பாத்திரங்களை ஆராய்ந்தார். அவர்கள் பேசும் விதத்தைக் கூர்மையாகக் கேட்டார், அவர்களது நடத்தை பாவனைகளைத் தொடர்ந்து கவனித்தார். அவரது நோட்புக்கில் அவர்களுக்கு உயிருட்டிச் சிறு இலக்கிய உருவங்களாக்கினார். மார்செல் எழுத்தில் அசல் மாதிரி உயிரூட்டுவதில் நிபுணர்.

மார்செல்லின் தந்தை, பிரபலமான மருத்துவர், தன் மகனைப்பற்றிக் கவலைப் பட்டார். மார்செல் இரவு முழுவதும் விருந்துகளுக்குச் செல்வார். காலையில் தாமதமாகத் திரும்புவார். பகல் முழுவதும் உறங்குவார். உயர்மட்டச் சமுதாயத்தோடு சேர்ந்து போவதற்காக அவர் பெரும்பணம் செலவழித்தார். அவருக்கு ஒழுங்கு மற்றும் உண்மையாகவே வேலை செய்ய வேண்டுமென்ற ஆசை இருக்கவில்லை. அவருடைய ஆரோக்கியப் பிரச்சனைகள். தாயாரின் அன்பு இவற்றைக் கண்டு மார்செல் ஒரு தோல்வியாளராக, பாரமாக இருப்பார் என்று தந்தை அஞ்சினார். அவரை ஒரு தொழிலில் ஈடுபடுத்த முயன்றார். ஆனால் உண்மையில் அவரது முதல் புத்தகம், ***ப்ளஷர்ஸ் அண்ட் டேஸ்*** (*Pleasures and Days*) வெளிவருவதற்காகவே காத்திருந்தார். அது கதைகளின் தொகுப்பாகவும் சமுதாயத்தைப் பற்றிய அவரது வடிகட்டிய சித்திரங்களாகவுமிருந்தன. இப்புத்தகத்தின் வெற்றியால் அவருடைய தந்தை மற்றும் அவரை ஐயப்பட்டவர்களை அவர் வென்றார். இப்புத்தகத்தின் வெற்றியை உறுதிப் படுத்த அப்புத்தகத்திற்கும் மேலானதாக ஆக்க, ***ப்ளஷர்ஸ் அண்ட் டேஸ்*** நூலில் அழகான சித்திரங்களை வரைய உயர்மட்ட சமுதாயத்தைச் சார்ந்த பெண்மணி ஒருவருடன் நட்புக் கொண்டார். நூலை மிகச்சிறந்த தாளில் அச்சிட முடிவுசெய்தார்.

பல மாதங்களுக்குப் பின் ***ப்ளஷர்ஸ் அண்ட் டேஸ்*** 1896-ல் வெளிவந்தது. அது விற்கவே இல்லை. அச்சிடுவதற்கான விலையை

எண்ணியபோது அது மிகப்பெரிய நஷ்டமாக இருந்தது. மார்செல் ப்ரவுஸ்ட்டின் வெளியுலக உருவம் நிரந்தரமாக அறியப்பட்டது-அவர் நாகரிகமாக உடையணிபவர்; போலியானவர்; அவர் அறிந்த ஒரே உலகைக் குறித்து எழுதியவர்; செயல்முறை உணர்வில்லாத இளைஞர்; சமுதாய வண்ணாத்திப் பூச்சி, இலக்கியத்தில் நனைந்தவர். அது அவமானமாகவும் அவரை மனவுறுதி இழக்கச் செய்வதாகவும் இருந்தது.

அவர் அதிகமாகத் தளர்வும் சோர்வும் அடைந்தார். சலூன்களுக்குப் போவதிலும் பணக்காரர்களோடு பழகுவதும் சோர்வளித்தது. அவருக்கு வேலையில்லை, பதவியில்லை, முப்பது வயதை நெருங்கிக் கொண்டிருந்த போதும் அவர் வீட்டிலேயே வாழ்ந்து கொண்டிருந்தார். பணத்திற்குப் பெற்றோர்களையே நம்பியிருந்தார். அவரது உடல் நிலை குறித்து எப்போதும் கவலையாக இருந்தது, சில ஆண்டுகளில் உறுதியாக அவர் இறந்து விடுவார் என்று நம்பினார். அவருடைய பள்ளி நண்பர்கள் சமுதாயத்தில் பேர் சொல்லும்படி இருந்து அவர்களுக்கென்று குடும்பத்தை உருவாக்கிக் கொண்ட கணக்கற்ற கதைகளைக் கேட்டார். அவர்களோடு ஒப்பிட்ட போது அவர் முற்றிலும் தோல்வியடைந்தவராக உணர்ந்தார். சில கட்டுரைகளைப் பத்திரிகையில் எழுதியதும், அவரை பாரிசிலே சிரிப்பிற்கு இரையாக்கிய ஒரு புத்தகமுமே அவருடைய சாதனைகள். அவருடைய தாயாரின் மாறாத அன்பு மட்டுமே அவருக்குரியதாக இருந்தது.

இத்தனை துன்பத்திற்கு இடையிலும் அவருக்கு ஓர் எண்ணம் தோன்றியது. பல ஆண்டுகளாக அவர் ஆங்கிலக் கலை விமர்சகர் மற்றும் சிந்தனையாளர் ஜான் ரஸ்கினின் படைப்புக்களை, ஆங்கிலம் தானே கற்று பிரெஞ்சுக்கு மொழி பெயர்ப்பார். அவருடைய பெரும்பான்மையான நேரத்தை இதற்குத் தரவேண்டும். நாவல் எழுதும் எண்ணத்தைத் தள்ளிப் போட வேண்டும். எனினும் அவருடைய பெற்றோர்களுக்கு அவர் வாழ்வதற்காக முயற்சி எடுப்பது, ஒரு தொழிலைத் தேர்வு செய்தது தெரியவந்தது. இதையே அவரது கடைசி நம்பிக்கையாகப் பிடித்துக் கொண்டு அவருடைய சக்தியனைத்தையும் திரட்டி இந்த வேலையில் ஈடுபட்டார்.

அவர் பல ஆண்டுகள் தீவிரமாக உழைத்த பின்பு, மொழிபெயர்த்த ரஸ்கினின் சில படைப்புகள் வெளிவந்த போது மிகுந்த பாராட்டுதல்களைப் பெற்றார். அவருடைய அறிமுகங்கள் மற்றும் மொழிபெயர்ப்புடன் இணைந்து வந்த கட்டுரைகள் முடிவில் அவர் வெறும் நுண்கலைப் பிரியர் என்று ***ப்ளஷர்ஸ் அண்ட் டேஸ்*** வெளிவந்தது முதல் ஏற்பட்ட அவப்பெயரைப் போக்கியது. அவரை அலட்சியப் படுத்தமுடியாத அறிவாளியாகக் கண்டனர். அவருடைய வேலை வழியாக அவருடைய சொந்தப்பாணியில் எழுதப் பட்டைதீட்டப் பட்டார். ரஸ்கினுடைய

வேலையைத் தன் வயப்படுத்தியதால் அவரால் இப்போது சிந்தனை வளத்துடன் சுருக்கமாகக் கட்டுரைகள் எழுத முடிந்தது. ஒரு வழியாக இப்போது அவருக்கு ஒழுங்குமுறை வந்தது, மேலும் செய்வதற்குரியவை கிடைத்தன. ஆனால் சுமாரான வெற்றிக்கு நடுவில், அவரது உணர்ச்சிப் பின்னலுக்கான ஆதரவு திடீரென்று கட்டவிழ்ந்து மறைந்தது. 1903-ல் அவருடைய தந்தை இறந்தார். இரண்டாண்டுகளுக்குப் பின் அவருடைய தாயார், அந்த இழப்பைத் தாங்க முடியாமல் இறந்து போனார். தாயின் மரணத்தை நினைத்துச் சிறுவயது முதலே அவர் அச்சப்பட்டுக் கொண்டிருந்தார். அவர் முழுவதுமாகத் தனிமையை உணர்ந்தார், இனி அவருக்கு வாழ்வதற்காக எதுவுமில்லை என்று அஞ்சினார்.

பின்வந்த மாதங்களில் அவர் மெல்லச் சமுதாயத்திலிருந்து பின்வாங்கினார். அதுவரையிலான அவரது வாழ்க்கை குறித்து நினைத்துப் பார்த்தபோது, அதிலிருந்த மாதிரி அவருக்குச் சிறிய நம்பிக்கையைக் கொடுத்தது. அவருடைய உடல் பலவீனத்தை ஈடுசெய்ய அவர் நூல்கள் படிப்பதை ஏற்றார். அது வழி அவருடைய வாழ்க்கையின் பணியைக் கண்டுபிடித்தார். கடந்த இருபதாண்டுகளில் பிரெஞ்சு சமுதாயத்தைக் குறித்து அவர் பெருமளவு அறிவைப் பெற்றிருந்தார். நம்பக் கடினமான அளவிற்கு அதிகமான வகைப் பாத்திரங்கள் மற்றும் வகுப்பினர் அவரது தலைக்குள்ளே வாழ்ந்தனர். அவர் தோல்வியடைந்த நாவலையும் சேர்த்து ஆயிரக்கணக்கான பக்கங்கள் எழுதியிருந்தார். ரஸ்கினை அவரது வழிகாட்டியாகக் கொண்டு, அவரது படைப்புகளை மொழி பெயர்த்ததில் அவருக்கு ஒழுங்கு மற்றும் நிர்வாகத் திறன்கள் கை வந்திருந்தன. வாழ்க்கையை அவர் ஒரு பயிற்சியாக, அதில் நாமனைவரும் மெல்ல இந்த உலகின் வழிகளைக் குறித்து உபதேசிக்கப் படுவதாகக் கருதினார். அவர் இருபதாண்டுகள் எழுதுவதிலும் மற்றும் மனித இயல்பு குறித்தும் பயிற்சி பெற்றிருந்தார். அது அவரை ஆழமாக மாற்றியிருந்தது. அவருடைய மோசமான உடல்நலம் மற்றும் தோல்விகளால் அவர் எழுத்தை விடவில்லை. இதற்கு ஏதேனும் ஒரு பொருள் இருக்க வேண்டும், ஒரு வேளை விதியாக இருக்கலாம். இதை எப்படி பயன் படுத்துவது என்று தெரிந்ததால், அதன்படி அவர் செயல்பட முடிவு செய்தார். அவரது நேரம் வீணாகவில்லை.

அவர் செய்ய வேண்டியதெல்லாம் அவருடைய இந்த அறிவு அனைத்தையும் வேலைக்குப் பயன்படுத்துவதே. அப்படியானால் அவரிடமிருந்து எப்போதும் கைநழுவிப் போகும் நாவலுக்குத் திரும்ப வேண்டும். அது எதைப்பற்றி இருக்கும் என்று அவருக்கு இன்னும் எந்த எண்ணமும் இல்லை. அதற்கான பொருள் அனைத்தும் அவருடைய தலைக்குள் இருந்தது. என்ன செய்ய வேண்டும் என்றால் அவர் வேலையைத் தொடங்க வேண்டும். அதிலிருந்து ஏதாவது உருக்கொள்ளும்.

1908 கோடையில் அவர் பள்ளியில் பயன்படுத்துவது போன்ற புத்தகங்களை டஜன் கணக்கில் வாங்கினார். அவற்றைக் குறிப்புக்களால் நிறைத்தார். அவர் அழகுணர்ச்சி குறித்துக் கட்டுரைகள் எழுதினர். இதற்குள் ஆழமாகச் சென்றபோது அவருக்குள் ஒரு மாற்றத்தை உணர்ந்தார். ஏதோவொன்று சரியாகப் பொருந்தியது, அது எங்கிருந்து வந்தது என்று தெரியாது, ஆனால் ஒருகுரல் வெளிப்பட்டது, அவருடைய சொந்தக் குரல் அது கதை கூறுபவனுடையதாக இருக்கும். கதை ஒரு இளைஞனைச்சுற்றி அமையும். அவன் தன் தாயிடம் அதீதமாகப் பற்றுக்கொண்டிருந்தான். அவனால் அவனது அடையாளத்தைக் காண முடியவில்லை. அவன் எழுத்தாளனாக விரும்புகிறான் என்பதைக் கண்டு கொள்கிறான். ஆனால் எதைப்பற்றி எழுதுவது என்று அவனுக்குத் தெரியவில்லை. அவன் வளர்ந்ததும் அவன் இரண்டு சமூக ராஜ்யங்களான போகிமியா மற்றும் நிலப்பிரபுக்கள் பற்றி ஆராய்கிறான். அவனைச் சந்திக்கும் பலவகை மனிதர்களைக் கூறுபோட்டு அவர்களது பண்புகளின் சாரத்தை, சமூக மற்றும் உள்ளுக்குள் இருக்கும் குணநலனைப் பார்க்கிறான். அவனுக்குப் பல காதல் தோல்விகள் ஏற்படுகின்றன. அவன் அதீத பொறாமையால் துன்பப்படுகிறான். பலவகை சாகசங்கள் மற்றும் தோல்வி உணர்வோடு அவன் வாழ்க்கையில் முன்னேறுகிறான். நாவலின் முடிவில், அவன் எழுத விரும்பினான் என்பதைக் கண்டு கொள்கிறான். அது தான் நாம் இப்போது படித்துக் கொண்டிருக்கும் புத்தகம்.

நாவல், ***இன் சர்ச் ஆப் லாஸ்ட் டைம்*** (*In search of lost time*) என்றழைக்கப்படும். அதன் முடிவில் பிரவுஸ்ட்டின் சொந்த வாழ்வின் பெரும்பகுதியைக் கூறுவதாக, அவர் அறிந்த பல பாத்திரங்கள் வேறு பெயர்களில் மறைந்து இடம் பெற்றனர். கதை கூறப்படும் போக்கில் பிரான்சின் வரலாறு, அவரது பிறப்பு முதல் அப்போதைய நிகழ்வு வரை அது எவ்வாறாக இருப்பினும் கூறப்படும். அது சமுதாயத்தைப் பற்றிய முழுச் சித்திரமாக அமையும். எறும்புப் புற்றில் வாழ்ந்த அனைவரையும் கட்டுப்படுத்திய நடத்தை விதிகளைப் பூச்சி வல்லுநர் போல அவர் வெளிப்படுத்துவார். இப்போது அவரது ஒரே கவலை அவரது உடல்நலம் தான். அவருக்கு முன்னாலிருந்த வேலை மகத்தானது. அதை முடிக்கும் வரை, அத்தனை காலம் அவர் வாழ்வாரா?

பல ஆண்டுகளுக்குப் பிறகு அவர் புத்தகத்தின் முதல் பகுதியை முடித்தார். அது **ஸ்வான்ஸ் வே** (Swan's Way) என்றழைக்கப்பட்டது. 1913-ல் அது வெளிவந்தது, அது பற்றிய விமர்சனங்கள் மிகவும் சிறப்பாக இருந்தன. அது போன்றதொரு நாவலை யாருமே படித்ததில்லை. ப்ரவுஸ்ட் தனது சொந்த வகைமையை (genre) உருவாக்கியது போல் தோன்றியது. ஒரு பகுதி நாவலாகவும், ஒரு பகுதி கட்டுரையாகவும் இருந்தது. அவர் புத்தகத்தின் பாதியை தீர்மானிக்கும் நேரத்தில்

ஐரோப்பாவில் போர் மூண்டது. புத்தக வெளியீட்டு வியாபாரம் இதனால் நின்று போனது. ப்ரவுஸ்ட் நாவல் வேலையைப் பிடிவாதமாகத் தொடர்ந்தார். அவர் அப்படிச் செய்த போது விநோதமாக ஒன்று நிகழ்ந்தது. புத்தகம் அளவிலும் நோக்கிலும் விரிவடைந்தது. பல பாகங்களாயிற்று. அவர் வேலை செய்த முறையும் இதற்கு ஓரளவு காரணம். பல வருடங்களில் அவர் ஆயிரக்கணக்கான கதைத் துண்டுகள், பாத்திரங்கள், வாழ்க்கைப் பாடங்கள், மனோதத்துவ விதிகளைச் சேகரித்து இருந்தார். அவற்றை மொசைக் தரையில் துண்டுகளைச் சேர்ப்பது போல மெல்ல ஒன்றிணைத்தார். அவரால் முடிவை முன்கூட்டிக் காண முடியவில்லை.

புத்தகம் அளவில் வளர்ந்த போது அது திடீரென்று வேறொரு வடிவத்தை-உண்மை வாழ்க்கையைக் காட்டியது. நாவல் விடுவிக்க முடியாதவாறு பின்னிப் பிணைந்திருந்தது.

அவர் காட்டும் இந்தச் சமுதாய ராஜ்ஜியம் அவருக்குள்ளே உயிர்பெற்றதை உணர்ந்தார். உள்ளே அதை உணர்ந்தபோது வெளியே அது பாய்ந்தோடியது. இவ்வுணர்வை விளக்க ஒரு உருவகத்தைப் பயன்படுத்தினார். அதை நாவலிலும் சேர்த்துக் கொண்டார். அவர் வலை மீது அமர்ந்திருக்கும் சிலந்தி போல, மிகச்சிறிய அதிர்வைக் கூட உணர்ந்து, அவர் படைத்து வென்ற உலகின் ஆழத்தைப் போல அறிந்தார்.

போருக்குப் பின்பு ப்ரவுஸ்ட்டின் புத்தகம் ஒருபகுதியைத் தொடர்ந்து மற்றொரு பகுதியாக வெளிவரத் தொடங்கியது. விமர்சகர்கள் அவருடைய படைப்பின் ஆழம் மற்றும் அகலத்தைக் கண்டு திகைத்துப் போனார்கள். அவர் படைத்த அல்லது மீட்டுருவாக்கியது ஒரு முழுமையான உலகம். ஆனால் இது ஒரு யதார்த்தமான நாவல் அல்ல, ஏனெனில் பல இடங்களில் கலை, மனோதத்துவம், நினைவின் இரகசியங்கள், மூளையின் செயல்பாடுகள் பற்றியெல்லாம் சொற்பொழிவுகள் இடம் பெற்றிருந்தன. ப்ரவுஸ்ட் மிக ஆழமாக அவருடைய சொந்த மனோதத்துவத்திற்குள் சென்று, நினைவு மற்றும் உணர்வற்ற தன்மை குறித்துக் கண்டுபிடித்தவை மிகச்சரியாக இருந்தன. ஒவ்வொரு பாகமாகப் படிக்கும்போது வாசகர்கள் அவர்களுக்குள் ஓர் உலகில் வாழ்ந்து இவற்றை எல்லாம் அனுபவிப்பதைப் போல் உணர்ந்தார்கள். கதை கூறுபவனுடைய எண்ணம் ஒவ்வொருவரின் எண்ணமாக மாறி வாசகனுக்கும் கதை கூறுபவனுக்குமான எல்லை, மறைந்து போனது. அது ஒரு மந்திரஜால உணர்வு, வாழ்க்கையைப் போன்ற உணர்வை ஏற்படுத்தியது.

நாம் படித்துக்கொண்டிருக்கும் நாவலின் இறுதி பாகத்தை எழுதக் கதை கூறுபவர் துன்பப்பட்டார். ப்ரவுஸ்ட் அவசரப்பட்டார். அவருடைய சக்தி குறைந்து, சாவு நெருங்குவதை உணர்ந்தார். நூல் வெளியிடப்படும்

போது அவர் வெளியீட்டாளர்களை அச்சிடுவதை நிறுத்தச் சொன்னார். ஏனெனில் அவர் நேரிடையாகக் கண்ட புதிய நிகழ்வுகளைப் புத்தகத்தில் சேர்ப்பதற்காகத் தான். இப்போது சாவின் அருகில் உள்ளதை உணர்ந்து, அவருடைய பெண் பணியாளரிடம் சில இறுதிக் குறிப்புகள் எடுக்கும்படி சொன்னார். இறப்பது குறித்த உணர்வை அவர் இப்போது புரிந்து கொண்டார், அதனால் இதற்கு முன் எழுதிய இறப்புப் படுக்கையிலிருந்த காட்சியை மீண்டும் எழுத வேண்டும், அது மனநிலையில் அவ்வளவு யதார்த்தமாக அமையவில்லை. ஏழு பாகங்களையும் முழுமையாக அவரால் அச்சில் காணமுடியவில்லை, இரண்டு நாட்களுக்குப்பின் அவர் இறந்து போனார்.

நிபுணத்துவத்திற்கான வழிகள்

வரலாறு முழுவதும் மனித முயற்சியை நினைத்துப் பார்க்கக்கூடிய ஒவ்வொரு வடிவிலும் நிபுணர்களைக் குறித்துப் படிக்கிறோம். அவர்கள் திடீரென்று உயர்நிலை மதிநுட்ப சக்தியை, அவர்களது துறையில் பல ஆண்டுகள் மூழ்கியிருந்த பின்னர் உணர்வதாக விவரிக்கின்றனர்.

இவ்வனைத்து நிகழ்விலும், பல திறன்களைப் பயன்படுத்தும் இவர்கள் அனைவரும் ***அதிகம் காண்பது*** என்ற உணர்வை விவரித்தனர். அவர்களால் திடீரென்று ஒரு நிலைமை முழுமையும் ஓர் உருவம் அல்லது ஒரு கருத்து அல்லது உருவம் மற்றும் கருத்தை இணைத்துப் புரிந்து கொள்ள முடிந்தது. இச்சக்தியை ***உள்ளுணர்வு*** அல்லது ***விரல் நுனி உணர்வாக*** அவர்கள் அனுபவித்தனர்.

இத்தகைய மதிநுட்பம் அளிக்கும் சக்தியை நினைக்கும்போது, பண்பாட்டிற்கு இச்சக்தியைப் பெற்ற நிபுணர்களின் பங்களிப்பு அளவற்றது. இவர்களது உயர்நிலை உள்ளுணர்வு எண்ணற்ற நூல்களின் பொருளாக விவாதிக்கப்படுவது இயல்பானதாகத் தோன்றும். இதனைக் கட்டுப்படுத்தும் சிந்தனை வடிவம் நாம் அனைவரும் இலக்காகக் கொள்ள வேண்டியதாக உயர்ந்தது. ஆனால் சரியோ, தவறோ, இதுபோல நடக்கவில்லை. இதுபோன்ற மதிநுட்பம் ஒன்று கவனிக்கப்படவில்லை, அல்லது விளக்கமுடியாதபடி பின்தள்ளப்படுகிறது, மந்திரம், தந்திரம் அல்லது மேதாவித்தனமாக, மரபு அணுக்களால் வந்ததாகக் கருதப்படுகிறது.

ஒட்டுமொத்தமாக இதனைப் பின் தள்ளுவதற்கான காரணம் எளிமையானது. மனிதர்கள் ஆகிய நாம் ஒரே ஒரு சிந்தனை வடிவத்தையே அங்கீகரிக்கிறோம் அது பகுத்தறிவு. பகுத்தறிவுச் சிந்தனை என்பது இயல்பாகவே காலக்கிரமமானது. நாம் ஓர் ‘அ’ என்ற அற்புதத்தைக் காண்கிறோம். அதற்கான காரணமாக ‘ஆ’ வை குறைக்கிறோம். ‘இ’ என்ற பிரதிச் செயலை எதிர்பார்க்கலாம். பகுத்தறிவுச்

சிந்தனையுள்ள அனைத்திலும் நம்மால் பலவகையான நிலைகளை மீட்டுருவாக்கம் செய்ய முடியும். எவ்வாறு நாம் ஒரு வகையான முடிவு அல்லது விடையைப் பெற்றோம் என்று காண முடியும். இவ்வடிவான சிந்தனை மிகுந்த பயனானது. அது நமக்குச் சிறப்பான சக்தியை அளித்துள்ளது. பகுத்தறிவு அணுகுமுறையால் ஆராய்ந்து மனிதர்கள், அதன் செயல்முறையில் ஒரு விடையைப் பெறும்போது, பொதுவாக அதைப் பரிசோதித்துச் சரியா என்று காணலாம். அதனால்தான் அதை மிக உயர்வாகப் போற்றுகிறோம். ஒன்றைச் சூத்திரமாகச் சுருக்கிச் சரியான சொற்களில் விளக்குவதையே விரும்புகிறோம். ஆனால் பலவகை நிபுணர்கள் விவாதித்த உள்ளுணர்வு வகைகளைச் சூத்திரமாகச் சுருக்க முடியாது. அதை அடைவதற்கு அவர்கள் எடுத்த நிலைகளை மீட்டுருவாக்கம் செய்ய முடியாது. நாம் பகுத்தறிவு தான் முறையான மதிநுட்பத்தின் வடிவம் என்று அங்கீகரிப்பதால், 'அதிகம் காணுதல்' என்ற இவ் அனுபவங்கள் பகுத்தறிவுச் சிந்தனையின் வடிவங்களாக, விரைந்து நிகழக்கூடியவையாக, அல்லது இயல்பான அதிசயங்களாக இருக்க வேண்டும்.

நாம் இங்கு எதிர்கொள்ளும் சிக்கல், உயர்மட்ட உள்ளுணர்வு, நிபுணத்துவத்தின் இறுதிச் சைகை, அது பகுத்தறிவிலிருந்து மாறுபட்டதாக ஆனால் இன்னும் துல்லியமாகவும், காணக்கூடியதாகவும் உள்ளது. அதைப் புரிந்து கொள்ளும்போது நாம் அத்தகைய சக்தி அதிசயமானதல்ல என்பதைக் காணத் தொடங்குகிறோம். அது மனிதனது உண்மையான மதிப்பாகவும் நம் அனைவருக்கும் கிடைக்கக் கூடியதாகவும் உள்ளது.

போரிடுவதைக் குறித்துப் படிக்கும்போது பொதுவாக நாம் அதனைப் பல பாகங்களாகப் பிரிக்கிறோம். போர்க்களவழியமைப்பு, கருவிகள், செயல்படும் முறை, வியூகங்கள், என்று பிரிக்கிறோம். இவற்றைக் குறித்து ஆழமான அறிவு இருப்பதால் ஒரு போரின் முடிவை அடையலாம். ஆனால் போரில் ஒன்றை நம்மால் இவ்வழியில் பகுத்தறிய முடியாது. இரண்டு எதிரெதிர் சக்திகள் மோதும்போது எதையும் முன் கூட்டிச் சரியாகக் கூற முடியாது. நிலைமை மாறிக் கொண்டே இருக்கிறது, ஒருபக்கம் மற்றதற்கு எதிராகச் செயல்படுகிறது, எதிர்பாராத நிலை புகுகிறது. போர் உண்மையாக நடக்கும்போது உள்செயல்பாட்டில் மாறும் தன்மையைப் பாகங்களாகக் குறைக்க முடியாது அல்லது வெறும் பகுப்பாய்வில் நாம் கண்டு அளக்கக் கூடியதல்ல. இதையே விலங்கு அல்லது இயற்கை குறித்து எதையும் நாம் கூறலாம்.

இதனைப் பல பொருளாக அழைக்கலாம். முற்காலத்துச் சீனர்கள், இதனை நன்கு புரிந்து கொண்டனர், இது டாஒ (Tao) அல்லது வே (way) என்று அறியப்பட்டது. இந்த வே உலகிலுள்ள அனைத்திலுமுண்டு

மற்றும் பொருட்களுக்கிடையே உள்ள உறவிலும் அது பதிந்துள்ளது. தேர்ச்சி பெற்றவர்க்குச் சமையல், தச்சு வேலை, போர் அல்லது வேதாந்தத்தில் வேலை காணமுடியும். நாம் அதனை ***டைனமிக்,*** வாழும் சக்தி என்றழைக்கலாம். நாம் படிப்பதை அல்லது செய்பவற்றை அதுவே செயல்பட வைக்கிறது. அதுவே முழுமையாக எதுவும் செயல்படவும், அதிலிருந்தே உறவுகள் அதனுள் தோன்றவும் செய்கிறது. செஸ் பலகையில் காய்கள் நகரும் அசைவுகள் அல்ல, ஆனால் முழு விளையாட்டாகும், அது விளையாடுபவர்களின் மனோவியலை உட்படுத்தி அமைகிறது. அவர்களது காலத்தால் அமைந்த வியூகம், கடந்த கால அனுபவங்கள் நிகழ்காலத்தைப் பாதிக்கின்றன, அவர்கள் அமர்ந்திருக்கும் இருக்கைகளின் சுகம், அவர்களது சக்தி இருவரையும் பாதிக்கிறது, ஒரு வார்த்தையில் ஒரே நேரத்தில் அனைத்தும் செயல்படுகின்றன..

நீண்டகாலம், தீவிரமான உள்வாங்கலில் குறிப்பிட்ட துறையில் உள்ளதால் நிபுணர்கள் சம்பந்தப்பட்ட அனைத்துப் பாகங்களையும் படிப்பதால் புரிந்து கொள்கின்றனர். ஒரு கட்டத்தில் அவையனைத்தும் அவர்களுக்குள் ஒரு பாகமாகி விடுவதால், இப்போது அப்பாகங்களை அவர்கள் காண்பதேயில்லை. ஆனால் முழுவதும் குறித்த ***உள்ளுணர்வை உணரத்*** தொடங்குகின்றனர். அவர்கள் டைனமிக்கைக் காண அல்லது உணர்கிறார்கள்.

அவர் எதைப் படித்தாலும் அதை வியக்கத்தக்க ஆழத்திலும் மற்றும் தீவிரத்தோடும் படித்தார். ஒரு கட்டத்தில் இவையனைத்தும் அவருக்குள் ஒரு பகுதியாக மாறியது. அவரது மூளையில் அவை இணைந்து அவருக்கு முழுப் படத்தைப் பற்றிய உணர்வைத் தந்து ஒன்றுடன் ஒன்று செயல்படும் டைனமிக் உணர்வையும் அளித்தது.

முழுமையாக இந்த உள்ளுனர்வினைப் புரிந்து கொள்ளவும், இந்த டைனமிக் உணர்வை உணர்வதற்குமான திறமையைப் பெறுவது காலத்தின் வேலையாகும். மூளை உத்தேசமாக 10,000 மணிநேர பயிற்சிக்குப் பின்பு முழுவதும் மாறுகிறது என்பது நிருபிக்கப் பட்டிருக்கிறது. இந்த சக்தி மூளையில் 20,000 மணிநேரம் அல்லது அதற்கும் மேலாக ஏற்படும் மாற்றத்தின் விளைவாகும். மிகுந்த பயிற்சி மற்றும் அனுபவத்திற்குப் பிறகு, பலவிதமான தொடர்புகள் மூளைக்கும், பல வடிவான அறிவுக்குமிடையே உருவாகிறது. இவ்வாறு நிபுணர்கள் அனைத்தும் எப்படி ஒன்றுடன் ஒன்று இயற்கையாகச் செயல்படுகிற தென்று அறிகின்றனர். அவர்களால் புரிந்து கொண்டு மாதிரிகளை அல்லது தீர்வுகளை உடனே தர முடியும். இந்த நெகிழ்வுச் சிந்தனையோட்டம் படிப்படியான செயல்முறையில் ஏற்படுவதில்லை, பளீரென்று துண்டுகளாகவும், உள்பார்வையாகவும், மூளை சட்டென்று மாறுபட்ட,

ஒப்பிடமுடியாத அறிவு வடிவங்களுடன் தொடர்பு கொள்வதால் வருகிறது. நம்மைச் சரியான நேரத்தில் *திறனை* உணரச் செய்கிறது.

நிபுணர்கள் வெறுமனே அவர்களது உள்ளுணர்வைப் பின் தொடர்ந்து, பகுத்தறிவு சிந்தனையைத் தாண்டிச் செல்கிறார்கள் என்று கற்பனை செய்வது தவறான கருத்தாகும். முதலாவதாக, அவர்களுடைய கடின உழைப்பு, ஆழமான அறிவு மற்றும் பகுத்தாயும் திறன்களாலேயே அவர்கள் இந்த உயர்தரமான மதிநுட்பத்தை அடைந்துள்ளனர். இரண்டாவதாக அவர்கள் இந்த உள்ளுணர்வு அல்லது உள்பார்வையை அனுபவப்படும்போது அவர்கள் அதனை உயர்ந்த அளவு மீள் சிந்தனைக்கும், காரண காரியத்திற்கும் உட்படுத்துகின்றனர். அறிவியலில் அவர்கள் மாதங்கள் அல்லது ஆண்டுகள் உள்ளுணர்வைச் சரிபார்க்கச் செலவழிக்கின்றனர். கலைகளில், அவர்கள் உள்ளுணர்வாக வரும் எண்ணங்களைச் செயல்படுத்திப் பார்த்துப் பகுத்தறிவோடு அதனை ஒரு வடிவமாக்குகின்றனர். இதனைக் கற்பனை செய்து பார்ப்பது நமக்குக் கடினம், ஏனெனில் நாம் உள்ளுணர்வையும், பகுத்தறிவையும் தனித்தனியாகக் காண்கிறோம், ஆனால் உண்மையில் இந்த உயர் மட்டத்தில் அவை நன்றாக இணைந்து செயல்படுகின்றன. நிபுணர்களின் காரண காரியங்கள் உள்ளுணர்வால் வழிகாட்டப்படுகிறது. அவர் களுடைய உள்ளுணர்வு தீவிரமான பகுத்தறிவு கவனக் குவிப்பிலிருந்து வருகிறது. இரண்டும் ஒன்றோடு ஒன்று இணைந்தது.

நிபுணத்துவம் பெறுவதற்குக் காலம் முக்கியமான காரணமென்றாலும், இந்த உள்ளுணர்வு, நாம் பேசும் இந்தக் காலம் நடு நிலைமையிலோ அல்லது வெறும் அளவோ அல்ல. பதினாறாவது வயதில் ஐன்ஸ்டீனின் ஒரு மணி நேரச் சிந்தனை உயர்நிலைப்பள்ளியில் இயற்பியல் கணக்கு ஒன்றைச் செய்வதற்காகச் செலவிடும் மாணவனின் நேரத்திற்குச் சமமில்லை. ஒரு விஷயத்தை இருபதாண்டுகள் படித்து பின்பு நிபுணராக வரலாம். அது பெரிதில்லை. நிபுணத்துவதிற்கான நேரம், நம்முடைய தீவிரமான கவனக் குவிப்பையே நம்பியுள்ளது.

இந்த உயர்மட்ட மதிநுட்பத்தைப் பெறுவதற்கான வழி நம்முடைய ஆய்வுக் காலத்தைத் *தரமானதாக* ஆக்குவதே. நாம் வெறுமனே தகவல்களை உள்வாங்கிக் கொள்வதில்லை, அது நமக்குள் ஒன்றாக நம்முடைய தாகி, இவ்வறிவைச் செயல்முறையில் பயன்படுத்துகிறோம். பலவகை தனிப் பொருட்களுக்கிடையிலான தொடர்பைக் காண முயன்று, கற்கிறோம், மறைந்துள்ள விதிகளைப் பயிற்சிக் காலத்தில் காண முயல்கிறோம். நாம் ஏதாவது தோல்விகள் அல்லது பின்னடைவுகளை அனுபவித்தால், நாம் அவற்றை விரைவில் மறப்பதில்லை ஏனெனில் அவை நம் சுயமதிப்பை அவமதிக்கிறது. மாறாக நாம் அவற்றைக் குறித்து ஆழமாகச் சிந்திக்கிறோம், எது தவறாகப் போனது என்று கண்டுபிடிக்க

முயல்கிறோம். நம் தவறுகளுக்கு ஏதாவது மாதிரிகள் உள்ளனவா என்று பகுத்துணர்கிறோம். நாம் முன்னேறும்போது, நாம் கற்ற அனுமானங்களையும், மரபுகளையும் கேள்வி கேட்கத் தொடங்குகிறோம். விரைவிலேயே நாம் பரிசோதனை செய்யத் தொடங்கிக் கூடுதலாகச் செயல்படத் தொடங்குகிறோம். நிபுணத்துவத்திற்கான வழியின் பலதரப்பட்ட தருணங்களில் எல்லா கட்டத்திலும் நாம் தீவிரத்தோடு தாக்குகிறோம். ஒவ்வொரு தருணமும், ஒவ்வொரு அனுபவமும் நமக்கான பாடத்தைக் கொண்டிருக்கிறது. நாம் எப்போதும் விழித்திருக்கி றோம், ஒரு போதும் வெறுமனே எதையும் செய்வதில்லை.

மார்சல் ப்ரோஸ்டின் அந்த இருபதாண்டுப் பயிற்சிக் காலம் தரமான வையாக, சாதாரண மனிதனிலிருந்து மாறுபட்டு அமையக் காரணம், அவருடைய தீவிரமான கவனமே. அவர் புத்தகங்களை வெறுமனே படிக்கவில்லை. அவற்றை முழுவதும் அலசி ஆராய்ந்து அக்கக்காகப் படித்து, மதிப்பான பாடங்களைக் கற்றார். அதைத் தன் வாழ்வில் பயன் படுத்தவும் செய்தார். அவர் வெறுமனே மனிதர்களோடு பழகவில்லை. அடிப்படையில் அவர்களைப் புரிந்து கொள்ளப் பிரயத்தனப்பட்டார், அவர்களது ரகசியத் தூண்டுதல்களை வெளிப்படுத்தவும் முயன்றார். அவர் வெறுமனே மொழி பெயர்க்கவில்லை, ரஸ்கின்னின் மனதிலேயே வாழ முயன்றார். முடிவில் அவரது தாயின் இறப்பைக் கூட அவரது வளர்ச்சிக்குப் பயன்படுத்திக் கொண்டார். தாய் இல்லாததால் அவருடைய மன அழுத்தத்திலிருந்து விடுபட எழுதினார். அவர்களிருவருக்குமிடையே இருந்த உணர்வுகளை அவர் எழுத இருந்த புத்தகத்தில் மீட்டுருவாக்கம் செய்ய வழி தேடினார். அவரே பின்னால் இதனை, விவரித்தபோது இவ் வனுபவங்கள் அனைத்தும் விதைகள் போன்றவை, அவர் நாவலைத் தொடங்கிய பிறகு, அவர் தோட்டக்காரன் செடிகளைப் பாதுகாத்து, வளர்ப்பதைப் போல அவருக்குள்ளே பல ஆண்டுகளுக்கு முன்பே வேர் கொண்டவற்றைப் போற்றினார்.

ப்ரவுஸ்ட்டைப் போல நீங்களும் விதியைக் குறித்த உணர்வைப் பெற வேண்டும். அதனோடு எப்போதும் தொடர்பு கொள்ள வேண்டும். நீங்கள் தனித்துவம் உடையவர், உங்களது தனித்துவத்திற்கு ஒரு நோக்கம் உள்ளது. ஒவ்வொரு பின்னடைவையும், தோல்வியையும் அல்லது துன்பத்தையும் நீங்கள் வெற்றிப் பாதையின் சோதனையாகவே காண வேண்டும். எப்படி வளர்க்க வேண்டுமென்று நீங்கள் அறிந்தால் அவை பின்னால் வளர்ப்பதற்கான செடிகளின் விதைகளே. ஒவ்வொரு அனுபவமும் கற்றுத்தரும் பாடங்களை நீங்கள் கவனித்துப் படித்தால் ஒரு கணம் கூட வீணானது அல்ல. உங்களது வாழ்க்கையின் வேலைக்கான தொடர்பை எப்போதும் விட்டு விடாமல், நீங்கள் அறியாது உங்கள்

வாழ்வில் சரியான தேர்வுகளைச் செய்வீர்கள். கால கிராமத்தில் நிபுணத்துவம் பெறுவீர்கள்.

உயர்மட்ட உள்ளுணர்வு, அடிப்படையில் ஞாபகத்தால் செயல்படுகிறது. நாம் எந்தவகைத் தகவல்களைப் பெற்றாலும், அதை நினைவு வலைப்பின்னலின் சூத்திரமாக மூளையில் நினைவுக் குறிப்பாக வைக்கிறோம். இந்த வலைப்பின்னலின் ஸ்திரத்தன்மையும், நிலைத்து நிற்றலும் திரும்பச் சொல்வதில், அனுபவத்தின் தீவிரம் மற்றும் எவ்வளவு ஆழமாக நாம் கவனம் செலுத்துகிறோம் என்பதை அடிப்படையாகக் கொண்டது. அந்நிய மொழிப் பாடத்திலுள்ள சொற்களை நாம் அரை கவனத்துடன் கேட்டால், அதை நாம் எந்த மட்டத்திலும் தக்க வைத்துக் கொள்ள முடியாது. ஆனால் அம் மொழி பேசப்படும் நாட்டில் நாமிருந்தால், அதே சொற்கள் திரும்பச் சொல்லப்பட்டுக் கேட்கும் சூழலிருக்கும். அது தேவை என்பதால் நாம் ஆழமாகக் கவனிக்கலாம். நினைவில் அது அந்த அளவிற்கு நிலை பெறும்.

குறிப்பிட்ட துறை அல்லது விஷயத்தை ஆய்வு செய்வதற்காகப் பல ஆண்டுகள் செலவிடுபவர்கள், இத்தகைய பல நினைவு வலைப்பின்னல்களையும் பாதைகளையும் உருவாக்குகின்றனர். அவர்களது மூளை எப்போதும் பல துண்டு தகவல்களுக்கு இடையிலான தொடர்பைத் தேடுவதும் கண்டு பிடிப்பதுமாகவுள்ளது. உயர்மட்டச் சிக்கல் ஒன்றை எதிர்கொள்ள நேரிடும்போது, இத்தேடல் நூறு திசைகளில் சுயவுணர்வுக்குக் கீழே செல்கிறது. அதனை உள்ளுணர்வு வழிப்படுத்தி விடை இருக்கும் பக்கம் செலுத்துகிறது. எல்லா விதமான வலைப்பின்னல்களும் செயல்படத் தொடங்குகின்றன, எண்ணங்களும் தீர்வுகளும் மேலெழும்புகின்றன. குறிப்பாகப் பயனுடையவை மற்றும் பொருத்தமானவை நினைவில் தங்குகின்றன, அவை செயல்படுகின்றன. ஒரு விடைக்குப் படிப்படியாகக் காரணம் கூறுவதை விட சுயவுணர்விற்கு உடனடி உணர்வாக வருகிறது. உயர்வான எண்ணிக்கையுடைய அனுபவங்கள் மற்றும் நினைவு வலைகள், இறுக்கமாகப் பின்னப்பட்டு, நிபுணர்களின் மூளையைப் பரந்த பரிணாமமுடைய இடத்தை ஆய்வு செய்யச் செய்கிறது. இது டைனமிக்கின் யதார்த்தத்தை உணரச் செய்கிறது.

இந்த உயர்மட்ட உள்ளுணர்விற்கு, எந்தத் திறனையும் போலப் பயிற்சியும் அனுபவமும் தேவை. தொடக்கத்தில் நம்முடைய உள்ளுணர்வு மிக வலுவற்றதாக, நம்முடைய கவனத்தை, நம்பிக்கையைப் பெறாது போகலாம். எல்லா நிபுணர்களும் இந்த அதிசயத்தைப் பற்றிப் பேசியுள்ளனர். எனினும் பழகப் பழக அவர்களுக்கு வரும் இந்த வேகமான எண்ணத்தை கவனிக்கக் கற்றுக் கொண்டனர். அதன்படி நடக்கவும் அதன் உண்மையைச் சரியா என்று சோதிக்கவும் செய்தனர். சில எங்கும் கொண்டு செல்லாமல் போகலாம், ஆனால் மற்றவை மிகப்பெரிய நுண்ணறிவை

அளிக்கின்றன. காலப்போக்கில், இதுபோன்ற உயர்மட்ட உள்ளுணர்வுகளை மேன்மேலும் பெறலாம் என்று நிபுணர்கள் கண்டனர். அவை இப்போது மூளை முழுவதும் பிரகாசித்துக் கொண்டிருகின்றன. இந்தச் சிந்தனையைச், சரிவர எப்போதும் பெறுவதற்கு, அதனை அவர்களது பகுத்தறிவுச் சிந்தனை வடிவிலே இன்னும் ஆழமாக ஒன்று படுத்தலாம்.

இந்த உள்ளுணர்வு வடிவிலான மதிநுட்பம், சிக்கலான அடுக்குகளிலுள்ள தகவல்களை அறியவும், முழுமையான உணர்வைப் பெறவும் உருவாக்கப்பட்டது. இன்றைய உலகில், இம்மட்ட அளவிலான சிந்தனையை அடைவதற்கான தேவை, முன்பு எப்போதையும் விட முக்கியமானது. எந்தத் தொழில் பாதையைப் பின்பற்றுவதும் கடினமானது, அதற்கு நிறையப் பொறுமை மற்றும் ஒழுக்கமும் தேவை, அதனை நாம் வளர்த்துக்கொள்ள வேண்டும். நாம் எத்தனையோ அடிப்படைப் பொருட்களில் மேதைமை பெற வேண்டியுள்ளது, இது அச்சத்தை ஏற்படுத்தலாம். தொழிநுட்பக் கூறுகளை, சமுதாய மற்றும் அரசியல் விளையாட்டை, நம் வேலைக்கான பொது ஜன அபிப்பிராயங்களை மாறிக் கொண்டிருக்கும் நம் துறையை நாம் கற்க வேண்டும். ஏற்கெனவே அச்சமூட்டும் இந்த ஆய்வின் எண்ணிக்கையோடு, நமக்கு இன்று கிடைக்கும் பெரிய பரப்பிலான தகவல்களையும் சேர்த்துக்கொள்ள வேண்டும். நாம் இவையனைத்திற்கும் மேலாக இருக்க வேண்டுமென்பது, நமது திறமைக்கு அப்பாற்பட்டதாகத் தோன்றலாம்.

இந்த வெப்பமான சுற்றுச்சூழலில் மேன்மேலும் மனிதர்கள் விடுபடவே விரும்புகின்றனர். எளிதான யாதார்த்தக் கருத்துக்கள் மற்றும் மரபுவழிச் சிந்தனையை வரவேற்பார்கள். விரைவாகவும் எளிதாகவும் அறிவு பெறுவதற்கான சூத்திரங்களைக் கண்டு மயங்குவார்கள். நேரமும், கூடியும் குறைந்துமாக மாறும் தன்னலத்தை வளர்க்கும் திறன்களுக்கான விருப்பத்தை இழப்பார்கள். இம்மனிதர்கள் உலகிற்கு எதிராகவும், அவர்களுடைய பிரச்னைகளுக்குப் பிறரையும் குற்றம் கூறுவார்கள். வெளியேறுவதற்கு அரசியல் நியாயப்படுத்தலைக் கூறுவர், எனினும் உண்மை என்னவென்றால் அவர்களால் சிக்கல்தரும் சவால்களை சமாளிக்க முடியவில்லை என்பதே. அவர்களுடைய மன வாழ்வை எளிதாக்க, அவர்கள் யதார்த்தத்திலிருந்து தங்களது தொடர்பை அறுத்துக் கொண்டு, மனிதமூளை எவ்வளவோ கோடானு கோடி ஆண்டுகளாக உருவாக்கிய அனைத்துச் சக்தியையும் நடுநிலைமைப் படுத்துகிறார்கள்.

இந்த எளிதான மற்றும் எளிமையானதற்கான ஆசை நம் அனைவரையும் பலசமயங்களிலும் நாம் அறியாத வழிகளில் நம்மைத் தொற்றிக் கொள்கிறது. இதற்கான ஒரே தீர்வு பின்வருமாறு அமைகிறது. எப்போதெல்லாம் சிக்கலான அல்லது குழப்பத்தை நாம் எதிர் கொள்கிறோமோ அப்போது நாம் உணரும் கவலையை சாந்தப்படுத்தக்

கற்க வேண்டும். பயிற்சி நிலையிலிருந்து நிபுணத்துவத்திற்கான நம்முடைய பயணத்தில், நாம் பொறுமையோடு தேவைப்படும் பல்வகை பாகங்களையும், திறன்களையும் கற்க வேண்டும். ஒருபோதும் மிக தொலை தூரத்தைக் காண முயலக் கூடாது. சிக்கலான நேரத்தில் தன்னிலை இழக்காது, தேவைக்கு மேல் பிரதி செயல்படாது இருக்க வேண்டும். நிலைமை சிக்கலானதாகவும்,மற்றவர்கள் அதற்கான விடையைத் தெளிவாகவும் தர முயலும்போது அல்லது வழக்கமான மரபு பதில்கள் வரும்போது, அத்தகைய சபலத்தை எதிர்க்க வேண்டும். நம்முடைய எதிர்மறைத் திறமையையும், ஓரளவு விலகியிருக்கவும் செய்ய வேண்டும். இதனால் சகிப்புத் தன்மையையும் குழப்பமான தருணங்களைப் பற்றிய எண்ணமும் கிடைக்கிறது. இது நமக்குப் பல செயல்களுக்கு அல்லது தீர்வுகளுக்கான பயிற்சியைத் தருகிறது. நம்முடைய கவலையை எவ்வாறு சமாளிப்பது என்று கற்றுக் கொள்கிறோம். இது குழப்பமான நிலைகளுக்கான முக்கியமான திறன்.

இந்தச் சுய கட்டுப்பாட்டைப் பெற, சிறப்பான நினைவுத் திறனைப் பெறுவதற்கு நம்மால் முடிந்த அனைத்தையும் செய்ய வேண்டும். அது தொழில்நுட்பம் சார்ந்த நமது சூழலில் முக்கியமான திறன்களில் ஒன்றாகும். தொழில்நுட்பத்திலுள்ள சிக்கல் யாதெனில் அளவுக்கதிகமான தகவல்களை நமக்களிக்கிறது, நம்முடைய நினைவாற்றலை மெல்ல அதனை நினைவில் கொள்வதை அழித்து விடுகிறது. மூளைக்குப் பயிற்சியளிக்கும் வேலைகளாக, தொலைபேசி எண்களை நினைவு கொள்வது, எளிய கணக்குக் கூட்டல்களைச் செய்வது, வழியறிதல், நகரத்தின் தெருக்களை நினைவு கொள்ளல், இவை இப்போது நமக்காகச் செய்யப்படுபவை, எந்த தசையும் போலவே, மூளையும்- உபயோக மின்மையால் தொள தொளவென்று ஆகிவிடும். இதனைத் தடுக்க, நம்முடைய ஓய்வு நேரங்களில் நாம் மகிழ்விக்கும் திசைதிருப்பும் நிகழ்வுகளைத் தேடக் கூடாது. நாம் ஏதேனும் பொழுதுபோக்கை-ஒரு விளையாட்டு, இசைக்கருவி, அந்நியமொழி, நமக்கு மகிழ்வையும் அதே நேரம் நம் நினைவுத்திறமை, மற்றும் மூளையின் நெகிழ்வுத் தன்மையை, வலுவூட்டவும், சந்தர்ப்பம் அளிப்பதைத் தேர்வு செய்ய வேண்டும். இவ்வாறு செய்யும்போது, பெரிய அளவிலான தகவல்களை, கவலை அல்லது தளர்ச்சியடையாது நம்மால் முறைப்படுத்த முடியும்.

இப்போக்கினைப் போதுமான காலம் உண்மையாகப் பின்பற்றினால், முடிவில் நமக்கு உள்ளுணர்வு சக்தி பரிசாகக் கிடைக்கும். முழுமையான வாழும்-மூச்சு விடும்-மாறும் மிருகம்-நம்முடைய துறை நமக்குள் அங்கமாகி நம்மோடு வாழும். இச்சக்தியின் ஓர் அம்சம் நம்மிடமிருந்தாலும், அது உடனே நம்மை மற்றவர்களிடமிருந்து வேறுபடுத்தி விடும். நாம் செய்வதறியாது, இயல்பாகவே சிக்கலாக

வுள்ளதை எளிமைப்படுத்த கஷ்டப்படுவோம். மற்றவர்களை விட வேகமாகவும் பயனாகவும் நம்மால் பிரதிபலிக்க முடியும். நமக்குக் குழப்பமாகத் தோன்றியது, இப்போது வெறும் நெகிழ்ந்து போகும் நிலையாகக் குறிப்பிட்ட இயக்க ஆற்றலோடு நாம் உணரக் கூடிய, எளிதாக சமாளிக்கக் கூடியதாக இருக்கும்.

உண்மைக்குத் திரும்புதல்

சில திருப்பு முனைகளை நாம் அடையாளம் காண முடியும். ஒற்றை மூதாதையரிடமிருந்து மனிதர்களாகிய நாம் தோன்றியது. (முதல் செல்கள், எளிய விலங்குகள், பாலூட்டிகள் பின்பு ஆதிமனிதர்கள்). அனைத்து உயிர் வடிவங்களும் இந்தப் பொதுவான தொடக்கத்திலிருந்து தொடங்கியதால், அவை அனைத்தும் ஏதோ வழியில் ஒன்றுடன் ஒன்று தொடர்புடையவை. மனிதர்களாகிய நாம் இந்த வலைப்பின்னலில் சம்பந்தப்பட்டுள்ளோம். இதை மறுக்க முடியாது.

இந்த வாழ்க்கையின் ஒன்றோடு ஒன்றிற்கான தொடர்பை ***இறுதி உண்மை*** என்று அழைப்போம். இந்த உண்மையின் உறவில், மனிதமனம் இரண்டில் ஒரு திசையில் செல்கிறது. ஒருபக்கம், மனம் இந்த ஒன்றுடன் ஒன்றிற்கான தொடர்பிலிருந்து அகன்று சென்று, பொருட்களுக்கான தனித்துவத்தில் கூர்த்த கவனம் செலுத்துகிறது, பொருட்களை அவை உள்ள இடத்திலிருந்து எடுத்து அவற்றைத் தனித்தனிப் பொருளாக அலசுகிறது. இதனுடைய மிதமிஞ்சியபோக்கு உயர்ந்த விசஷேமான அறிவு வடிவங்களுக்குக் கொண்டு செல்கிறது. ஒரு பக்கம், மனதை இந்த உள்இணைப்புகளிடமிருந்து விலகிச் செல்ல முயல்கிறது. பொருட்களின் வேறுபாட்டின் மீது கவனத்தைச் செலுத்த முயல்கிறது. அவற்றை அதனிடத்திலிருந்து எடுத்து தனிப் பொருட்களாகப் பகுத்தாய முனைகிறது. அதிகபட்ச நிலையில் இப்போக்கு மிக உயர்ந்த அறிவு நிலைக்குக் கொண்டு செல்கிறது.

மற்றொரு பக்கம் மூளையின் எதிர்க்கும் போக்கு, அனைத்திற்கும் இடையே தொடர்பு வேண்டும் என்கிறது. பொதுவாக இது ஆழமான அறிவுத் தேடலில் ஈடுபடும் தனிநபர்களிடம் உண்டாகிறது. அங்கு இந்தச் சேர்க்கைகள் உயிர் பெறுகின்றன. இந்தப் போக்கை நிபுணர்களிடம் எளிதில் காண முடிந்தாலும், வரலாற்றில் சில இயக்கங்கள் மற்றும் வேதாந்தங்களிலும் இவ்வுண்மைக்குத் திரும்புதல் மிக அதிகமாகக் காணப்படும் பண்பாடு, காலப்பண்பில் (Zeitgeist) ஒரு பகுதி ஆகும்.

இதற்கான மிகச்சிறந்த எடுத்துக்காட்டு மறுமலர்ச்சிக் காலம். (Renaissence) இது பண்பாட்டு இயக்கம். இதன் லட்சியம் உலக மனிதன்- அனைத்து அறிவுக் கிளைகளையும் தொடர்புபடுத்த முடிந்தவன், படைத்தவனின் மதிநுட்பத்தைக் கிட்டத்தட்ட பெற்றவன்.

இன்று நாம் உண்மைக்குத் திரும்பியதற்கான அறிகுறிகளுக்குச் சாட்சியாக இருப்பதாகக் கூறலாம், புதிய வடிவத்திலான மறுமலர்ச்சி. அறிவியலில் இதற்கான முதல் விதைகள் பாரடே, மேக்ஸ்வெல் மற்றும் ஐன்ஸ்டீனுடன் தொடங்கின. அவர்கள் தனி துகள்களுக்கு மாறாக அதிசயத்திற்கும் வேகத்திற்கான துறைகளுக்குமுள்ள உறவு நிலைகளின் மேல் கவனத்தைச் செலுத்தினர். பெருமளவில் இன்று விஞ்ஞானிகள், அவர்களுடைய பலவகை பிரத்யேகமானவற்றை மற்றவற்றுடன் தொடர்புபடுத்த முயல்கின்றனர். எடுத்துக்காட்டாக நரம்பியல் அறிவியல் (Neuro Science) பிற துறை விஷயங்களோடு கலந்துள்ளது. இதன் அறிகுறிகளை நாம் வளரும் கொள்கைகளின் சிக்கல்களுக்கு மாறுபட்ட துறைகளான பொருளாதாரம், உயிரியல், கணினி போன்றவைகளைப் பயன்படுத்துவதில் காண்கிறோம். சுற்றுப்புறச்சூழல் குறித்த நமது விரிவான சிந்தனையில் இதைக் காணலாம். இயற்கையின் டைனமிக் செயல்பாடுகளின் உண்மையான கருத்தாக்கமாக உள்ளது. ஆரோக்கியம் மற்றும் மருத்துவத்தில், உடலை முழுமையாகக் காணும் அறிவார்ந்த அணுகுமுறையில் காண்கிறோம். இதுவே எதிர்காலத்தின் போக்காக அமையும், ஏனெனில் சுய உணர்வின் நோக்கமே, நம்மை உண்மையோடு தொடர்புபடுத்துவதே ஆகும்.

தனிநபர்களாக இப்போக்கில் பங்கேற்க நிபுணத்துவத்தை அடைய முயன்றால் போதும். நம்முடைய பயிற்சிகளில் நாம் இயல்பாகவே பாகங்களைப் படித்துப் பலவகை வேறுபாடுகளைச் செய்கிறோம்-சரி மற்றும் தவறான வழியில் செல்வது, தனிநபர் திறன்களில் திறமை பெறுவது மற்றும் அவர்களுடைய குறிப்பிட்ட தொழில் நுட்பத்திறன்கள், பலவகை விதிகள், குழுவைக் கட்டுப்படுத்தும் மரபுகளைக் கற்கிறோம். படைப்பாக்கம் செயல்படும் கட்டத்தில் நாம் பரிசோதனை செய்யும் போது இந்த வேறுபாடுகளைக் கரைத்து விடுகிறோம். இந்த மரபுகளை நமது நோக்கத்திற்குப் பொருந்தும்படி வடிவுதந்து மாற்றி விடுகிறோம். முழுமைக்குத் திரும்பும் உணர்வுடன் நிபுணத்துவத்தில் நாம் ஒரு வட்டம் முழுமையாக வருகிறோம். நாம் தொடர்புகளைப் புரிந்து கொள்கிறோம். இதன் வழி மூளை உண்மையின் பரிமாணத்திற்கு விரிவடைகிறது. விஷேசப்படுதலின் மிகக் குறுகிய தன்மைக்குச் சுருங்கி விடாது உள்ளது. ஒரு துறையில் ஆழமாக ஈடுபடும்போது இது தவிர்க்க முடியாதது. மதிநுட்பத்தை, சூழலுக்கேற்பச் சிந்திப்பது என்று வரையரைப்படுத்தலாம். அது பொருட்களின் இடையிலான உறவுகளின் உணர்வை உணர்ந்துள்ளது.

இந்த வழியில் சிந்தியுங்கள்: முடிவாக நீங்கள் உண்டாக்கும் வேறுபாடு உங்களுக்கும், உலகிற்கும் இடையிலானது. அதில் உட்புறமும் (உங்களது துறை சார்ந்த அனுபவம்) வெளிப்புறமும் உண்டு. ஆனால் நீங்கள் புதிதாக ஒன்றைக் கற்கும் ஒவ்வொரு முறையும், உங்களது மூளை புதிய

தொடர்புகள் உருவாவதால் மாற்றமடைகிறது. உலகில் நிகழும் ஒன்றைக் குறித்த உங்களது அனுபவம் உங்கள் மூளையை உடல் நிலையில் மாற்றமடையச் செய்கிறது. உங்களுக்கும், உலகிற்குமுள்ள எல்லை, நீங்கள் கற்பனை செய்திருப்பதை விட அதிகம் மாறிக்கொண்டிருப்பது. நீங்கள் நிபுணத்துவத்தை நெருங்கும் போது உங்களது மூளையின் அடிப்படையே பல ஆண்டு பயிற்சி மற்றும் பரிசோதனை செயல் பாட்டால் மாற்றமடைகிறது. அது இப்போது முற்காலத்திலிருந்தது போன்ற எளிய சுற்றுச்சூழல் அமைப்பு அன்று. ஒரு மேதையின் மூளை மிக வளமாக ஒன்றுடன் ஒன்று தொடர்புடையது, எனவே அது பௌதீக உலகை ஒத்திருக்கிறது, செயல்படும் சுற்றுச்சூழலாகிறது. அதில் அனைத்துச் சிந்தனை வடிவங்களும் இணைந்து தொடர்பு கொள்கின்றன. இந்த மூளைக்கும், சிக்கலான வாழ்விற்குமுள்ள ஒத்த தன்மையே முடிவாக உண்மைக்குத் திரும்பியமைக்குப் பிரதிநிதியாக உள்ளது.

நிபுணத்துவமடைவதற்கான வழிமுறைகள்

உள்ளுணர்வுள்ள மனது புனிதமான பரிசு; பகுத்தறிவுள்ள மனது உண்மையான வேலைக்காரன். வேலைக்காரனுக்கு மதிப்பளித்து, பரிசை மறந்து போன ஒரு சமுதாயத்தை நாம் உருவாக்கியுள்ளோம்.

-ஆல்பர்ட் ஐன்ஸ்டீன்

நிபுணத்துவமென்பது மேதாவித்தனம் அல்லது திறமையின் செயல் அல்ல. குறிப்பிட்ட அறிவுத்துறையில் செலுத்தப்படும் தீவிரமான கவனக் குவிப்பு மற்றும் காலத்தின் செயலாகும். மேலும் இதற்கு இன்னொரு மூலப்பொருள் எக்ஸ் (X) காரணி என்பதை நிபுணர்கள் நிச்சயமாகப் பெற்றுள்ளனர். அது மாயமாகத் தோன்றினும், நம் அனைவராலும் பெறக் கூடியதே. நாம் எந்தத் துறை செயல்களில் ஈடுபட்டிருந்தாலும், பொதுவாக மேலிடத்தை அடைவதற்கான ஏற்கப்பட்ட பாதை உள்ளது. அப்பாதையைப் பிறரும் பின்பற்றியுள்ளனர். நாம் தேவாலயத்தைப் பின்பற்றுபவர்களானதால் (Conformist) நம்மில் பெரும்பாலோர் இந்த மரபு வழியைத் தேர்வு செய்கிறோம். ஆனால் நிபுணர்களிடம் பலமான உள் வழிகாட்டும் அமைப்புள்ளது. அத்துடன் உயர்மட்டச் சுயவிழிப்பும் உள்ளது. கடந்த காலத்தில் மற்றவர்களுக்குப் பொருந்தியது அவர்களுக்குப் பொருந்தவில்லை. அவர்களுக்குத் தெரியும் மரபு வார்ப்பில் பொருந்த முயல்வது உற்சாகத்தைக் குறைக்கவே செய்யும். அவர்கள் தேடும் உண்மை நழுவிப் போகும்.

எனவே இந்த நிபுணர்கள் அவர்களுடைய தொழில் பாதையில் முன்னேறும்போது முக்கியக் கட்டத்தில் அவர்கள் வாழ்க்கையில்

ஒரு தேர்வைச் செய்வது தேவையாகிறது. அவர்களுடைய சொந்தப் பாதையிலே முன்னேற முடிவு செய்கின்றனர் அதனை மற்றவர்கள் மரபற்றதாகக் காண்பார்கள். ஆனால் அது அவர்களது உற்சாகத்திற்குப் பொருந்தி, இயற்கையாக இணைந்து அவர்களது ஆய்வின் பொருள் பற்றி மறைந்துள்ள உண்மைகளைக் கண்டுபிடிக்கும் அருகில் அழைத்துச் செல்கிறது. இந்த முக்கிய முடிவிற்குள் தன்னம்பிக்கையும் சுயவிழிப்பும் வேண்டும்-நிபுணத்துவத்தை அடைவதற்குத் தேவையான, எக்ஸ் காரணி. பின்வருவன, இந்த எக்ஸ் காரணிக்கான எடுத்துக்காட்டுகள். அது செயலில் மற்றும் வியூகத்தின் தேர்வாக அழைத்துச் செல்கிறது. கொடுக்கப்பட்டுள்ள எடுத்துக்காட்டுக்கள் இக் குணத்தின் முக்கியத்துவத்தைக் காட்டவும், எப்படி அதனை நம் சூழ்நிலைக்குப் பொருத்திக் கொள்ளலாம் என்பதையும் காட்டுகிறது.

1. உங்களது சுற்றுப்புறத்துடன் தொடர்பு கொள்ளுங்கள் – முற்காலத்துச் சக்திகள்

உங்களது சுற்றுப்புறத்தோடு ஆழமாகத் தொடர்பு கொள்ளும் திறமை மிகப் பழமையான மற்றும் பல வழிகளில் மிகச் சக்தியான நிபுணத்துவத்தின் வடிவத்திற்கு மூளை நம்மைக் கொண்டு வருகிறது. இது பழைமையான ஆப்பிரிக்க சவானாவுக்குப் பொருந்துவது போல, தற்காலத்துறை அல்லது அலுவலகத்திற்கும் பொருந்தும். நாம் இச்சக்தியை முதலில் நம்மை முழுமையான கவனிப்பாளராக மாற்றுவதன் வழி பெறுகிறோம். நம்முடைய சுற்று வட்டாரத்திலுள்ள அனைத்தையும் மறைந்துள்ள சைகையாக அதன் சக்தியைப் புரிந்துகொள்ள முயல்கிறோம். எதையுமே பார்த்தவுடன் மதிப்பீடு செய்வதில்லை. அவர்களோடுதான் நாம் நாள்தோறும் வேலை செய்கிறோம்; பழகுகிறோம். அவர்கள் சொல்வது மற்றும் செய்வது, கீழே மறைந்துள்ள எதனையோ வெளிப்படுத்துகிறது. நாம் பொதுமக்களோடு பழகுவதைக் காணலாம், அவர்கள் நம் வேலையை எப்படி ஏற்கிறார்கள் மனிதர்களுடைய சுவை எப்படி எப்போதும் மாறிக் கொண்டிருக்கிறது என்று பார்க்கலாம். நம்முடைய துறையின் அனைத்து அம்சங்களிலும் நாம் மூழ்கி ஆழமான கவனத்தை அளிக்கலாம். எடுத்துக்காட்டாக, மிகப்பெரிய பங்கு வகிக்கும் பொருளாதாரக் காரணியைக் காட்டலாம். நாம் ப்ராவ்ஸ்டியன் எட்டுகால் பூச்சி (Proustian spider) போலாகி, மிகச் சிறிய அதிர்வுகள் நம் வலையில் ஏற்பட்டாலும் உணர்கிறோம். பல ஆண்டுகளாக இவ் வழியில் முன்னேறும் போது பல பகுதிகளாக உள்ள நமது அறிவு இணைந்து, ஒட்டுமொத்தமாக ஒரு சுற்றுப்புறத்திற்கான உணர்வைத் தருகிறது. மாறும் சிக்கலான சுற்றுப்புறத்திற்காக நாம் அதிக முயற்சி மற்றும் அளவுக்கதிகமாக நம்மைக்

கஷ்டப்படுத்திக் கொள்வதற்கு மாறாக நம்மால் அதனை உள்ளிருந்து அறிந்து மாற்றம் நிகழ்வதற்கு முன்பே அதனை உணரலாம்.

நமது ஆதி கால முன்னோர்களுக்கு நிபுணத்துவத்திற்கான அணுகு முறையில் மரபற்றதாக ஏதுமில்லை. ஆனால் நமக்கு, நம்முடைய தொழில்நுட்பம் முன்னேறியுள்ள காலத்தில், அது போன்ற மென்மையான கவனிப்பாளர்களாக, தொழில்நுட்பம் அளிக்கும் எல்லா கவனச் சிதறல்களுக்கும் பலியாகக் கூடாது. நாம் சற்று முற்காலத்தவராக இருக்க வேண்டும். நாம் நம்பும் முதல் கருவி நம்முடைய கண்களால் கவனித்து, அலசுவதற்கு நம் மூளையையும் நம்ப வேண்டும். பல ஊடகத்தின் வழி நமக்குக் கிடைக்கும் தகவல்கள், சுற்றுப் புறத்துடனான நம் தொடர்பிற்கான ஒரு சிறிய பகுதியே. தொழில்நுட்பம் நமக்களிக்கும் சக்தியால் எளிதாக வசீகரிக்கப்படலாம், அதனை வழியாக அல்லது முடிவாகக் காணலாம். அது நிகழும்போது நாம் உண்மையான சுற்றுப்புறத்துடன் தொடர்பு கொள்கிறோம். நம்முடைய கண்கள் மற்றும் மூளையின் சக்தி மெல்ல மங்குகிறது. நீங்கள் உங்களது சுற்றுப்புறத்தை உடலாகக் கண்டு அதனோடு சதைபோல் தொடர்பு கொள்ள வேண்டும். ஏதாவது கருவியோடு நீங்கள் அன்பு வயப்பட்டுக் கண்மூடித்தனமாக வழிபட வேண்டுமெனில் அது உங்களது மூளைதான், மிக அற்புதமான, வியக்கத்தக்க, தகவல்களைப் பிரித்தறியும் கருவி, இதுபோன்ற ஒன்றை உலகம் கண்டதில்லை. அதனுடைய சிக்கலான தன்மையை நம்மால் நினைத்துப் பார்க்க முடியாது. அதனுடைய பரிமாண சக்தி எந்த தொழில்நுட்பத்தையும், பயனையும் ஊதித்தள்ளி விடும்.

2. உங்களது பலத்தைப் பயன்படுத்துக – உயர்ந்த கவனக் குவிப்பு

நிபுணத்துவத்திற்குப் பல வழிகள் உண்டு, நீங்கள் விடாமுயற்சியுடன் இருந்தால் உங்களுக்குப் பொருத்தமான ஒரு வழியைக் காண்பீர்கள். ஆனால் இதில் முக்கியமானது, இச்செயல்முறையில் உங்களது மனம் மற்றும் உளரீதியான பலத்தை அறிந்து அவற்றுடன் வேலை செய்வதே. நிபுணத்துவ நிலைக்கு உயர்வதற்குப் பலமணி நேரம் அர்ப்பணிப்பு உணர்வுடன் கவனக்குவிப்புடனும் பயற்சி தேவைப்படும். உங்கள் வேலை மகிழ்ச்சியைத் தராது. நீங்கள் எப்போதும் உங்களது பலவீனங்களை வெற்றி கொள்ளப் போராடிக் கொண்டிருந்தால் அந்த நிலையை அடைய முடியாது.நீங்கள் உங்களுக்குள்ளே பார்த்து, உங்களிடமுள்ள இந்தக் குறிப்பிட்ட பலங்கள் மற்றும் பலவீனங்களைக் குறித்துப் புரிந்து கொள்ள வேண்டும். எவ்வளவு தூரம் யதார்த்தமாக இருக்க முடியுமோ அவ்வளவு தூரம் இருங்கள். உங்களது பலங்களை அறியும்போது அவற்றின் மீது மிகத்தீவிரமாக நீங்கள் சாயலாம். இவ்வழியில் தொடங்கினால் உங்களது இயக்க அளவு கூடும். மரபுகளால் நீங்கள் தளர்வடைய வேண்டியதில்லை,

மேலும் உங்களது ஆர்வம் மற்றும் பலத்திற்கு எதிராக உள்ள திறன்களோடு செயல்படும்போது நீங்கள் வேகத்தை இழக்க வேண்டியதில்லை. இவ்வழியில் உங்களது படைப்பாக்கம் மற்றும் உள்ளுணர்வுச் சக்திகள் இயல்பாகவே விழிப்பு பெறும்.

நம்முடைய வாழ்க்கையின் கடமையை ஆழமாக அறிவதென்பது மட்டுமல்ல, நம் சொந்தச் சிந்தனை மற்றும் காணும் கோணங்கள் தனிப்பட்டதாக அமைவதற்கான உணர்வு வேண்டும். மிருகங்கள் மீதான ஆழமான அனுதாபம் அல்லது குறிப்பிட்ட வகையான மனிதர்கள் மீதான பச்சாதாபம் ஒரு திறனாக அல்லது அறிவுக் கூர்மையின் பலமாகத் தோன்றாவிடினும், உண்மையில் அது தான் அனுதாபம். அனுதாபம் கற்றலிலும், அறிவு பெறுவதிலும் முக்கியப் பங்கு பெறுகிறது. மனம் சாராதுள்ள விஞ்ஞானிகள் கூட, அடிக்கடி பொருளுடன் சிலகணம் தங்களை அடையாளப் படுத்திக்கொண்டு சிந்திக்கின்றனர். வேறு குணங்கள் நமக்கிருக்கலாம், காட்சி வடிவத்தில் யோசிப்பது, பிற சாத்தியமான பலத்தின் பிரதிநிதியாகலாம், பலமற்றவையை அல்ல. பிரச்சனை என்னவென்றால் மனிதர்களாகிய நாம் ஆழமாக மரபு சார்புடையவர்கள் நம்மை வேறுபடுத்தும் குணங்கள், பலசமயம் பிறரால் கேலி செய்யப்படுகின்றன அல்லது ஆசிரியர்களால் விமர்சிக்கப் படுகின்றன. எடுத்துக்காட்டாக உயர்ந்த காட்சி உணர்வுள்ளவர்கள், பலசமயம் படிப்பதற்குக் கஷ்டப்படுபவர்கள் என்று முத்திரை குத்துகிறது. இம்மாதிரியான தீர்ப்புகளால், நாம் நம்முடைய பலங்களை, இயலாமையாகக் காணலாம். அதில் பொருந்துவதற்கு முயல்கிறோம். எது நம்முடைய அமைப்புக்கு விநோதமாக உள்ளதோ, அதன் மீதுதான் நாம் அதிக கவனம் செலுத்தி, நிபுணத்துவம் பெறுவதற்கு, அதன் மீது சார்ந்திருக்க வேண்டும். நிபுணத்துவமென்பது நீச்சல் போன்றது- நம்முடைய சொந்தத் தடையை உருவாக்கும்போது, முன்னேறுவது மிகக் கடினம் அல்லது போக்கிற்கு எதிராக நீச்சலடிப்பது. உங்களது பலத்தை அறிந்து அதன் போக்கில் செல்லுங்கள்.

3. பயிற்சியால் உங்களை மாற்றுங்கள் – விரல் நுனி உணர்வு

நம்முடைய அன்றாட உணர்வுள்ள செயல்களில் பொதுவாக மனதுக்கும், உடலுக்குமிடையே ஒரு பிரிவினையை நாம் அனுபவப்படுகிறோம். நாம் நமது உடலைப் பற்றியும் மற்றும் உடலால் ஆன செயல்கள் குறித்தும் எண்ணுகிறோம். மிருகங்கள் இந்தப் பிரிவினையை அனுபவிப்ப தில்லை. நாம் உடல் சார்ந்த எந்த திறனைக் கற்க முயலும் போதும் இது மிகத் தெளிவாகிறது. அதில் சம்பந்தப்பட்ட பல செயல்களைக் குறித்து நாம் சிந்திக்க வேண்டும், அதற்காக நாம் பின்பற்ற வேண்டியவற்றையும் அறிய வேண்டும். நம்முடைய மெத்தனத்தைக் குறித்து நாம் அறிவோம்,

எப்படி நமது உடல் தர்ம சங்கடத்துடன் செயல்படும் என்பது தெரியும். சில இடத்தில் நாம் மேன்மையடையும்போது, இச்செயல்முறை எப்படி மாறுபட்டுச் செயல்படுகிறது என்பதைச் சில பார்வைகள் காணலாம். இத்திறனை ஒழுங்காகப் பயிற்சி செய்வது, மனது, உடலின் வழியில் வராதபோது என்ன உணர்வைத் தரும் என்று அறியலாம். இதுபோன்ற பார்வைகள் வழியில், எதை லட்சியமாகக் கொள்ள வேண்டுமென்பது நமக்குத் தெரியும். திறனை ஆழமாகப் பயிற்சி செய்யும்போது அது இயல்பாகி விடும், அப்போது உடலும் உள்ளமும் ஒன்றாகச் செயல்படும் உணர்வைப் பெறுகிறோம்.

நாம் சிக்கலான ஒரு திறனைக் கற்கும்போது, போர் ஜெட் விமானத்தை ஓட்டக் கற்கிறோம் என்றால், நாம் எளிய திறன்கள் பலவற்றில் ஒன்றின் மீது ஒன்றாக மேன்மை பெற வேண்டும். ஒவ்வொரு முறை ஒரு திறன் இயல்பாகும்போது, மனம் விடுதலையடைந்து உயர்ந்த திறன் மீது கவனத்தைக் குவிக்கிறது. இச்செயல் முறையின் முடிவில், இனி எளிய திறன்கள் எதையும் கற்க இல்லாத போது, மூளை வியத்தகு அளவில் தகவல்களைச் சேகரித்துள்ளது, இவை அனைத்தும் நம்முடைய நரம்பியல் அமைப்புக்குள் ஒரு பாகமாகி விட்டது. சிக்கலான மொத்த திறன்களும் இப்போது நமக்குள் உள்ளன, நமது விரல் நுனியில் உள்ளன. நாம் வேறு வழியில் சிந்திக்கிறோம்- மனமும் உடலும் முற்றிலும் இணைந்து ஒன்றாகிவிடுகிறது. நாம் மாறி விட்டோம். நமக்கிருக்கும் புத்தியின் வடிவம், மிருகங்களின் உள்ளுணர்வுச் சக்தியை ஏறக்குறைய அறியச் செய்கிறது, ஆனால் இது மனப்பூர்வமாக, வேண்டுமென்று செய்யக்கூடிய பயிற்சியாகும்.

நம்முடைய பண்பாட்டில் பயிற்சியை நாம் தவறாக விமர்சிக்கிறோம். உயர்ந்த செயல்கள் இயல்பாகவே நிகழ்வதாக நாம் கற்பனை செய்து கொள்ள விரும்புகிறோம். அவை யாரோ ஒருவரின் மேதாவித்தனம் அல்லது உயர்ந்த திறமை என்கிறோம். சிறப்பான சாதனையைப் பயிற்சி வழியாகப் பெறுவது சுயதன்மையில்லாது, தூண்டுதல் இல்லாததாகத் தோன்றுகிறது. மேலும் நிபுணத்துவத்திற்காகச் செலவிடப்படும் 10,000 முதல் 20,000 மணிநேரத்தைக் குறித்துக் கவலைப்பட வேண்டாம். இந்த நம் மதிப்புகள் விநோதமான எதிர் விளைவைத் தருகிறது. யார் வேண்டுமானாலும் உறுதியாக முயன்றால் சிகரங்களை அடையலாம் என்பதை நாம் அனைவரும் உற்சாகப்படுத்த வேண்டியதொன்றை நம்மிடமிருந்து மறைத்து விடுகிறது. இந்தத் தப்பான எண்ணத்தை மாற்றிக் கொள்ளும் நேரமிது. பயிற்சியாலும் ஒழுக்கத்தாலும் நாம் அடையப்போகும் சக்தி அதிசயமானது. சிக்கலான திறன்களை, நம் மூளையில் தொடர்புகளை உருவாக்கிப் பெறும் திறமை என்பது கோடிக்கணக்கான ஆண்டுகளின் பரிணாம வளர்ச்சியாகும். இதுவே

நம்முடைய வாழ்வின் மற்றும் பண்பாட்டின் சக்திக்கான மூலம். தொடக்க காலப் பயிற்சியின்போது நாம் மனமும் உடலும் ஒன்று படுவதைப் உணரும் மூளை இயல்பாகவே அத்திசையில் திரும்புகிறது, அதனுடைய சக்தியைத் திரும்ப திரும்பச் செய்வதன் வழி உயர்த்துகிறது. இந்த இயல்பான மனநிலைக்கான தொடர்பை இழப்பது மடமையின் உச்சம். இது உலகில் யாராலுமே சிக்கலான திறனைச் சிறப்பாகப் பெறுவதற்கான பொறுமையற்ற நிலைக்குக் கொண்டு சென்று விடும். தனி மனிதர்களாக நாம் அத்தகைய போக்கை எதிர்க்க வேண்டும். பயிற்சி வழி நாம் பெறும் மாற்றத்திற்கான சக்தியைப் போற்ற வேண்டும்.

4. மற்றவரிடம் ஒப்படைத்துவிடு – உள்-வெளித் தோற்றம்

நம்முடைய பன்பாட்டிற்குச் சற்றும் சேராத ஒரு புதிய பண்பாட்டைப் படித்துப் புரிந்துகொள்வதாக வைத்துக்கொள்வோம். இச்சூழ்நிலையிலுள்ள பல ஆய்வாளர்களுக்கும் இதற்கான இயல்பான பதில், திறன்கள், ஆய்விற்காகக் கற்ற கருத்தாக்கங்களை நம்புவதே. அவ்வாறு செய்தால் ஆராய்ச்சியாளர்களின் கட்டுரைகள் மதிப்புமிக்க இதழ்களில் வெளியிடப்படும் வாய்ப்பும், கல்வித்துறையில் உயர்பதவிகளும் பரிசாகவும் கிடைக்கும். ஆனால் முடிவில் அவர்கள் வெளியிலேயே இருந்து கொண்டு உள்ளே பார்ப்பார்கள். அவர்களுடைய பெருமளவு முடிவுகள், ஏற்கெனவே அவர்கள் இருப்பதாக நினைத்ததை உறுதிப்படுத்தும். நம்முடைய பண்பாட்டிலிருந்து மாறுபட்ட எவ்வளவோ பிற பண்பாட்டு ரகசியங்கள் இந்த வெளியிலிருந்து அணுகும் முறையால் தொலைந்து போய் உள்ளன.

வெளித்தோற்றத்தைக் காணும் இந்த முழுமையற்ற நோக்கு, விஞ்ஞானிகளின் தவறான எண்ணத்திலிருந்து தோன்றியதே. வெளியில் நின்றுகொண்டு ஆராய்வது, பலரது எண்ணப்படி நம்முடைய நோக்கத்தைப் பாதுகாக்குகிறது என்பதாகும். ஆனால் ஆராய்ச்சி யாளர்களின் நோக்கு பல ஊகங்களால் பாதிக்கப்பட்டு, ஏற்கெனவே உள்ள கொள்கைகளை ஏற்று அமையும் சார்பற்றத்தன்மை எந்த வகையானது? உள்ளே சென்று அம்மக்களோடு கலந்து உறவாடும்போது இந்த வெளிப் பண்பாட்டை எவ்வளவு அதிகம் காண முடியும்? இது நம் நோக்கைத் தற்சார்புடையதாக மாற்றுவதில்லை. ஒரு விஞ்ஞானி உள்ளே சென்று பங்களித்தாலும் யாரும் தங்களுடைய காரணகாரிய சக்தியை இயக்கப்போவதில்லை. உள்ளுணர்வு, பகுத்தறிவு, உள்தோற்றம் மற்றும் அறிவியல் எளிதான ஒன்றாக இருக்க முடியும்.

நாம் புரிந்துகொள்ள முயலும் எந்தக் குழுவிற்கும் இது பொருந்தும்- பொதுமக்கள், காணவரும் அவையோர் அல்லது நம்மிடம் தொழில்முறையில் வருபவர்கள். தொடர்ந்து மனிதர்களைக்

கண்டு, அவர்களுக்குள் இருந்து யோசித்து, அவர்களது பார்வையைக் குறித்த உணர்வு நமக்கு அதிகமாகக் கிடைக்கிறது. ஆனால் இதற்கு நம் பக்கத்திலிருந்து முயற்சி தேவை. நம்முடைய இயல்பான தன்மை, நம்முடைய நம்பிக்கைகள் மதிப்பு அணைப்பை பிறர் மீது திணிக்கும் போது பயன்படுத்தும் வழிமுறைகளைக் குறித்து நாம் உணர்வதில்லை. வேறொரு பண்பாட்டைக் கற்கும்போது, நம்முடைய அனுதாப சக்தியைப் பயன்படுத்தியும் அவர்களது வாழ்வில் பங்கு பெறும்போது இந்த இயல்பான திணிப்பை வென்று அவர்களது யதார்த்த அனுபவத்தை அடைய வேண்டும். அதைச் செய்வதற்கு, நாம் பிறரைப்பற்றி உள்ள அச்சத்தைப் பழக்கமில்லாத அவர்களது வழியை வெல்ல வேண்டும். அவர்களது நம்பிக்கை, மதிப்பு அமைப்பு வழிப்படுத்தும் மாயைகள், உலகை அவர்கள் காணும் வழிக்குள் நுழைந்து பார்க்க வேண்டும். மெல்ல, நாம் முதலில் சரியாகக் காணாத கண்ணாடி மெல்ல தெளிவடைகிறது. அவர்களுக்குள் ஆழமாக உட் சென்று, அவர்கள் உணர்வதை உணர்ந்து, எது அவர்களை வேறுபடுத்துகிறது என்பதைக் கண்டுபிடித்து அவர்களது எதார்த்தத்தை அறிந்து உள்ளிருந்து வெளியே புரிந்துகொள்ளும் இத்திறமை நிபுணத்துவத்திற்கான அடிப்படைக் கூறுகளில் ஒன்றாகும்.

5. அனைத்து அறிவு வடிவங்களையும் சேருங்கள் – பிரபஞ்ச ஆண்/ பெண்

மறுமலர்ச்சிக் காலத்தில் பிரபஞ்ச மனிதனாவதே-அனைத்து அறிவையும் பெற்று உயர்ந்த நிலையை அடைவதே ஒருவரின் யதார்த்தத்திற்கு நெருக்கமான இயற்கை ஆகும். பெரும்பாலான மனிதர்களால் காண முடியாத அதன் ரகசியங்களைக் காணக் கூடியவராக இருந்தார். இன்று அறிவை ஒருமுகப்படுத்தி இணைக்கும் இலட்சியத்தை ஒரு அதீத கற்பனையாக, பழங்காலத்தின் கனவு வடிவமாக கருதுவர். ஆனால் உண்மை அதற்கு நேர்மாறானது. இதற்கான ஒரு எளிய காரணம், மனித மூளையின் வடிவமைப்பு-அதனுடைய தொடர்பும் கூட்டும் ஏற்படுத்திக் கொள்ள வேண்டிய பிறவித் தேவை, அதற்குச் சொந்தமானதைத் தருகிறது. இந்தப் பரிணாம வளர்ச்சி, வரலாற்றில் பல மாறுபாடுகளையும், திருப்பங்களையும் பெற்றாலும், தொடர்பு கொள்ளும் விருப்பம் முடிவில் வெற்றி பெறும். ஏனெனில் அது நமது இயல்பில், அங்கத்தில் ஆர்வத்தில் வலிமையானதொன்று. தொழில்நுட்ப அம்சங்கள், இன்று முன்பில்லாத அளவிற்குத் தொடர்புகளை, களத்திற்கும் எண்ணத்திற்குமிடையே இணைப்பதற்கு வழிவகுக்கிறது. கலைக்கும் அறிவியலுக்குமிடையே இருந்த செயற்கைத் தடுப்புகள் அறியும் மற்றும் பொது உண்மையை வெளிப்படுத்தும் ஆவலின் அழுத்தத்தில் கரைந்து போகும். நம்முடைய எண்ணங்கள்

இயற்கையோடு நெருக்கமானதாக அதிக உயிர்ப்புடனும் இயற்கையாகவுமிருக்கும். எந்த வழியில் முடியுமோ அது வழி நீங்கள் இந்த உலகமயமாக்கும் செயல்முறையில் ஓர் அங்கமாக முயல வேண்டும். உங்களுடைய அறிவையும் பிற துறைகளுக்குப் பரப்பி, மேலும் மேலும் விரிவுபடுத்த வேண்டும். அதிலிருந்து பெறப்படும் வளமான கருத்துக்களே, இதுபோன்ற தேடலுக்கான பரிசுகளாகும்.